இரு தேசமா!
ஒரு தேசமா!!

 க.பிரபு தமிழன்

பொருளடக்கம்

பொருளடக்கம்

முகவுரை   v

1. இரு தேசமா! ஒரு தேசமா!!   1

முகவுரை

வணக்கம், இது எனது முதல் புதினம் அச்சாகி உங்கள் கையில் வந்துள்ளது. இப்புத்தகத்தின் மூலம் எனது வாழ்வின் புதிய பரிமாணமாக நாவலாசிரியராக உருவெடுத்துள்ளேன். நிச்சயம் இந்த நாவல் என்னும் பயணத்தில் உங்களை என்னால் முடிந்த வரையில் மகிழ்ச்சியுடனும் ஏற்புடையளவிலும் கொண்டு செல்வேன் என்ற நம்பிக்கையுடன் வாசகர்களுக்கு மீண்டும் எனது வணக்கத்துடன் இக்கதையை தொடங்குகிறேன். தொடங்குவதற்கு முன்பு தலைப்பை பற்றி உங்களிடம் சிலவற்றை பகிர விரும்புகிறேன், "இரு தேசமா! ஒரு தேசமா!!" இக்கதையின் தலைப்பை கேட்ட என் நண்பர்கள் பலர் இக்கதை தற்கால நிகழ்வை கொண்டது என்று பலபடி பேசினர். அவர்களுக்கு தெளிவுபடுத்திவிட்டேன் அதைபோல் உங்களிடமும் இப்பொழுது இங்கு தெளிவுபடுத்த விரும்புகிறேன். இக்கதைக்கும் தற்காலத்திற்கும் எந்த ஒரு தொடர்புமில்லை, இது முழுக்க முழுக்க எனது கற்பனையே. கதையின் முக்கிய நிகழ்வானதை வைத்தே தலைப்பை தேர்ந்தெடுத்தேன். சரி இனியும் உங்கள் பொன்னான நேரத்தை வீணாக்க வேண்டாம் கதைக்கு செல்வோம்.

நன்றியுடன்

க. பிரபு தமிழன் (prabutamizhank@gmail.com)

என்னுடைய புத்தகங்களை கீழே பட்டியலிட்டிருக்கிறேன்.

1. இரு தேசமா! ஒரு தேசமா!! (பதிப்பித்த ஆண்டு — 2019,)

2. யாழினி (ப.ஆ - 2020)

3. குருதியற்ற கொலைகள் (ப.ஆ - 2020)

4. பலாட்டியம் (ப.ஆ - 2021)

5. உதிழ் தேசம் (ப.ஆ — 2023)

6. உன்னோடு ஒரு நாள் (ப.ஆ — 2023)

7. காலம் கடந்து — பாகம் ஒன்று மந்திர பெட்டி (ப.ஆ — 2023)

8. மருளன் மருண்டு ஓடினான் (ப.ஆ — 2023)

• vi •

1

இரு தேசமா! ஒரு தேசமா!!

உலகில் செல்வந்தர்களின் ஆதிக்கம் பெருகி வரும் காலகட்டத்தில், பழம்பெரும் அரச குலத்தை சேர்ந்த பிரதிந்தன் என்ற மாமன்னன் காந்தள் தீவு என்ற ஓர் அழகிய பெருந்தீவு தேசத்தை நீதிநெறி தவறாமல் ஆண்டு வந்தான்.

உலகம் உருவானதே காந்தள் தேசத்திற்காகத் தானென்று சொல்லும் அளவிற்கு, அழகும் அதற்கான மிடுக்கும் கொண்ட தீவு தான் காந்தள் தீவு. எங்கும் அடர்ந்த காடுகளும் அதனுள் துள்ளி ஓடும் புள்ளி மான்களுமாகக் காட்சியளிக்கும். அக்காட்டின் யானைகள் காடே அதிர பிளிரும் சத்தம் தீவை சுற்றிய கடலில் செல்லும் கலங்களே கலங்கும்படி எழும்பும், யாரும் அத்தீவை கவரவும் நெருங்கவும் விரும்ப மாட்டார்கள். யானைகளின் சத்தத்திற்கு போட்டியாக சிங்கமும் புலிகளும் உறும இவைகளுடன் போட்டியிட்டு, நீர் அருவிகள் வானிலிருந்து நேரே பூமியில் வந்த விழுந்து ஒளி எழுப்பிக் கொண்டிருக்கும்.

காந்தள் தீவில் வசிக்கும் மக்கள் யாரும் வாசனை திரவியம் ஏதும் பூச வேண்டியதில்லை என்று சொல்லும் அளவிற்கு, அத்தீவில் வானை முட்டும் உயரத்திற்கு வளர்ந்திருந்த சந்தன மரங்களை வருடி வரும் காற்றின் வாசத்தால், அத்தீவையே சந்தனத் தீவு என்று கூட அழைக்கத் தோன்றும்.

கடற்கரையில் முத்துக்களுக்கும் பஞ்சமில்லை, தீவின் குடிகளின் முத்தான புன்னகைக்கும் குறைவில்லை, அவ்வளவு மகிழ்ச்சியான மக்களை உடைய தீவு காந்தள் தீவு.

தீவு உப்பு நீரால் சுழ்ந்திருந்தாலும் தீவின் உள்ளே தீமை என்று சொல்லும் நீருமில்லை, மனிதர்களுமில்லை. குறை என்ற சொல்லாடலும் காந்தள் தேசத்தின் அகராதியில் இல்லை.

நீதி நெறி தவறாமல் மக்களுக்காகவே தம் வாழ் நாள் முழுவதையும் அர்ப்பணித்த அரசர்கள் ஏந்திய காந்தள் தேசத்தின் செங்கோலின் வலிமையும், அதனை உயர்த்திப் பிடித்த உயரமும் இன்றளவும் குறையாமல் பிரதிந்தனின் முன்னோர்கள் காத்தது போலவே பிரதிந்தனும் நீதி நெறி தவறாமல் ஆட்சி செய்தான்.

பிரதிந்தனுக்கு இரு மகன்கள் இருந்தனர், மூத்தவன் பெயர் மகிழ்நன். இளையவன் பெயர் நற்புகழ்மணி. இருவரும் போர் மற்றும் கல்வியில் சிறந்து விளங்கினர். ஆனால் அரசியல் சிந்தனையிலும், ஆளுமை நோக்கத்திலும் ஒருவருக்கு ஒருவர் வேறுபட்டிருந்தனர்.

ஆளுமையில் வேறுபட்டிருந்தாலும், உலகத்தின் வழக்கமான அரச குலத்து இளவரசன்கள் நாட்டின் முதன்மையான ஆட்சிப் பொறுப்புகள் பலவற்றை ஏற்றாக வேண்டியதால், இருவருக்கும் தேசத்தின் உயரிய பல அரச பொறுப்புகள் காந்திருந்தன.

இருவரில் மகிழ்நன் பிறந்தது முதலே, தலைநகர் காந்தளூர் கோநகரிலே வளர்ந்து வந்தான். ஆனால் நற்புகழ்மணியோ... காந்தளூர் கோநகரை விட காந்தள் தேசத்தின் பழைய தலைநகரும் இரண்டாம் நிலை தலைநகருமான கீழ்முனைப்பாடியிலேயே அதிகமாக வளர்ந்து வந்தான்.

மகிழ்நன் தன் சிறு வயது முதலே அரண்மனை மற்றும் அரச உறவுகளை வெறுத்தவன். அவ்வப்பொழுது தன் அன்னையிடம், "அம்மா...!! நாம் ஏன் கோட்டையிலும், மாட மாளிகை அரண்மனையிலும் வாழ்கிறோம்...??

நம்மை பூசிக்கும் மக்களோ... குடிசையிலும் ஓட்டு வீட்டிலும் மற்றும் சிலர் மச்சு வீடுகளிலும் வாழ்கிறார்களே...?? அப்படி இருக்க நாம் மட்டும் ஏன் அரண்மனையில் வசித்து, அறுசுவை உணவை உண்டு வாழ்கிறோம்...??

இது தவறில்லையா... தாயே....?? இது நம்மையே கடவுளாகக் கருதும் மக்களுக்கு, நாம் செய்யும் துரோகமல்லவா.... அவர்களும் நம்மைப் போல் வாழ வேண்டாமா....??" என்றான் மகிழ்நன்.

அந்த மாதேவியோ.. தன் மகனின் கேள்வியால் சற்றே வியந்து, மகிழ்நன் தலையை வருடியவாறு, "மகனே....!! நல்ல கேள்வி தான், ஆனால் எல்லோருமே அரசர்கள் போல வாழ்ந்தால், யார் மற்ற அடிப்படை வேலைகளைச் செய்வது....??

யார் விவசாயம் செய்வது....?? யார் நெசவுத் தொழில் செய்வது....?? யார் மொழியை வளர்ப்பது....?? யார் புதிது புதிதாய் வரும் நோய்களுக்கு, மருந்து கண்டுபிடிப்பது....?? யார் நம் நாட்டில் அதிகம் விளையும் பொருட்களை வர்த்தகம் செய்வது....?? யார் போர்க் கருவிகளை உருவாக்குவது....?? யார் நாட்டை எதிரிகளிடம் இருந்து காப்பது..?? யார் நாட்டின் எழிலைக் காப்பது....?? யார் ஆலயங்களைப் பராமரிப்பது....?? யார் வீடு அரண்மனைகளையும், அதன் தோட்டங்களையும் கட்டுவது மற்றும் பராமரிப்பது....??" என்று பல கேள்விகளை பதிலாய் அடுக்கினாள்.

"மகனே....!! அனைத்தையும் ஒருவரால் செய்ய முடியாது என்பதால் தான், நம் முன்னோர்கள் அக்காலத்திலே இதனை உணர்ந்து வாழும் மக்களின் திறமைக்கேற்ப, இவர்கள் இத்துறையைத் தான் பின்பற்ற வேண்டும், அவர்கள் அத்துறையைத் தான் பின்பற்ற வேண்டுமென்று வகுத்திருந்தனர். அதன் பின் அவர்களின் குலம் விரிவடைந்து, அவர்கள் அத்தொழிலைச் சார்ந்த சமூகமாகவே மாறினர்.

ஆனால், அவர்கள் அனைவரும் எந்த சூழலிலும் போட்டி பொறாமையின்றி வாழ வகை செய்வதற்கு ஒருவர் வேண்டியதாயிற்று.

அதனை உணர்ந்த நம் முன்னோர்கள், வாழும் மக்களுக்கு தலைவன் என்ற ஒருவன் வேண்டுமென்பதை மக்களுக்கு எடுத்துரைத்தனர். தலைவன் என்று ஒருவன் இருந்தால் தான், அனைத்து துறைகளும் காலத்தின் தேவைக்கேற்ப முன்னேற முடியும் என்பதை உணர்த்தினர்.

"சரி... தலைவன் வேண்டுமென்றால், யாரைத் தலைவனாக்க வேண்டும்...??" என்ற கேள்வியை மக்கள் முன் வைத்தனர்.

தலைவனுக்கு வேண்டிய சில தகுதிகளை நம் முன்னோர்கள் வகுத்தனர். யார் ஒருவன் எந்த ஒரு எதிர்பார்ப்பும் இன்றி, அனைத்து

மக்களின் நன்மதிப்பைப் பெற்றவனாகவும், தன் மக்களிடையே எந்த விதத்திலும் பகைமை கொள்ளாதவெனாகவும், வீரத்திலும் குணத்திலும் கல்வியிலும் சிறந்தவனாகவும், செல்வத்தை விரும்பாத... ஆணவமில்லாத... பேராசையுமில்லாத ஒருவனைக் கண்டறிந்து, அவனிடத்தே முதன் முதலில் தலைவன் என்ற பொறுப்பை ஒப்படைத்தனர்.

அவ்வாறு பொறுப்பேற்ற புதிய தலைவன், தன் இனத்தின் பெரியோர்களின் ஆசியுடனும் ஆலோசனையிலும் ஆட்சி செய்தான்.

பிற்காலத்தில் தலைவன் என்ற சொல் மருவி, மன்னன் என்றும் அரசர் என்றும் கோ என்று பல பரிமாணங்களைக் கண்டு வந்துள்ளது.

நாம் இந்த இடத்தில் வாழ்வதே, மக்கள் ஒற்றுமையாக வாழ வேண்டுமென்று தான்.

நாமும் அவர்களோடு ஒரே இடத்தில் வாழ்ந்தால், அவர்கள் நம்மை அவர்களில் ஒருவனாகக் கருதி பழகுவார்கள். நாளை ஒரு போர் சூழலோ... அல்லது உள்நாட்டுக் கலகமோ ஏற்பட்டால், ஒரு அரசனாய் நல்ல முடிவையே எடுத்தாலும் அவர்கள் அதனை ஏற்றுக் கொள்ள மாட்டார்கள், அவர்களின் மனமும் ஏற்றுக் கொள்ளாது.

அதுவே எப்பொழுதும் அவர்களுக்கு சிம்ம சொப்பனமாய்... அரசனாய்... உயர்ந்த இடத்து ஆசனத்தில் இருந்து, நாம் மக்களையும் மக்கள் நம்மையும் கண்டு வருவதாலும், ஏதாவது சில தருணங்களில் ஒரு சிறு நேரத்தை மட்டும் அவர்களுடன் சேர்ந்து கழித்தால், அவர்களிடம் நம்மை பற்றிய பக்தியும் மதிப்பும் கூடும் மற்றும் நமது சொல்லுக்கு மரியாதையும் கிட்டும்.

நம்மை மீறி அவர்கள் ஏதும் செய்யத் துணிய மாட்டார்கள், ஆக... நாடும் ஒருவரின் நேரடிக் கட்டுப்பாட்டில் இருக்கும்...!!" என்றாள் அந்த மாதரசி.

"இதற்குத்தான் நாம் என்றும் அவர்களை விட மேலே இருக்கிறோம், எந்த அரசவையையிலும் அரசனின் அரியணை மற்றவர்களின் இருக்கைக்கு மேலிடத்திலே இருக்கும். அதனால் நாட்டின் முக்கிய பொறுப்புகளில் இருக்கும் எவரும், அரசனைத் தலை நிமிர்ந்து தான் பார்த்தாக வேண்டும்.

அதில் மற்றுமோர் காரணமும் இருக்கிறது. அதாவது... தவறு செய்த யாரும் தலை நிமிர்ந்து பேச முடியாதல்லவா...?? அவ்வாறு

தவறு செய்த மக்களானாலும் சரி, அரசவையிலிருக்கும் அதிகாரிகளா-னாலும் சரி, அவர்களால் உயரத்திலிருக்கும் அரசரின் முகத்தையோ... செங்கோலையோ... நேருக்கு நேர் பார்த்து, தலை நிமிர்ந்து பதில் கூற முடியாதல்லவா...??" என்றாள் அம்மாதரசி.

இத்தனை நேரம் அமைதியாய் கேட்டுக் கொண்டிருந்த மகிழ்நன், "தாயே...!! நீங்கள் கூறியது என் மனதிற்கு ஏற்புடையதாக இல்லை.

மக்கள் எதற்காக நமது சொல்லிற்கு கட்டுப்பட்டிருக்க வேண்டும்...?? அப்படி அவர்களை நாம் அதிகாரத்தின் கீழ் கட்டுப்படுத்தி வைப்பதும், ஒரு வகை அடிமைத்தனம் தானே...??" என்றான் மகிழ்நன்.

"மகனே! அதை அடிமைத்தனம் என்று சொல்ல முடியாது, அது ஒரு வகையான ஒழுக்கத்தின் பக்தி என்றே சொல்ல வேண்டும். அந்த பக்தி தான் நம் தேசத்தை இத்தனை காலமாய், அரணாய் இருந்து காத்து வருகிறது...!!" என்றாள்.

"தாயே...!! உங்கள் கருத்தை என் மனம் மீண்டும் மீண்டும் ஏற்க மறுக்கிறது...!!" என்றான் மகிழ்நன்.

"மகனே...! நீ சிறு பிள்ளை தான், அதான் இப்படி பேசுகிறாய். காலப்போக்கில் அனைத்தையும் நீயே அறிந்துக் கொள்வாய்.

கஅதோ உங்கள் நண்பர்கள் வருகிறார்கள, நீங்கள் இருவரும் சென்று மகிழ்ச்சியாய் விளையாடுங்கள்...!!" என்று எழுந்தாள்.

மகிழ்நன் குழப்பமாய் தட்டுத்தடுமாறி எழுந்து நடந்தான். நற்புகழ்ம-ணியோ, "வா அண்ணா... வா...!!" என்று மகிழ்நன் கையைப் பிடித்து இழுத்துச் சென்றான்.

மகிழ்நன் தன் வயதை ஒத்த மண்டலாதிபதிகளின் மகன்களுடன் விளையாடச் சென்றான். நற்புகழ்மணியோ எப்பொழுதும் போல தன் மாமன் மகளான எழிலரசியுடனே விளையாடுவதைப் பார்த்து, அனை-வரும் பரிகசித்தார்கள். ஆனால் மற்றவர்கள் இவர்களை பார்த்து பரி-கசிப்பது ஏனென்று தெரியாமல், இருவரும் ஒருவருக்கு ஒருவர் மனம் கோணாமல் விட்டுக் கொடுத்து விளையாடினர்.

காலம் சென்றது... மகிழ்நன்னுக்கும், நற்புகழ்மணிக்கும் இப்பொழுது பதினைந்து வயதை கடந்து விட்டதால், அரச குடும்பத்தில் பிறந்த அனைவரும் நாட்டின் முதன்மைப் பொறுப்புகளை ஏற்க வேண்டியவர்-கள் தானே...??

அவ்வாறே இருவரும் அரச பொறுப்புகளை ஏற்றனர். மகிழ்நன் இரண்டு வருடங்களுக்கு முன்பே, உள்நாட்டு அரசியலைக் கற்றறிய விசேட படைத்தளபதி பதிவியைச் சுமந்திருந்தான். இப்பொழுது நற்புகழ்மணிக்கு வரி மற்றும் துணை தானியப் பண்டார நாயகர் மற்றும் விசேட படைத் தளபதி பதவியும் கொடுக்கப்பட்டது. இவ்விழாவோடு மகிழ்நன்னுக்கு இளவரசுப் பட்டமும் சூட்டப்பட்டது.

பதவி ஏற்ற நாள் முதல் மகிழ்நன் தன் உள்நாட்டு அரசியலை அறிய வேண்டி, எப்பொழுதும் மக்களோடு மக்களாக வாழ்ந்தான். எப்பொழுதும் அரண்மனையை விட்டு வெளியிலேயே உலாவி மக்களுடனே வசிக்கத் தொடங்கினான்.

மக்கள் அனைவரும் அவனை, எப்பொழுதும் தன் நண்பன் போலும் உறவினர் போலும் பாவித்தனர். அவனுக்கும் அது மிகவும் பிடித்திருந்தது.

நற்புகழ்மணியோ.. நாட்டின் மூலதனமான வரி விதிக்கும் பணி பற்றி முதன் மந்திரி ஏகாம்பரத்தாருடனே இருந்து நன்கு கற்றுக் கொண்டான்.

அவ்வப்பொழுது, நற்புகழ்மணி தென் பகுதிக்குச் சென்று கீழ்முனைப்பாடியில் தங்கி, வரி பொறுப்புகளைப் பார்ப்பதாக ஒரு மண்டலம் இரண்டு மண்டலமாக காலம் கழிப்பான்.

நேரம் கிடைத்த பொழுதெல்லாம், எழிலரசியைச் சந்திக்க தவறுவதில்லை மற்றும் அவன் சிறு வயது நண்பனான கதிரவனுடன் வெளியில் சுற்றுவதும், போரியல் தற்காப்பு பயிற்சிகளையும் தவறாமல் மேற்கொள்வான்.

காலம் செல்லச் செல்ல... மகிழ்நன் நாட்டின் மிகப் பெரிய செல்வந்தர்களுடனும் வர்த்தகர்களுடன் பழக நேரிட்டது. அவனும் அவர்களுடன் பழகி, பல நாடுகளுக்கு வர்த்தகர்களைப் போல சென்று வர்த்தகம் பற்றி நிறைய கற்றுக் கொண்டான்.

சில ஆண்டுகள் சென்றன. ஒரு முறை பல்லாண்டுகளாகக் காணாத அளவிற்கு நாட்டில் கனமழை பொழிந்தது. காந்தள் தீவு கடலிலிருக்கிறதா... அல்லது கடல் தீவுக்குளிருக்கிறதா என்று அறியாத அளவிற்கு, மழையால் தேசமே வெள்ளக்காடாய் காட்சியளித்தது.

தீவு கடலில் முழுகும் அளவிற்கு, மழையும் இடைவிடாமல் பொழிந்து கொண்டிருந்தது. நாட்டின் அனைத்து ஆறுகளிலும் வெள்ளம் இருகரையும் தொட்டு ஓடியது.

ஊர்களில் இருந்த ஏரிகளும், ஆற்றின் குறுக்கே கட்டப்பட்டிருந்த அணைகளும் நிரம்பி வழியத் தொடங்கின.

தேசத்தின் அனைத்து மடையர்களும் தங்களின் உயிரை தேசத்திற்-காக அர்ப்பணிக்கும் நேரம் வந்ததை உணர்ந்து, தங்களின் மனைவி குழந்தைகளிடமும் மக்களிடமும் பிரியா விடை பெற்று, ஏரிக் கரையி-லும் அணைக்கட்டுகளின் அருகிலேயே கொட்டும் மழையையும் புய-லையும் பொருட்படுத்தாமல், நீர்வரத்தையே ஊற்றுப் பார்த்தபடி காத்தி-ருந்தனர்.

மழை நீர் ஏரியின் அபாயகட்டத்தை எட்டியதும், மடையர்கள் தங்-களின் மடைகளை உடைக்க பொங்கும் கடலாய் சீறி வந்து, மோதும் கரையின் அருகே, தேசத்தையும் ஆயிரக்கணக்கான மக்களையும் காக்க, அவர்கள் அனைவரின் சுவாசத்தையும் ஒரே மூச்சாக இழுத்துப் பிடித்து தண்ணீரில் குதித்தார்கள்.

நீரில் குதித்த மடையர்கள் அரை பனைமரம் முதல் முழு பனைமரம் ஆழம் வரை இழுத்த மூச்சுடன் நேரே நீந்திச் சென்று, வெள்ளத்தால் அடித்து வந்த புது மணலால் அசுத்தமாகி இருக்கும் நீரில், மங்கிய பார்-வையுடன் மடையைக் கண்டுபிடிக்கும் வரை, உள்வாங்கிய மூச்சையும் மிச்சம் வைத்து நீரின் ஓட்டத்தை எதிர்கொண்டு நீந்தினர்.

அவ்வாறு மங்கிய பார்வையுடன் மடையைக் கண்டதும், எஞ்சி இருக்கும் மூச்சுடன் தங்களின் முழு பலத்துடன் அம்மடையை உடைக்க முயற்சித்தார்கள்.

பெரு முயற்சிக்கு பின் உடைந்தது மடை. ஆனால் குறுகிய அந்த மதகின் வழியில், மிகவும் ஆக்ரோஷத்துடன் வந்து மோதிக் கொண்டி-ருந்த நீர் வெளியேற முனைந்து கொண்டிருந்தன.

அந்த சிறு துளை வழியே வெளியேறும் நீரின் இழுவை சக்தி-யால்... இத்தனை நேரமாக அந்த மடையை உடக்க தனது முழு சக்தி-யையும் உபயோகித்து வலிவிழந்திருக்கும் அந்த மடையர்களையும் அந்த சிறிய மடையின் வழியே உள்ளே இழுக்கும்.

மடையர்களின் உடலை விட மிக மிகச் சிறியதாயிருக்கும் அந்த மடையின் வழியே வெளியேறும் நீருடன், அவர்களின் உடல் வெளியில் பெரிய துண்டுகளாகவோ அல்லது சிறிய சிறிய துண்டுகளாகவோ குருதி கலந்த நீருடன் வரும்.

அவ்வாறு உடைந்த மடைகளின் வழியே, முதலில் சிகப்பு நிறமாய் நீரின் சக்தியால் உள்ளே இழுக்கப்பட்டு பலியான மடையர்களின் குரு- தியே வெளிவரும்.

அக்காலத்தில் சிறிய நீர் தேக்கங்களான ஏரி, குளம் மற்றும் சிறிய ஆறுகளின் பிரிவில் நீரைத் தேக்க, அணை கட்ட கரை அமைப்பதற்கு முன் அருகில் வானை முட்டும் உயரமாக வளர்ந்திருக்கும் வைரத்தைப் போல் உறுதியான பனை மரத்தை எடுத்து, அதன் நடுத்தண்டை அகற்- றுவதால் உறுதியான குழாய் அமைப்பு தயாராகி விடும்.

பனை மரத்தாலான குழாய் ஓட்டையின் முனைகளைக் கோரை நாணல், களிமண் கலந்து அடைத்து விடுவார்கள். அது பக்குவப்பட்- டதும், அணையின் தடுப்பு கரையின் அடியில் வைத்து, அதன் மேல் கரையைக் கட்டுவார்கள்.

அவ்வாறு கட்டப்பட்ட மடைகளைப் பாதுகாக்கவும், பராமரிக்கவும் நியமிக்கப்படுபவர்களே மடையர்கள் என்று அழைக்கப்பட்டனர்.

வெள்ளக் காலங்களில் ஏரியின் அருகிலிருக்கும் ஊரையும், மக்க- ளையும் காக்க மடையர்கள் தங்கள் உயிரைப் பணயம் வைத்து, மடை- களை உடைத்து தன் தேசத்தைக் காக்க இன்னுயிரை தியாகம் செய்- வார்கள். அவ்வாறு தியாகம் செய்தவர்களுக்காக, அனைத்து ஊர்களின் நீர்தேக்க கரைகளில் கோயில்கள் எழுப்பப்பட்டன.

அக்கோயில்களுக்கு மக்கள் வழமை தவறாமல், ஆண்டுதோறும் விழா எடுத்து வழிபாடு செய்வார்கள். அதே போல், உயிரிழந்தவர்களின் தியாக வரலாற்றை அடுத்தடுத்த தலைமுறையினர் அறிந்துக் கொள்ள- வும், அவர்களின் பெயரையும், நடந்த சம்பவத்தையும் கல்வெட்டுகளா- கவும், சிலைகளாகவும் அமைத்திருந்தனர்.

தேசத்தின் அறிஞர்களும், கட்டிடக்கலை வல்லுநர்களும் ஒவ்வொரு முறையும் இவ்வாறு அரங்கேரும் உயிரிழப்புகளைத் தவிர்க்க, வேறு சில நவீன முறை மடைகளைக் கண்டறிந்திருந்தனர். ஆனால் அவைகள் வெள்ளம் வந்த கால கட்டத்தில் தான், பரிசோதனையில் வெற்றி கண்டு மற்ற ஏரி, அணைகளிலும் பழைய முறை மடைகளை அகற்றி, புதிய மடைகளை மாற்றி வந்தனர்.

அனைத்து நீர்தேக்கங்களிலும் அந்த புதிய கண்டுபிடிப்பை பொருத்துவதற்குள், இந்த மழை வந்ததால் அந்த அந்த நீர்தேக்க மடையின் பொறுப்பாபாளர்களான மடையர்கள் என்று அழைக்கப்படும்,

மடையின் பாதுகாப்பு மற்றும் அவசர கால மடை உடைப்பவர்கள் தங்-
களின் இன்னுயிரை இம்முறை தேசத்திற்காகவும், மக்களுக்காவும் அதிக
அளவில் தியாகம் செய்ய நேரிட்டது.

நீர் தேக்கத்தைப் பாதுகாக்க மடைகளைப் போல ஆற்றின் நீர்,
கரையை உடைக்க நெருங்கும் கால அளவைக் கண்டறிய, அக்காலத்-
தின் ஒவ்வொரு ஊரின் ஆற்றங்கரையிலும் ஓர் மண்டபம் காணப்படும்.

அவை சங்கு மண்டபம் என்று அழைக்கப்படும். அந்த மண்டபத்தின்
மேலே சங்கு ஒன்று பொருத்தப்பட்டிருக்கும். அது மட்டுமின்றி அந்த
சங்கின் உயரம், கரையின் உயரத்தை விட சில அடிகள் கீழிருக்கும்.

ஊரின் ஆற்றங்கரையிலிருந்து பார்த்தால், மண்டபத்தின் மேலிருக்-
கும் சங்கு தெரியும். அந்த மண்டபத்தின் முகப்பு நீரோட்டத்தின் எதிர்
திசையிலிருக்கும்.

ஆற்றில் பாயும் நீர், மண்டபத்தின் பின் பகுதியால் இரண்டாகப்
பிளவுற்று மண்டபத்தின் முகப்பு திசையில் இரண்டாகப் பிரிந்தபடியே
பக்கவாட்டில் வந்து பாயும்.

பக்கவாட்டில் பாயும் நீர் குறைவாக இருந்தால், மண்டபத்தின் முகப்பு
முன்னே கடந்து செல்லும். அதுவே நீரோட்டம் பெரு வெள்ளமாக
இருந்தால், பக்கவாட்டின் வழியாக வரும் நீர் மண்டபத்தின் உள்ளே
சந்திக்கும்.

மண்டபத்தின் உள்ளே இரண்டு நீர் பிரிவுகள் சந்தித்து மோதிக்
கொள்ளும் பொழுது, அவ்வெள்ளத்தின் இரைச்சலால் காற்று உந்தப்-
பட்டு, மண்பத்தின் மேலிருக்கும் சங்கு ஒலிக்கத் தொடங்கும்.

வெள்ளம் மேலும் மேலும் அதிகரிக்க... அதிகரிக்க... காற்றின்
அழுத்தத்தால் சங்கின் ஒலி, மேலும் மேலும் அதிகரித்துக் கொண்டே
போகும். அதன் பின் வெள்ளம் குறையக் குறையக் சங்கின் ஒலியும்
குறையத் தொடங்கும். நீரில் அளவு குறைந்ததும், சங்கின் ஒலி அடங்-
கிவிடும்.

ஆற்று வெள்ளத்தோடு, நாட்டின் அனைத்து நீர் தேக்கத்திலிருந்த
உடைக்கப்பட்ட மடைகளின் வழியே வந்த நீரும் ஆற்றில் கலந்து, ஆற்-
றின் குறுக்கே கட்டப்பட்டிருந்த அனைத்து சங்கு மண்டபங்களையும்
ஓயாமல் முழங்கச் செய்தன.

நாளுக்கு நாள்... நீர்வரத்து அதிகரிக்க... அதிகரிக்க... சங்கு
மண்டபத்தின் ஒலியும் அதிகரித்துக் கொண்டே இருந்தது.

சங்கின் ஒலி, மக்களின் செவியில் அபாயத்தின் ஓலக்குரளாக ஒலித்துக் கொண்டே இருந்தது.

குளம், குட்டைகள் மூழுகியதால் அதன் கரையோரத் தாழ்வான பகுதிக்குள் நீர் புகுந்தன.

ஒவ்வொரு ஊரின் சங்கு மண்டபங்களின் ஒலி ஒவ்வொன்றாக அடங்கத் தொடங்கின. எந்நேரத்திலும் வெள்ளம் ஊரின் அனைத்து பகுதிகளிலும் கரையை உடைத்து உள்ளே வருமென்பதால், மக்கள் அனைவரும் என்ன செய்வது என்று தெரியாமல் அருகில் இருந்த கோயில்களில் தஞ்சம் புகுந்தனர்.

இத்தகையான சூழலில் உள்நாட்டின் அரசியல் பிரதநிதியான மகிழ்நன், நாட்டில் இல்லாததால் மன்னர் பிரதிந்தன் தன் முதன் மந்திரியையும், இளையவன் நற்புகழ்மணியையும் அழைத்து ஆலோசனை நடத்தினார்.

அவசரமாக அரசவைக் கூட்டம் கூட்டப்பட்டது. அனைத்து அமைச்சர்களும், முக்கிய தளபதிகளும் ஆலோசனையில் கலந்துக்கொண்டனர்.

ஆலோசனையின் முடிவில் மகிழ்நன் நாட்டில் இல்லாததால், நற்புகழ்மணியை இடைக்கால உள்நாட்டின் பிரதநிதியாக மன்னர் நியமித்தார். அதனை ஏற்ற நற்புகழ்மணி தனக்குட்பட்ட மந்திரிகளையும், நாட்டின் அனைத்து மண்டலாதிபதிகளையும் மண்டல தனாதிகாரிகளையும் அழைத்து ஆலோசனை செய்தான்.

ஐந்து நாழிகை நடந்த ஆலோசனை முடிவில், நற்புகழ்மணி நாட்டின் அனைத்து மண்டலத்தில் இருக்கும் அரண்மனைகளிலும் வெள்ளத்தால் வீடு இழந்திருக்கும் மக்களைத் தங்க வைக்க உத்தரவிட்டான்.

நற்புகழ்மணியின் ஆணையை ஏற்று, அனைத்து மண்டலாதிபதிகள் தங்களின் பகுதியிலிருந்த அரச மாளிகை மற்றும் அரண்மனைகளில் இருந்த அரச பொருட்களை எல்லாம் பொக்கிச நிலவறையில் வைக்கக் கட்டளையிட்டனர்.

அரண்மனைகளின் விசாலமான அறைகளைப் பகுதி பகுதியாகப் பிரித்து, ஒரு சிறிய குடும்பம் தங்குவதற்கான அறைகளாக அமைத்தனர்.

கோயில்களில் தங்கியிருந்த மக்களை படையினர்கள் அரண்மனை-களுக்குள் அழைத்து வந்து, அவர்களுக்கு வேண்டிய அடிப்படை வசதி-களைச் செய்தனர்.

முதலில் அனைவருக்கும் உணவும், பிறகு மருத்துவ சோதனையும் சிகிச்சையும் செய்யப்பட்டது.

பல நாட்களாக உணவு இன்றி கிடைந்த மக்களுக்கு, படையினர் கொடுத்த சிறு குவளைக் கஞ்சி தேவாமிர்தமாக இருந்தது, அனைவரும் வேண்டிய அளவு வயிறு முட்ட குடித்தனர்.

குழந்தைகளும் பெரியவர்களுக்கு நிகராக, வயிற்றை பானைப் போல் பெருக்கிக் கொண்டு அங்குமிங்குமாக ஓடி ஆடி விளையாடினார்.

உணவு, மருத்துவம் ஒரு புறம் இருக்க... படை வீரர்கள் நாட்டின் சாலைகளில் ஆங்காங்கே விழுந்து கிடந்த மரங்களையும், வீட்டின் கூரைகளையும் அப்புறப்படுத்தும் பணிகளை மழையைப் பொருட்படுத்-தாமல் செய்தனர்.

ஆறுகளின் கரைகள் மேலும் உடையாமலிருக்க மணல் மூட்டை-களை அடுக்கியும், பெரிய பாறைகளை நீர் ஊரினுள் வராமல் அங்-காங்கே வைத்தும் தடுத்துக் கொண்டிருந்தனர்.

மழையால் மக்கள் மட்டுமின்றி பல படையினரும், ஆறுகளின் சீற்-றத்தாலும் மின்னல் தாக்கத்தாலும், கீழே விழுந்த மரங்களாலும் மடிந்து வீழ்ந்தனர். அவ்வாறு மடிந்த வீரர்களின் உடலைக் கண்டு கண்களில் நீர்மல்க, நாட்டையும் மக்களையும் காக்க வெள்ளத்தின் வேகத்தை விட வேகமாக மழையால் ஏற்பட்ட சேதங்களை அகற்ற பணியாற்றினர்.

நற்புகழ்மணி தலைநகரிலிருந்து புறப்பட்டு, அனைத்து ஊர்களுக்கும் தானே நேரில் சென்று, மக்களுக்கு ஆறுதல் கூறினான். நாட்டின் தலை-நகரிலே கொஞ்சம் மக்களுக்கு மட்டும் தான் நற்புகழ்மணியை தெரி-யும் அதுவரை. அப்படி இருக்கையில் முதல்முறையாக அவனை மக்கள் காணும் பொழுது, கண்ணீர் வடிக்காமல் அவன் ஏற்பாடுகளைக் கண்டு வியந்து போற்றினார்கள்.

உயிரிழந்தவர்களின் குடும்பங்களுக்கும், வீடு மற்றும் பொருட்களை இழந்திருந்த மக்களுக்கும் ஆறுதல் மொழிகளைக் கூறினான்.

நாட்டில் நிலவும் சூழல் ஒன்றையும் அறியாத மகிழ்நன், மகிழ்ச்சியாக எந்தியவு தேசத்தில் வர்த்தகர்களுடன் உல்லாசமாக இருந்தான். மாட மாளிகையில் மங்கைகள் சூழ... ஆடலும் பாடலுமாக... மதுவால் மதி இழந்து கிடந்தான்.

காந்தள் தேசத்தின் வர்த்தகர் தலைவனான கிடையரையன் மகிழ்-நன்னின் அறையினுள் நுழைந்து பணிவாக, "இளவரசே...!! தங்களுக்கு

ஏதேனும் குறையிருந்தால், தயவு செய்து கூற வேண்டும். நான் என் சக்திக்கு முயன்றதைச் செய்கிறேன்…!!" என்றான்.

"ஐயா….!! நான் இப்பொழுது தான் எப்பொழுதும் இல்லாத ஆனந்தத்தை அனுபவிக்கிறேன்…!!" என்று தன் அருகிலிருந்த பெண்களை அணைத்துத் தழுவியபடி கூறினான்.

"நாம் இன்னும் எத்தனை நாள் இங்கே இருக்க போகிறோம்…??" என்றான் மகிழ்நன்.

"இளவரசே….!! நாளை இத்தேசத்தை விட்டு புறப்பட்டு, நயக்கிதி தேசத்திற்கு செல்ல வேண்டும்…!!" என்றான் கிடையரையன்.

"என்ன கிடையரையனே இப்படி சொல்கிறீர்கள்…?? நாம் இங்கு வந்து சில நாட்கள் தானிருக்கும், அதற்குள் புறப்பட வேண்டுமா…??"

"அரசே….!!" என்ற கிடையரையன் தன் தொண்டையை சிறிது கனைத்து விட்டு மீண்டும் பணிவுடன், "இளவரசே….!! நாம் இத்தேசத்திற்கு வந்து இரண்டு மாதங்காளாகிறது. வழமையாக நாங்கள் ஐந்து அல்லது எழு நாட்கள் தான், ஒரு தேசத்தில் வர்த்தக ரீதியாக இருப்போம். ஆனால்…."

"என்ன வணிகரே…??"

"தங்களின் மகிழ்ச்சியைத் தடை செய்ய விரும்பாமல் தான், நான் வேறு தேசம் செல்லும் பேச்சை எடுக்காமல் இருந்து விட்டேன்…!!" என்றான் கிடையரையன்.

"ஐயா….!! எனக்காக தாங்கள் இப்படிச் செய்யலாமா…?? நீங்கள் உங்களின் வர்த்தகம் முடிந்ததும், என்னிடம் சொல்ல வேண்டியது தானே…?? எனக்காக உங்கள் தொழிலில் ஏன் இப்படி இழப்பை சந்திக்க வேண்டும். சரி… நாம் இப்பொழுதே புறப்படலாம்…!!" என்று எழுந்தான்.

"இளவரசே..!! என்னை மன்னிக்கவும். உங்கள் மகிழ்ச்சியைத் தடை செய்து விட்டதால்…."

"இல்லை கிடையரையரே….!! இந்த இரண்டு மாதங்களாய் இத்தேசத்து பெண்கள் எனக்கு போதுமென்றாகி விட்டது. அடுத்து செல்லும் நயக்கிதி தேசத்தில், வேறு நல்ல நங்கைகளுடன் கலந்து மகிழலாம்…!!" என்றான் ஒரு வித மோகப் பார்வையுடன்.

மகிழ்நன்னின் பார்வையையும், சொற்களையும் உணர்ந்த கிடைய-ரையன், "சரி... அப்படியே செய்து விடலாம், இளவரசே...!!" என்று விடைபெற்று சென்றான்.

கிடையரையன் தன் சேவகனை அழைத்து, கலங்கள் நயக்கிதி தேசத்தை நோக்கி செல்ல ஆயத்தப்படுத்த உத்தரவிட்டான். பின் இளவரசரைச் சந்தித்து, "நாம் இன்னும் மூன்று நாழிகையில் புறப்பட வேண்டும்...!!" என்றான்.

மகிழ்நனிடமிருந்து விடை பெற்ற வெளியேறிய கிடையரையன், பெரிய தேர் ஒன்றை வாடகைக்கு எடுத்துக் கொண்டு, சில ஆட்களுடன் மாளிகையை விட்டுச் சென்றான்.

இரண்டு நாழிகையில் மீண்டும் கலத்திற்கு வந்து சேர்ந்தான் கிடைய-ரையன்.

"கிடையரையரே...!! எங்கே சென்றீர்கள்...??" என்றான் மகிழ்நன்.

"இளவரசே...!! ஒரு சிறிய வர்த்தக நிமித்தமாக ஒருவரைப் பார்க்க வேண்டியே சென்றேன்...!!"

"சரி... இருக்கட்டும். நாம் விரைவாகப புறப்படலாம். புதிய தேசத்-தைக் காண ஆவலாய் இருக்கிறேன்...!!" என்றான் மகிழ்நன்.

"இளவரசே...!! நாளை காலை விடியுமுன் தாங்கள் நயக்கிதி தேசத்தில் இருப்பீர்கள். நான் கலத்தில் ஏற்றிய பொருட்களை சோதனையிட்டு வருகிறேன். அதுவரை தாங்கள் தங்களின் அறையில் இருங்கள்...!!"

"வேண்டாம் கிடையரையரே...!! தாங்கள் சென்று தங்களின் பணி-களைப் பாருங்கள். நான் துறைமுகத்தையும் கலத்தையும் சுற்றிப் பார்த்-துக் கொண்டிருக்கிறேன்...!!" என்று மகிழ்நன் கலத்தின் மேல் தளத்-திற்கு ஏறினான்.

கலம் துறைமுகத்தை விட்டு மெல்லமாக ஆழ்கடலை நோக்கி நகரத் தொடங்கியது. பாய்மரங்கள் சட சடவென மேலிருந்து கீழே விரிந்து படர்ந்தன. பாய்மரங்களில் இவ்வளவு நேரம் ஓய்யாரமாய் அமர்ந்திருந்த காக்கைகளும், கிளிகளும் படபடவென தன் சிறகுகளை அடித்துப் பறந்-தோடின. அதனைத் தொடர்ந்து கலத்தின் கயிறுகள், அங்குமிங்குமாகப் பாய்ந்தன. அதனைப் பிடிக்க கலத்தின் பணியாட்கள், அங்குமிங்குமாக தாவி கயிற்றைப் பிடித்துக் கட்டினர்.

மகிழ்நன் இன்னும் மேல் தளத்திலே நிற்பதைப் பார்த்த கிடையரையன், மகிழ்நன் இருக்கும் தளத்திற்கு ஏறினான்.

"இளவரசே...!! இன்னும் தங்கள் அறைக்குச் செல்லவில்லையா...??"

"இல்லை கிடையரையரே...!! ஏதோ கொஞ்சம் நேரம் துறைமுகத்தையும் கடலையும் பார்க்கத தோன்றியது, அதான் இங்கேயே நிற்கிறேன்...!!"

"இளவரசே..!! இனி கலம் ஆழ்கடலை அடையும் வரை, அலைகள் அதிகமாக இருக்கும். மேலும் காற்றும் அதிகமாகி வருகிறது, இப்பொழுது தாங்கள் தங்களின் அறைக்குச் சென்று ஓய்வெடுத்துக் கொள்ளுங்கள்...!!" என்றான் கிடையரையன்.

"கிடையரையரே...!! என் அறை வரை நீங்களும் வந்தால், நன்றாக இருக்கும்...!!" என்றான் மகிழ்நன்.

மகிழ்நனின் சொல்லைத் தட்டிக் கழிக்க முடியாமல் கிடையரையனும் இளவரசருடன் சென்றான்.

இருவரும் மகிழ்நனின் அறையினுள்ளே சென்றதும், அங்கு கண்ட காட்சி மகிழ்நனுக்கு மிகவும் அற்புதமாயிருந்தது. அறை முழுவதும் வண்ணப் பூக்களால் அலங்கரிக்கப்பட்டு, பாலும் பழமும் மதுவும் மாதுவுமாகக் காட்சியளித்தது.

"கிடையரையரே...!! என்ன இது ஏற்பாடு...??" என்றான்.

"இளவரசே...!! ஏதோ இந்த அடியேனின் சிறிய ஏற்பாடு...!!" என்று குழைந்து, "இந்தப் பெண்கள் அனைவரும் எப்பொழுதும் தாங்கள் விரும்புவது போல் கன்னி கழியாதவர்கள்...!!" என்றும் சேர்த்துச் சொன்னான்.

புன்முறுவலித்த மகிழ்நன், "உங்களுக்கு நான் என்ன கைமாறு செய்யப் போகிறேனோ... தெரியவில்லை, வணிகரே...!!" என்று அவனைக் கட்டி அணைத்துக் கொண்டான்.

கிடையரையன், மகிழ்நனிடமிருந்து விடைபெற்று கதவை மூடிச் சென்றான்.

மறுநாள் நயக்கிதி தேசத்தை அடைந்ததும், கலங்களிருந்த பொருட்களை கீழே இறக்கும் பணிகளை முடுக்கிவிட்டு, கிடையரையன் மகிழ்நன்னின் அறைக்குச் சென்றான்.

இருவரும் துறைமுகத்தின் அருகில் முன்னமே வாடகைக்கு எடுத்-
திருந்த மாளிகையை அடைந்தனர். கிடையரையன் இளவரசருக்கு
தங்க வேண்டிய வசதிகளையும், மதுபானங்களையும், புதுப்பெண்களையும்
தவறாமல் தயார் செய்த பின் மாளிகையை விட்டு வெளியில் புறப்பட்-
டான். அவன் சென்றதும், இளவரசன் அங்கிருந்த புதுப் பெண்களுடன்
காமப்போர் களத்தில் இறங்கி மகிழலானான்.

காலையில் வெளியே சென்ற வணிகர் தலைவன் கிடையரையன்
மாலையின் முடிவில் மாளிகையை அடைந்தான். வந்ததும் தன் அறை-
யில் குளித்து விட்டு, இளவரசன் மகிழ்நன்னின் அறையை அணுகி-
னான்.

மகிழ்நன் அறையை அடைந்த கிடையரையன், கதவை மெல்ல தட்-
டினான்.

உள்ளே இருந்த மகிழ்நன், "யார்...??" என்றான்.

"இளவரசே...!! நான் தான் கிடையரையன்...!!" என்று மறுமொழி
வந்ததும், உள்ளே வரச் சொன்னான்.

அறையினுள் நுழைந்த போது, நிர்வாண நிலையில் இருந்த மகிழ்-
நன் பஞ்சயிலே இருந்தபடி, தன் மார்புக்கு மேல் உடலை வெளியில்
நீட்டியபடி, "வாருங்கள் கிடையரையரே...!!" என்றான்.

கிரையரையனை பார்த்தும் ஆடைகளின்றி இருந்த பெண்கள், பஞ்-
சணையின் துணிகளிலே பதுங்கி மறைந்து கொண்டனர். மற்றும் சில
பெண்கள் தங்களின் முன்னழகை மறைக்க, கூந்தலை முன்புறத்தில்
விட்டு உடலை ஒருவாறு மறைத்துக் கொண்டனர்.

"இளவரசே...!! தங்களுக்கு இன்னும் வேண்டியது யாதேனுமிருந்-
தால், கட்டளையிடுங்கள். அடியேன் செய்கிறேன்...!!" என்றான்.

"கிடையரையரே...!! என் தாய் தந்தையரை விட தாங்கள் தான்,
சிறப்பாக என் விருப்பத்தை அறிந்து அதனை உடனே நிறைவேற்றுவதை
நினைத்தால், என் உடல் சிலிர்கிறது, ஐயா...!! யாதேனும் வேண்டு-
மென்றால், அழைக்கிறேன்...!!" என்றான் மகிழ்நன்.

இவ்வாறு மாதுக்களுடனும் மதுக்களுடனுமே சில நாட்கள் இளவர-
சனுக்கு கழிந்தன.

மகிழ்நன் எத்துயரமுமின்றி உல்லாசமாக இருந்த அதே நாட்களில்,
நாட்டின் வெள்ளத்தால் ஏற்பட்டிருந்த கோர நிலைமைக்கு நடுவில் நற்-

புகழ்மணி தன் சிறு வயது நண்பனான கதிரவனை அழைத்து வரக் கட்-
டளையிட்டான்.

கதிரவன், காந்தள் நாட்டின் முன்னாள் அரசரின் அந்தரங்க ஒற்றர்
படைத் தலைவனின் பேரன், அதாவது பிரதிந்தனின் தந்தையின் அந்-
தரங்க ஒற்றர் படைத் தலைவனின் பேரன்.

எப்பொழுதும் அரசர்களின் காலம் முடியும் போது, அந்தந்த அரசர்-
களின் அந்தரங்க ஒற்றர்களின் பதவியும் முடிந்தாகும்.

ஏனென்றால், எப்பொழுதும் அரசர்கள் தன் சிறு வயது நண்பர்க-
ளையோ அல்லது தன் அந்தரங்கத்திற்குரிய வேறு யாரையோ தான்
அந்தரங்க ஒற்றர்களாக நியமிப்பது வழக்கம். அதனால் தான் பிரிதிந்தன்
காலத்தில், கதிரவனின் தாத்தா அரச காரியத்திலிருந்து விலக நேரிட்-
டது.

ஆனால் தன் தாத்தா வளர்ப்பிலிருந்த பொழுது, நற்புகழ்மணி கதி-
ரவனின் தந்தையால் மிகுந்த பாசத்துடன் வளர்க்கப்பட்டான். மேலும்
கதிரவனும் அவனின் உற்ற தோழனான்.

இப்பொழுது கதிரவன் ஊரில் தற்காப்பு பயிற்சியளிக்கும் பள்ளியை
நடத்தி வருகிறான். கதிரவனும், நற்புகழ்மணியும் அவ்வப்பொழுது மாறு-
வேடமிட்டு நாடெங்கும் உலா வருவார்கள்.

சொல்லப் போனால், கதிரவன் நற்புகழ்மணியின் அந்தரங்க பாதுகா-
வலனும் ஒற்றனுமாகவே காலப்போக்கில் மாறினான். இருவரும் தனித்-
திருக்கும் பொழுது நண்பர்களாகவும், பொது இடங்களில் கதிரவன் மக்-
களுள் மக்களாக நடந்து கொள்வான்.

இப்பொழுது நற்புகழ்மணிக்கு தன் அண்ணன் எங்கு சென்றிருக்கிறார்
என்று அறியவும், அவரை அழைத்து வரவும் தகுந்த ஆள் வேண்டு-
மென்பதால் கதிரவனை அழைத்து வரக் கட்டளையிட்டான்.

கதிரவன் வந்ததும், அவன் தன் அண்ணனைத் தேடிக் கண்டுபிடித்து
அழைத்து வர வேண்டுமென்றும், அவன் கையால் ஓர் ஓலையையும்
எழுதி இனி கதிரவன் கோட்டைக்குள் எந்த தடையுமின்றி வாசல்
வழியே வருவதற்காக தன் இலச்சினையையும் கொடுத்தனுப்பினான்.

அந்தரங்கமாக இன்றி, அமைச்சர்களின் வேண்டுகோளுக்கு இணங்க
நற்புகழ்மணி, பொது அரச தூதுவர்களை அனுப்பி இளவரசன் மகிழ்நன்
எங்கிருந்தாலும் உடனடியாக அழைத்து வர உத்தரவிட்டிருந்தான்.

அப்போது நாட்டின் நிலைமை கட்டுக்கடங்காமல் சென்றது. மழை இன்னும் நிற்கவில்லை. சொந்த தேசத்து மக்கள் தங்கள் தேசத்திலே அகதிகளாக மாறி, எங்கு செல்வது என்று தெரியாமல் திக்கித் திணறினர்.

அனைத்து அரச மாளிகை, மண்டபம், கோயில், அரண்மனைகளும் மக்களால் நிரம்பி வழிந்தன.

நிலைமையைக் கேட்டறிந்த நற்புகழ்மணி, நாட்டின் அனைத்து வணிகர் கிடங்குகளையும் ஒழுங்குபடுத்தி மக்களைத் தங்க வைக்க ஆணை பிறப்பித்தான்.

வணிகர்கள் இச்செய்தியைக் கேட்டு கோபம் கொண்டனர். தங்களின் தலைவர் நாட்டில் இல்லாத்தால் ஒன்றும் செய்ய முடியாமல், அரச கட்-டளைக்குப் பணிந்தனர். அனைத்து கிடங்குகளும் மக்கள் தங்குவதற்கு ஏதுவாக படையினரால் மாற்றப்பட்டது.

மக்களின் எண்ணிக்கை அதிகமாக இருந்ததால், நாட்டின் அனைத்து வணிக கிடங்குகளும் போதவில்லை. இன்னும் தஞ்சமின்றி நிறைய மக்கள், கூட்டம் கூட்டமாக ஆபத்தை உணர்ந்து மரத்தடியிலும் சிறிய குன்றுகளின் குகைகளிலும் தங்கினர்.

இச்செய்தியைக் கேட்டறிந்த நற்புகழ்மணி, "சரி... நாட்டின் அனைத்து வணிகர் மாளிகைகளிலும் மக்களைத் தங்க வையுங்கள். மேலும் வணிகர்களிடமிருக்கும் உணவு பொருட்களைப் பட்டியலிட்டு எழுதிக் கொண்டு, வாங்கிக் கொள்ளுங்கள். அனைத்து பொருட்களுக்-கும் ஏற்ற வெகுமதியை அரசு அவர்களுக்கு வழங்கும் என்று அறி-வித்து, அவர்கள் அனுமதியுடன் எடுத்து வாருங்கள்...!!" என்று கட்-டளையிட்டான்.

ஆனால், படை வீரர்கள் கொஞ்சம் கடுமையாக அனைத்து வணிகர் மாளிகைகளையும் முற்றுகையிட்டு, அங்கிருந்தவர்களைத் தனி அறை-யில் இருக்கச் செய்து, மற்ற இடங்களில் மக்கள் தங்க ஏற்பாடு செய்-தனர்.

இதில் சில வணிகர்களும், அவர்களின் குடும்பத்தாரும் எதிர்ப்பு தெரிவித்தனர். ஆனால் அவர்களால் படையினரைத் தடுக்க முடிய-வில்லை.

மழையையும் புயலையும் பொருட்படுத்தாமல், வணிகர்கள் சிலர் துறைமுகத்திலிருந்து கலங்களை எடுத்துக் கொண்டு, தங்களின் தலைவர் கிடையரையனை தேடி புறப்பட்டனர்.

அரச தூதர்கள் செல்வதற்கு முன் தங்கள் தலைவர் கிடையரை-யனிடம், இங்கு அரங்கேற்றிய செய்திகளை அவர்களுக்குச் சாதகமாக தெரிவிக்க விரும்பியே, அவசர அவசரமாகப் புறப்பட்டனர்.

சில காலமாய் வர்த்தகர்களுடன் அதிகமாகப் பழக ஆரம்பித்த மகிழ்-நன், தன் தேசத்துப் பணிகளை அடியோடு மறந்து அவர்கள் கொடுக்-கும் மதுவுக்கும் மங்கைகளுக்கும் மயங்கி, தன் இளவரசு வாழ்வையும் பொறுப்புகளையும் மறந்து, வாழத் தொடங்கி இருந்தான்.

வணிகத் தலைவன் கிடையரையனின் சொற்களே... அவனுக்கு வேத வாக்காய் இருந்தது. புதிய தேசத்து மதுவும் மாதுக்களும், அவனை மேலும் மேலும் மதி இழந்து மாளிகையை விட்டு எங்கும் வெளி வரா-தபடி செய்திட்டன.

சில காலங்களுக்கு முன்பே வணிகர்களுடன் ஏற்பட்ட உறவால் நாட்டின் ஏழை மக்களுடனான மகிழ்நனின் உறவு முற்றிலும் துண்டித்து விட்டிருந்தது. மக்களும் அவனை ஓரளவுக்கு மறக்கவும் நேரிட்டது. இதனை உணர்ந்த நற்புகழ்மணி, தன் சகோதரனை உடனடியாக நாட்-டிற்கு அழைத்து வந்தாக வேண்டும் என்று தீர்மானித்தான். அதற்காகவே தன் நண்பன் கதிரவனையும் அனுப்பி வைத்தான். இதனை எல்லாம் கூடாரத்தில் அமர்ந்து சிந்தித்துக் கொண்டு, தன் மனக்கலத்தை யாரு-டனும் பகிர முடியாமல் தவித்தான் நற்புகழ்மணி.

தூதுவர்கள் வணிகர்களிடம் இளவரசன் மகிழ்நனின் பயனத்தைக் குறித்து விசாரித்து, தங்களின் குழுவைப் பிரித்து அவர்கள் கூறிய பல தேசங்களுக்கு பயணித்தனர். அப்போது கதிரவன் எந்தியவு தேசத்தை நோக்கி பயணித்தான்.

இளவரசன் மகிழ்நன் எந்தியவு தேசத்திலிருந்து புறப்பட்ட மறுநாள் நண்பகலில், கதிரவன் எந்தியவு தேசத்தை அடைந்தான். இளவரசரைப் பற்றிய செய்திகளை விசாரித்து, ஒருவழியாக எந்தியவு தேசத்தின் மேற்-கிலிருக்கும் நயக்கிதி தேசத்திற்குப் புறப்பட்டதை அறிந்து கொண்டான்.

கதிரவன் துறைமுகத்தில் இன்னும் சில செய்திகளை சேகரித்துக் கொண்டிருக்கையில், காந்தள் தேசத்து தூதர்கள் அங்குமிங்குமாக விசா-ரிப்பதைக் கண்டு, அவர்களிடம் எந்தியவு நாட்டின் குடி போல் அணு-

கினான்.

"ஐயா....!! உங்களைப் பார்த்தால் பெரிய வணிகர்கள் போலத் தெரி-கிறதே.... மேலும், தாங்கள் காந்தள் தேசத்தாராகவும் தெரிகிறது. உங்க-ளுக்கு யாதெனும் உதவி வேண்டுமா...?? வானை மூட்டும் மாட மாளி-கையுடன்.... பருக மதுவும்... பஞ்சணையில் பட்டினும் மென்மையான உடலையும் அழகையும் கொண்ட மாதுக்களுமாக... உங்களுக்கு ஏற்ற-வாறு செய்து கொடுக்கிறேன்....!!" என்றான்.

தூதர்களில் ஒருவன் இளவரசன் மகிழ்நன்னைப் பற்றி விசாரித்தான்.

"ஆம் ஐயா....!! நீங்கள் தேடுபவர் எங்கு சென்றார் என்று எனக்கு தெரியும்... ஆனால்......."

"ஆனால், என்ன...??" என்றான் தூதுவன்.

"நீங்கள் இந்த ஏழைக்கு தங்க நாணயம் ஏதேனும் கொடுத்தால், நான் சொல்வேன்...!!" என்று முடிப்பதற்குள், அத்தூதன் ஒரு சிறிய பை நிறைய தங்க நாணயத்தை கதிரவன் கையில் வைத்து, அவன் வாயை அடைத்தார்.

அத்தங்க நாணயப் பையை மிகவும் பணிவுடன் பெற்றுக் கொண்டு, "ஐயா....!! தாங்கள் தேடும் மனிதர்கள் நேற்றைய மாலையே, நயக்கிதி தேசத்தை நோக்கி பெரிய பெரிய கலங்களில் சென்றார்கள்...!!" என்-றான்.

"மிக்க நன்றி....!!" என்று தூதர்கள் கதிரவனிடமிருந்து விடைபெற்-றுச் சென்றதும், வீதியின் ஓரமாகவே அவர்கள் செல்லும் வரை நின்-றுவிட்டு, 'அடடா....!! நாம் உடனடியாக அவர்களுக்கு முன் நயக்கிதி தேசத்தை அடைய வேண்டுமே...!!' என்று சிந்தித்தான்.

'நாமும் அவர்களைப் போல இதே துறைமுகத்தில் இருந்து கலத்தில் ஏறிச் சென்றால், அவர்களின் போர்க்கலத்தை விட மெதுவாகத் தான் செல்ல முடியும்.

அப்படி அவர்கள் நமக்கு முன் சென்றால், பின் நமக்கு இளவரசரின் பயணத்தைப் பற்றியும், அவருடன் இருப்பவர்களைப் பற்றியும் செய்திகள் கிடைக்காமல் போய் விடுமே...?? சரி... நாம் இங்கேயே ஒரு குதி-ரையை வாங்கிக் கொண்டு, அடுத்த துறைமுகம் வரை குதிரையில் பயணித்து, அங்கிருந்து ஒரு வேக மரக்கலத்தை வாடகைக்கு எடுத்துச் செல்லாமென்று தீர்மானித்தான்.

தூதுவர்களிடமிருந்து பெற்ற தங்க நாணயம் கொண்டு, குதிரை ஒன்றை வாங்க... துறைமுகத்தின் அருகிலிருந்த குதிரை லாயத்தைப் பற்றி வீதியிலிருந்தவர்களிடம் விசாரித்துச் சென்றான்.

குதிரை லாயத்தை அடைந்ததும் அங்கிருந்த வியாபாரி கதிரவனை கண்டதும் முகம் மலர, "வாருங்கள் ஐயா....!!" என்று உட்கார வைத்து, "ஐயா....!! தங்களுக்கு என்ன மாதிரியான குதிரை வேண்டும்...!!" என்று கேட்டார்.

"ஐயா....! குதிரையில் எத்தனை வகையுள்ளது!, உங்களிடம்...??" என்றான்.

"பல வகையான குதிரைகள் உண்டு. அவரவரின் பயனுக்கு ஏற்ற-வாறு குதிரையைக் கேட்பார்கள். உதாரணமாக, சிலர் தங்களின் உள்-ஊர் தேவைக்காக கேட்பார்கள், இன்னும் சிலர் தான் நீண்ட தூரப் பயணத்திற்குத் தகுந்த குதிரை கேட்பார்கள். இன்னும் சிலர் தங்க-ளின் சிறிய அல்லது பெரிய ரதத்திற்கு தகுந்த குதிரை கேட்பார்கள். சிலர் இருவரை ஏற்றி செல்லும் குதிரையைக் கேட்பார்கள்...!!" என்று அடுக்கிக் கொண்டே சென்றார்.

"ஐயா..!! போதும், எனக்கு விரைவாக நீண்ட தூரம் செல்லும் வல்-லமை கொண்ட குதிரை ஒன்று வேண்டும்...!!" என்றான்.

"நீண்ட தூரம் செல்லும் பயனுள்ள குதிரை மட்டும் போதுமா...?? அல்லது நீண்ட தூரம் பயணிக்கவும் சிறிய போரியலையும் பயின்ற குதிரை வேண்டுமா...??" என்றார்.

"ஐயா....!! எனக்கு விரைவாக நீண்ட தூரம் செல்லும் வகையான குதிரை மட்டும் போதும்...!!" என்றான் கதிரவன்.

உடனே இருவரும் குதிரைகளைக் கட்டியிருந்த கொட்டகையினுள் சென்றனர்.

குதிரைகளின் வாசமும், புல் வாசமும் குதிரைகளின் எச்சங்களின் நாற்றமும் வீசியது. ஆனால் அதனைப் பொருட்படுத்தாமல் கதிரவன் வியாபாரியைப் பின் தொடர்ந்து உள்ளே சென்றான். இரண்டு மூன்று கொட்டகைகளுக்குப் பின், ஒர் கொட்டகையிலிருந்த வெள்ளை மற்றும் கருமை நிறக் குதிரையைக் காண்பித்து, "ஐயா....!! இது நீங்கள் கேட்ட மாதிரியான ஒரு குதிரை.

இதில் ஏறி நமது மைதானத்தைச சுற்றி வந்து பார்த்த பின், மற்றதைப் பேசலாம்...!!" என்று அருகிலிருந்த பணியாளனை நோக்க, அவன் பணிவுடன் குதிரையை அவிழ்த்து, அதன் முதுகில் அமருவதற்காக சேணம் ஒன்றைக் கொண்டு வந்து கட்டினான்.

சேணத்தை பிடித்து பார்த்து கதிரவன், அதன் மேலேறினான். குதிரை மிரளாமல் நின்று கதிரவனைத் தன் முதலாளியாக ஏற்றுக் கொண்டதைப் பார்த்த வியாபாரி பெருமையுடன், "ஐயா...!! உங்களை இந்தக் குதிரைக்கு பிடித்திருக்கிறது போல.... முரண்டு பிடிக்காமல், தாங்கள் அதன் மேல் ஏறியதும் அமைதியாய் நிற்கிறது, பார்த்தீர்களா...??" என்றார்.

குதிரையை மெல்லமாகக் கொட்டகையை விட்டு மைதானத்தை நோக்கிச் செலுத்தினான். மைதானத்தை அடைந்ததும், குதிரையை தட்டிக் கொடுக்க.... மைதானத்தில் சீறிப் பாய்ந்து சென்றது, வாயு வேகத்தில் பலமுறை அந்த பெரிய மைதானத்தைச் சுற்றி வந்தது.

குதிரையை ஒரு நல்ல விலை பேசி வாங்கி, லாயத்திலிருந்து எந்தியவு தேசத்து வீதிகளில்... மின்னலும் வாயும் போட்டியிட்டால், அவை இரண்டும் செல்வதை விட வேகமாக, அந்தக் குதிரை வீதியில் மின்னல் கீற்றைப் போல் பாய்ந்து சென்றது.

அது மழைக் காலம் என்பதால், நண்பகலிலும் வெயில் அவ்வளவாக இல்லை. குதிரையில் புறப்பட்ட கதிரவன் சில சாமங்களில், மேற்கு திசையிலிருந்த அடுத்த துறைமுகத்தை அடைந்தான்.

அது ஒரு சிறிய... உல்லாச விடுதிகள் நிறைந்த ஒரு சுற்றுலாத் துறைமுகம். அதனால் அங்கு வர்த்தகக் கலங்கள் ஏதும் வர அனுமதியில்லை. மேலும், அத்துறைமுகத்தின் சிறப்பே அங்கிருக்கும் அதிவேக மரக்கலங்கள் தான்.

துறைமுகத்தை அடைந்ததும், அங்கு நின்ற முதல் கலத்தின் கலபதியின் அருகில் சென்று, "ஐயா...!! நயக்கிதி தேசம் வரை செல்ல வேண்டும், கலம் வருமா...??" என்று கேட்டான்.

கதிரவனை ஏற இறங்கப் பார்த்து, "மற்ற கலங்கள் வராது. வேண்டுமென்றால், அதோ அந்தக் கடைசி கலத்தைக் கேட்டுப் பார்...!!" என்று துறைமுகத்தின் இறுதியில் நிறுத்தப்பட்டிருந்த ஓர் கலத்தை காண்பித்தார்.

கதிரவன் மிகவும் சோர்வுடன் அந்தக் கலபதி காண்பித்த இறுதிக் கலத்தை அணுகினான். அங்கே யாரையும் காணவில்லை. உடனே கலத்தினுள் ஏறி, "ஐயா...!! ஐயா...!!" என்று அழைத்தான்.

"யார் ஐயா...??" என்று ஒரு குரல் கலத்தின் கீழ்த்தளத்திலிருந்து வந்தது.

"ஐயா...!! நான் உடனடியாக நயக்கிதி தேசம் செல்ல வேண்டும், இங்கு யாரும் வரவில்லை. ஒரு கலபதி உங்களிடம் கேட்கச் சொன்னார். நீங்கள் ஒருவர் தான் இத்தருணத்தில் எனக்கு உதவ முடியும்...!!" என்று கதிரவன் வேண்டினான்.

"ஐயா..!! உங்களுக்காக இல்லை என்றாலும், என் கலத்தை சென்ற வாரமே நயக்கிதி தேசத்திற்கு சில வேலைகளுக்காகக் கொண்டு செல்லத் திட்டமிட்டிருந்தேன். ஆனால், அதற்கு வேண்டிய பணம் என்னிடமில்லாததால் போகவில்லை. இப்பொழுது தாங்கள் எவ்வளவு பொன் தருவீர்கள்..??" என்றான் இக்கலத்தின் கலபதி.

"கலபதி...!! உனக்கு வேண்டியதை நான் தருகிறேன். ஆனால் நாளை காலை விடியுமுன், நான் நயக்கிதி தேசத்தில் இருந்தாக வேண்டும்...!!" என்றபடி தன் கை நிறைய காந்தள் தேசத்து தூதுவர்கள் கொடுத்த தங்க நாணயங்களை எடுத்து நீட்டினான்.

தன் முன் கை நிறைய தங்க நாணயங்களை நீட்டிய கதிரவனை, ஏற இறங்கப் பார்த்தான் கலபதி.

"ஐயா...!! இவ்வளவு நாணயங்கள் எனக்கு வேண்டாம்...!!" என்று சில நாணயங்களை மட்டும் எடுத்துக் கொண்டு, "வாருங்கள்... நாம் இப்பொழுதே புறப்படலாம்...!!" என்றான்.

"கலபதி...!! என்னிடம் குதிரை ஒன்று இருக்கிறது, அதையும் ஏற்றிக் கொள்ளலாமா...??"

"மன்னிக்க வேண்டுகிறேன், ஐயா..!! இது உல்லாச மரக்கலம், சுற்றுலா செல்வதற்காக மக்கள் மற்றும் செல்வந்தர்கள் பயணிக்கும் சிறப்புக் கலம். இதில் உங்களைப் போன்ற வழிப்போக்கர்களை ஏற்றுவதே எங்கள் வழக்கமில்லை, அது எங்கள் துறைமுக மரக்கலக்குழு விதிகளுக்கு முரணானது. மேலும் என் கலத்தில் குதிரையை ஏற்ற, நான் விரும்பவில்லை. அப்படியே ஏற்றி, அது யாருக்காவது தெரிந்தால் அடுத்து என் கலத்தில் மக்கள் யாரும் ஏற மாட்டார்கள்...!!"

"கலபதி...!! அப்படி ஒன்றும் அக்குதிரை எனக்கு அவசியமில்லை. நான் சென்று யாரிடமாவது விற்று விட்டோ அல்லது இலவசமாகக் கொடுத்து விட்டோ வருகிறேன்...!!" என்று கதிரவன் கலத்தை விட்டு இறங்கத் தொடங்கினான்.

"ஐயா...!! சற்று நில்லுங்கள், நீங்கள் யாரையும் தேடி அலைய வேண்டாம். இந்த துறைமுகத்தின் அதிகாரி வெகு நாளாக குதிரை ஒன்றை வாங்க வேண்டுமென, என்னிடம் பலமுறை கூறினார். வேண்-டுமென்றால், வாருங்கள் நாம் அவரைச் சந்திக்கலாம்...!!"

இருவரும் துறைமுக அலுவலகத்தை அடைந்து, அந்த அதிகாரியி-டம் குதிரையை வாங்கிய விலைக்கே விற்றனர். பின்பு, மகிழ்ச்சியுடன் இருவரும் கலத்திற்குத் திரும்பினர்.

அன்று மாலையில் கலம் துறைமுகத்தை விட்டு நயக்கிதி நோக்கி மேற்கு திசையில், தன் பயணத்தை இனிதே மெல்லமாக அசைந்து அசைந்து தொடங்கியது.

அது மழைக்காலம் என்பதால், விரைவாக இருள் சூழ்ந்துவிட்டது. வானில் கருமேகத்தின் இடையே நிலா அழகாய் தோன்றியது. அவ்-வப்பொழுது மேகங்கள் நகர்வால், நட்சத்திரப் பட்டாளமும் தனக்கு கிடைத்த வாய்ப்பை நன்றாகப் பயன்படுத்தி எட்டிப் பார்த்தன.

இவை அனைத்தையும் கலத்தின் மேல் தளத்திலிருந்த நீண்ட பலகையின் மேல் கதிரவன் படுத்துக் கொண்டு, வானில் தோன்றியதை ரசித்துக் கொண்டே தான் செல்லும் நயக்கிதி தேசத்தின் வரலாற்றை சற்றே நினைவு கூர்ந்தான்.

'ஆம்...! நயக்கிதி, கடந்த ஐந்து ஆண்டுகளுக்கு முன் தான் மன்-னர் ஆட்சியைக் கலைத்து, மக்களாட்சியான தேசம். அங்கிருந்த சில செல்வந்தர்கள் மன்னர் மீது தகாத மற்றும் அவருக்கு எதிரான குற்றங்-களைச் சுமத்தி, மன்னரிடமிருந்து நாட்டைக் கைப்பற்றி ஆட்சி செய்யத் தொடங்கினர்.

இல்லை.... நாட்டைக் கைப்பற்றவில்லை... உண்மையில் மன்ன-ரையும், மன்னர் குடும்பத்தினரையும் கொன்று தானே ஆட்சியை முழு-மையாக கைப்பற்றினார்கள், கொடும் பாவிகள்... கொளைகாரர்கள்... அந்த வணிக செல்வந்தர்கள்...??

ஆனால் மன்னரின் மகளான நயக்கிதி தேசத்தின் இளவரசி நந்-திதாவனியின் உடலை மட்டும் யாரும் கண்டதாக செய்தி கிடைக்க-வில்லை. யார் கண்டது...?? ஏதாவது ஒரு செல்வந்தனின் ஆசை நாயகியாகக் கூட மாற்றப்பட்டிருக்கலாம் அல்லது அந்தபுரத்தில் அடைத்து வைத்திருக்கலாம். பணமும் செல்வமுமிருக்கும் இடத்தை தானே... ஏனைய பெண்கள் விரும்புவர்...?? இல்லை... இல்லை, அப்படி எல்லோரையும் சொல்ல முடியாது. ஏதோ ஒருசிலர் தானே அப்-படி பொன்னையும் பொருளையும் விரும்பிச் செல்கிறார்கள்...??

சரி..!! நயக்கிதி தேசத்தில் நடந்ததைப் போல வேறு சில வடக்கு மற்றும் மேற்கு திசை நாடுகளின் செல்வந்தர்கள் அனைவரும் ஒன்றாக இணைந்து, எத்தனை நாடுகளின் மீதும் போர் தொடுத்து மன்னராட்சி-யைக் கலைத்து, மக்களாட்சி என்ற பெயரில் செல்வந்தர்கள் சர்வாதிகார ஆட்சியை செய்யத் தொடங்கி இருக்கிறார்கள்...??

என்ன தான் ஆட்சி கையில் இருந்தாலும், செல்வத்தால் கொழுத்த செல்வந்தர்கள் ஆட்சி செய்தால் அவர்களின் நோக்கம் தங்களுக்கு என்ன கிடைக்கும் என்பது தானே தவிர... மக்களுக்கு என்ன வேண்-டும் என்பதைப் பற்றி இல்லையே...?? அவர்களும் மக்களைப் பற்றி சிறிதும் கவலைப்படவில்லை. நாட்டில் எங்கு சென்றாலும் பணம் கொடுத்தால் அனைத்தையும் செய்துவிடலாம். அதற்கும் நம்மிடம் நிறைய பொன் இருக்கிறது, அதனால் கவலை வேண்டாம்.

இவர்கள் ஆட்சி ஒருபுறம் இருக்க, தேசத்தையும் ஆட்சியையும் இழந்த மன்னரின் மகன்களும் மகள்களும், தங்களின் நாட்டை இவர்-களிடமிருந்து மீட்க வெவ்வேறு நாடுகளின் நட்பை நாட இன்று வரை முயற்சி செய்து கொண்டிருக்கிறார்கள். அவர்கள் முயற்சி வெற்றியடைய வேண்டும், விரைவில்...!!' என்றும் தன் மனதில் நினைத்துக் கொண்-டான்.

'அவ்வாறு முயற்சி செய்த யாரும் இதுவரை தங்கள் நாட்டை மீட்க-வில்லையே...?? அது ஒருபுறம் இருக்க, செல்வந்தர்களுக்குள்ளே எத்-தனை எத்தனை போட்டியும் பொறாமையும்...?? அவர்களின் போட்டி-யாலும் பொறாமையாலும் பல தேசங்கள் இரண்டாகவும் மூன்றாகவும், ஏன் பல தேசங்களாகவும் பிரிந்திருக்கிறதே...??

நயக்கிதியை அடுத்த மழிவந்தன தேசம் கூட, ஜநாபூ தேசமாகவும் மழிவந்தன தேசமாகவும் இரண்டாக பிரிந்திருக்கிறதே...?? அவ்வாறு

நயக்கிதியும் ஒரு நாள் பிரியும் என்று மக்களும் அரசியல் வல்லுநர்க-
ளும் கருதுகிறார்கள்.'

அனைத்தையும் சிந்தித்துக் கொண்டிருக்கையில், கதிரவன் தன்னை
அறியாமல் பலகையிலிருந்து தரையில் உருண்டு விழுந்தான். உடனே
எழுந்து, யார் தன்னை தள்ளிவிட்டது என்று சுற்றும் முற்றும் பார்த்தான்.
எங்கும் யாருமில்லை, கடல் அலைகள் மோதுவதால், கலம் அப்படியும்
இப்படியுமாக ஆடுகிறது என்பதும், அந்த ஆட்டத்தினால் தான் அவன்
பலகையில் இருந்து விழுந்திருக்க கூடும் என்பதையும் உணர்ந்தான்.

'ஆம்....!! நாம் எந்தியவு நாட்டிலிருந்து புறப்பட்ட நேரத்திலேயே,
கடலின் சீற்றம் அதிகமாகத் தானிருந்தது....!!' என்று எண்ணுகையில்
அங்கு கலபதி வந்து, "ஐயா....!! கடலின் சீற்றம் அதிகமாக உள்ளது.
மேலும் மழையிலும் புயற்காற்றிலும் தாங்கள் அகப்பட்டுக் கொள்ளாமல்
இருக்க வேண்டியும் நாம் விரைவாக செல்ல வேண்டியதாலும், தாங்கள்
கலத்தின் உள்ளே சென்று அறையில் ஓய்வெடுத்துக் கொள்ள வேண்டு-
கிறேன்....!!

அதுமட்டுமின்றி கடல் சீற்றத்தால் மேலெழும் அலைகள் உங்களை-
யும் தடுமாறச் செய்யும்....!" என்றான்.

அனைத்தும் கேட்ட கதிரவன், 'ஓ....!! நமது தேசத்தை சீரழித்த
புயற்காற்றும் மழையும் இப்பொழுது தான் இங்கு வருகிறது போலும்....!!'
என்று தன் மனதிற்குள் நினைத்து கலபதி கூறியதைப் போலவே கலத்-
தின் உள்ளே சென்றான்.

கதிரவன் எந்தியவு தேசத்திலிருந்து புறப்பட்ட பொழுது, காந்தள்
தீவிலிருந்து புறப்பட்ட வணிகர்கள் நயக்கிதி தேசத்தை வந்தடைந்தனர்.

அவர்கள் நயக்கிதி தேசத்தை அடைந்ததும் கிடையரையனை சந்-
தித்து, நாட்டில் நடந்த அனைத்து செய்திகளையும் தவறாமல் அவர்க-
ளுக்குச் சாதகமாக மொழிந்தனர்.

"தலைவரே....!! மன்னர் பிரதிந்தன் வணிகர்களின் அனைத்து
மாளிகைகளையும், கிடங்குகளையும் படைகளின் உதவியுடன் கையகப்-
படுத்திக் கொண்டு விட்டார்.

அங்கு மக்களைத் தங்க வைத்துள்ளார். அது மட்டுமின்றி, நமது
சேமிப்பு கிடங்குகளிலிருந்த அனைத்து பொருட்களையும் படையினர்
எடுத்துச் சென்று விட்டார்கள்.

வணிகர்களின் குடும்பத்தினர் அவரவர் மாளிகையின் ஓர் அறையில் அடைத்து வைக்கப்பட்டுள்ளனர்...!!" என்றனர்.

அனைத்தையும் கேட்டு கொதிப்படைந்த கிடையரையன், "அவர்கள் எல்லையை மீறி விட்டார்கள். மழை வந்தால் மக்கள் இறக்க வேண்டியது தான். அதற்காக அவர்களை நமக்குச் சமமாக, அதுவும் நமது மாளிகையிலே தங்க வைப்பதா... என்ன முட்டாள் தனம் இது...??

இருக்கட்டும்.. இருக்கட்டும்...!! அனைத்தும் இன்னும் கொஞ்சம் நாளைக்கு. சரி, விடுங்கள்... இந்த மகிழ்நன் இப்பொழுது தான் என் வழிக்கு வரத் தொடங்கி இருக்கிறான்...!!" என்று சற்று நேரம் அமைதியாய் சிந்தித்தான் கிடையரையன்.

"சரி, நீங்கள் சென்று இவனைத் தேடி வரும் தூதர்களின் கதையை, அவர்கள் வரும் வழியிலே முடித்து விட்டு, அவர்கள் இறந்த செய்தியை மட்டும் என்னிடம் வந்து சொல்லுங்கள்...!!" என்றான்.

கிடையரையனிடமிருந்து விடைபெற்ற வணிகர்கள் மூன்று கலங்களுடன் ஒரு குழு தூதுவர்களின் கலத்தை தேடி புறப்பட்டனர் மற்றும் ஒரு குழுவினர் துறைமுகத்திலும், ஒரு குழுவினர் தங்கும் விடுதிக்கு செல்லும் வீதிகளில் தூதுவர்களுக்காக காத்திருந்தனர்.

எந்தியவு தேசத்திலிருந்து புறப்பட்ட கதிரவனின் அதிவேகக் கலம் நயக்கிதி தேசத்தின் துறைமுகத்தை அடைந்தது. கலத்திலிருந்து இறங்கிய கதிரவன், அங்குமிங்குமாக சுற்றுப் பார்த்து அங்காங்கே நின்றிருந்த தன் தேசத்து வணிகர்களைக் கவனித்தும் கவனியாதவனாய் கடை வீதியினுள் நடந்தான்.

கடை வீதிகளின் வழியே நடந்த கதிரவன், வீதிகளின் இருபுறங்களிலும் மக்கள் கூட்டங்கள் அலை மோதி கடைகளில் பொருட்களை வாங்கிக் கொண்டிருந்ததைப் பார்த்து சற்றே மலைத்துப் போனான்.

அந்த வீதியிலிருந்த ஓர் அங்காடி மீது மட்டும், அவன் கண் மட்டுமில்லாமல், அனைவரின் கண்களுமே சென்றது. அந்த கடையின் மேல் கூடாரம் முதல் கால் பதிக்கும் தரை வரையில் பட்டுத் துணிகளால் சூழப்பட்டிருந்தது. மேலும் அங்கிருந்த ஓர் விளக்கும் அதிலிருந்த பல வர்ணக் கண்ணாடிகளின் வழியே ஊடுருவி சென்ற விளக்கின் ஒளி, கூடாரத்தின் மேலும் தரையிலும் பட்டு அந்த அங்காடி மட்டும் அவ்வீதியில் தனியாகத் தெரிந்தது.

வேறு சில கடைகளிலும் அவரவர்களின் சக்திக்கு ஏற்ப பல வேலைபாடுகள் செய்த பொருட்களையும் குவியல் குவியலாக அடுக்கி வைத்து, வியாபாரம் செய்து கொண்டிருந்தனர்.

வேடிக்கை பார்த்தபடி அங்குமிங்குமாக நடந்ததில், துறைமுகத்தின் வீதியில் எங்கு பார்த்தாலும் தன் தேசத்து வணிகர் ஆட்கள் உள்ளதை அறிந்து மிண்டும் திகைத்து, 'இவை அனைத்தையும் பார்த்தால் அங்கு ஏதோ முக்கிய காரியம் நடைபெற போகிறது....!!' என்று தன் மனதிற்குள் யுகித்துக் கொண்டே கடந்தான்.

அனைத்தையும் கவனித்து, அடுத்து என்ன செய்வது... யாரிடம் இளவரசரைப் பற்றி விசாரித்து அறிவது... என்று தெரியாமல் வீதிகளின் வழியே நடக்கையில், எதிர்பாராத விதமாய் தன் நண்பன் ஐய்யனார் அருகிலிருந்த ஒரு துணிக் கடையில் வியாபாரம் செய்து கொண்டி- ருந்ததைப் பார்த்தும், அந்த மகிழ்ச்சியை வெளிக்காட்டிக் கொள்ளாமல், அந்த அங்காடியை அணுகினான்.

அவன் கிடையரையனின் கீழ் துணை வணிகனாக வேலை செய்ப- வன், இவனால் நமக்கு உதவ முடியுமென்று தன் மனத்திற்குள் நினைத்- துக் கொண்டே சென்று,

அவன் இவனைப் பார்த்ததும் வழக்கமான ஆர்வத்துடன் பேசுவதற்கு முன்னே கண்களால் எச்சரிக்கை செய்து விட்டு, "ஐயா....!! நல்ல பட்- டுப் புடவை ஒன்று காட்டுங்கள்...!!" என்றான்.

ஐய்யனாருக்கு இவன் நற்புகழ்மணியின் அந்தரங்க ஒற்றன் என்பது தெரியும். அதனால் அவனும் தெரிந்ததாய் காட்டிக் கொள்ளாமல், சூழ்- நிலையை அறிந்து, "வாங்க ஐயா....!!" என்று அருகிலிருந்த ஓர் மூட்- டையை அவிழ்த்துக் கொண்டே பேசினான்.

"என்ன நண்பா....??" என்றான் கதிரவனின் காதருகே.

"நான் பெரிய இளவரசரைத் தேடி வந்துள்ளேன். மிகவும் அவசர- மான செய்தியைக் கொண்டு வந்துள்ளேன். எனக்கு உன் உதவி வேண்- டும். இளவரசரைப் பற்றி உனக்கு ஏதாவது தெரியுமா....?? தெரிந்தால், எனக்கு சொல். அவரை நான் உடனடியாகப் பார்க்க வேண்டும், அரச செய்தி கொண்டு வந்துள்ளேன்...!!" என்றான் கதிரவன்.

அருகிலிருப்பவர்களுக்கு சந்தேகம் வராமலிருக்க அவ்வப்பொழுது... "ஐயா! அந்த புடவையைப் பாருங்களேன்... அந்த புடவையைப்

பாருங்களேன்...!!'' என்றான் கதிரவனின் நண்பன்.

''அட.. இது வேண்டாம் ஐயா... வேறு ஏதாவது நல்ல புடவையா-க் காண்பி...!!'' என்றான் கதிரவன்.

உடனே ஐய்யனார் கதிரவனுக்கு பின் பக்கம் வந்து, அங்கிருந்த ஓர் மூட்டையை அவிழ்ப்பது போல நின்று, ''நண்பா...!! அவரை இந்தப் பாவிகள் மாற்றி விட்டார்கள். மதுவுக்கும் மாதுவுக்கும் அடிமையாக்கி வைத்துள்ளான் இந்த கிடையரையன். வேடிக்கை காட்டும் கூண்டுப் புலியாய் வைத்திருக்கிறான். இதற்கு எப்போது விடிவோ...?? அந்த முருகப் பெருமான் தான் ஒரு முற்றுப்புள்ளி வைக்க வேண்டும்...!!'' என்றான்.

''சரி...! நீ இந்த வீதியிலே நடந்தால் நடுவில் ஓர் பிள்ளையார் கோயில் வரும். அதன் வலதுபுறமாக திரும்பிப் போனால், இறுதியாக வலது பக்கத்தில் ஒரு மாளிகை கடற்கரையை நோக்கிய திசையில் வாயில் கொண்டிருக்கும். அங்கு தான் நம் பெரிய இளவரசரை வைத்தி-ருக்கிறார்கள். கட்டுக்காவல் அதிகமாக இருக்கிறது, பார்த்துப் போ...!!'' என்றவாறு, ''ஐயா....!! இந்தப் புடவை பிடித்திருக்கா...??'' என்றான்.

''அட போயா... ஒண்ணுமே நல்லா இல்லை, என்ன சீலை வைத்-திருக்க நீ...?? நா போய் வேற கடையில வாங்கிக்கறேன்...!!'' என்ற-படி கதிரவன் அவ்விடத்தை விட்டுப் புறப்பட்டான்.

கடையை விட்டு வெளியேறுமுன் கடையிலிருந்த கணக்கர், ''தம்பி கொஞ்சம் நில்லுப்பா...!!'' என்று அருகிலிருந்த பணியாளனிடம், ''அடேய்.... உள்ள இருக்கும் அந்த பட்டு மூட்டையைக் காண்பி, தம்பி பார்க்கட்டும்...!!'' என்றார்.

கதிரவன், ''ஒண்ணும் வேணாம் ஐயா... இதுவரை பார்த்ததே நல்லா இல்லை, இதுல அந்த ஒரு மூட்டை மட்டுமா நல்லா இருக்கப் போகுது...??'' என்று அவ்விடத்தை விட்டுப் புறப்பட்டான்.

அந்த வீதியின் இறுதியில் அவன் நண்பன் சொன்னபடி பிள்ளையார் கோயில் ஒன்று இருந்தது. பிள்ளையார் கோயிலில் வீற்றிருந்த பிள்-ளையாரைக் கும்பிட்டு, மூன்று தோப்புக்கரணமும் போட்டுவிட்டு, வலது பக்கம் சென்று, இறுதியாக கடற்கரை நோக்கிய மாளிகையைப் பார்த்து அங்கேயே நின்றான்.

வாயிலில் நின்ற மாளிகைக் காவற்காரன் கதிரவனைப் பார்த்து, "தம்பி...!! யார் நீ...?? இங்கு என்ன செய்கிறாய்...??" என்றான்.

"ஐயா....!! நான் எந்தியவு நாட்டைச் சேர்ந்த வியாபாரி, வியாபார நிமித்தமாக கிடையரையன் ஐயாவைப் பார்க்க வேண்டி வந்தேன். மாளிகை தெரியாமல் நிற்கிறேன்...!!" என்றான்.

"இந்த மாளிகை தான், ஆனால் இப்போ ஐயா வெளியில போயி-ருக்காரு. மாலையில் வா...!!" என்றான் காவலாளி.

சரி என்று அவனிடம் வேறு எதையோ கேட்டு, பேச்சுக் கொடுத்தபடி மாளிகைகுள் நோட்டமிட்டான் கதிரவன். காவலாளியை மீறி தான் செல்ல முடியாது என்பது அவனுக்கு புலனாயிற்று. வேறு வழியைக் கண்டுபிடித்தாக வேண்டுமென்று, அங்கிருந்து கடற்கரையில் கடலை நோக்கி நடந்தபடி சிந்திக்கையில், அதே மாளிகை மதில் சுவரின் அடி-யில் கடல் மணல் அரிப்பால் சிறு துவாரம் ஏற்பட்டிருந்ததை கவனித்-தான்.

அப்போது மாளிகையின் காவலாளி, "ஏய்...!! தம்பி.. இங்கல்லாம் நிற்கக் கூடாது, இது மாளிகைக்கு சொந்தமான கடற்கரை பகுதி. இங்கு வெளி ஆள் வரக்கூடாது. நீ திரும்பிப் போ...!!" என்று குரல் கொடுத்-தான்.

இனி தான் இங்கிருந்தால், வீண் சந்தேகத்திற்கு ஆளாகக் கூடும் என்றும், பகலில் நாம் ஏதும் செய்ய முடியாது என்றும் எண்ணியபடி, திரும்பிச் சென்று மாலையில் ஆதவன் மறைந்ததும் மாளிகையின் பின் வீதி வழியாக மீண்டும் கடற்கரையை அடைந்து, பகலில் பார்த்த அந்த சுவரின் துவாரத்தை அடைந்தான்.

தான் உள்ளே நுழையும் அளவிற்கு அந்த துவாரத்தைப் பெரிதாக்க மணலைத் தோண்டத் தொடங்கினான்.

துவாரம் அவன் உடல் உள்ளே செல்லும் அளவிற்கு பெரிதானதும், அதன் வழியே மாளிகையின் உள்ளே சென்றான்.

கடலின் திசையிலிருந்த ஒரு அறையில் மட்டும் ஒளி தெரிந்தது. மற்றும் சிலரும் இருப்பதை அங்கிருந்த திரைச் சீலைகளின் மேல் படிந்த நிழல்கள் தெளிவுபடுத்தியது.

ஒளி தெரிந்த அறையின் மேல்மாடத்தில் ஏறி உள்ளே சென்று, யார் அங்கிருக்கிறார்கள் என்று மறைந்து நின்று பார்த்து அசுவைய கொண்-

டான்.

எப்படியோ ஒரு தூணைப் பிடித்து மேலேறிய கதிரவன், மாடத்தின் ஓரமாய் மறைந்து உள்ளே தன் பார்வையைச் செலுத்தினான்.

அறையில் முழுவதும் பல வர்ணப் பட்டு சீலைகள் அங்காங்கே தொங்கின. விளக்கின் ஒளி தொங்கி கிடக்கும் பட்டு சீலைகளின் மீது பட்டதன் எதிரொளியாய், அந்த அறையே வண்ணமயமாய் காட்சிய-ளித்தது.

அனைத்திற்கும் நடுவே ஓர் அழகிய வட்ட வடிவ பஞ்சணை காணப்பட்டது. அதில் ஓர் ஆண்மகன் ஆடைகளின்றி வீழ்ந்து கிடக்க, அவரைச் சுற்றி ஐந்தல்ல... அதற்கும் மேற்பட்ட பெண்கள். சிலர் ஆடையின்றியும், சிலர் அரைகுறை ஆடைகளுடன் பஞ்சணையில் அந்த ஆண்மகனுடன்... இல்லை...! இல்லை...! அவர் நமது பெரிய இளவரசன் மகிழ்நன் தான்... அப்பெண்களும் அவருடன் தான்... இல்லை...! நமது இளவரசன் தான் அப்பெண்களுடன் கலந்துள்ளார்.

சன்னலின் வழியே அறையினுள் பிரவேசிக்கும் காற்றால் பட்டு சீலைகள் அங்குமிங்குமாக அலைகையில், பஞ்சணையில் நிகழும் லீலைகள் கதிரவனுக்கு நன்றாகத் தென்பட்டது. அதிலிருந்த அந்த ஆடவர் மகிழ்நன் தானென்று இப்பொழுது உறுதியாயிற்று. இளவரசன் ஒரு பெண்ணின் மடியில் தலை வைத்துக் கொண்டு, வலதுபுறத்திலி-ருக்கும் பெண்ணுடன் முத்தப் பரிமாற்றம் செய்ய... தலை வைத்திருந்த பெண் அவர் தலை ரோமத்தை மெல்ல தடவிக் கொண்டிருந்தாள்.

அதற்கு மேல் அங்கு நடக்கும் காட்சிகளைக் காண விரும்பாத கதி-ரவன், வெகு நேரமாக அந்த மாடத்திலே தூணோடு தூணாகக் கடலை நோக்கியபடி காத்திருந்தான்.

சில சாமங்கள் கழித்து யாரோ கதவைத் தட்டும் சத்தம் கேட்டதும், அறையிலிருந்த பெண்கள் அருகிலிருந்த திரைச்சீலையின் பின்னால் சென்று மறைந்து கொள்ள, ஒரு பெண் மட்டும் மெல்லிய சீலையால் உடலை சுற்றிக் கொண்டு கதவைத் திறந்தாள்.

கிடையரையன் உள்ளே வந்து வெட்கிட்டவனாய், "மன்னியுங்கள் இளவரசே...!!" என்று திரும்பி நின்றான்.

"ஐயா...!! நான் முன்னமே சொன்னேனல்லவா... நீங்கள் எப்பொ-ழுது வேண்டுமென்றாலும் உள்ளே வரலாம்...!!" என்றான் இளவரசன்

மகிழ்நன்.

"இளவரசே...!! தாங்கள் விரும்பினால் நாம் இருவரும் இந்நகரைச் சுற்றிப் பார்க்கச் செல்லலாம்...!!"

"ஆ..! அதுவும் சரி தான். நானும் மாளிகையை விட்டு வெளியே சென்று, வெகு காலமாகிறது. மேலும், நான் வெளியில் சென்று ஊரைச் சுற்றிப் பார்ப்பதும் நல்லதே...!!"

அடுத்த ஒரு நாழிகையில் பெண்களுடனே குளித்துவிட்டு, மாபெரும் வணிகனைப் போல ஆடை அணிகலன்களை அணிந்து கொண்டு அறையை விட்டு வெளியேறினான்.

அவரைப் பின் தொடர வேண்டுமென்று இத்தனை சாமமாய் காத்தி-ருந்த கதிரவன், மேல் மாடத்திருந்து கீழே இறங்கி மாளிகையின் சுவரி-லிருந்த இரகசிய துவாரத்தின் வழியே வெளியேறினான்.

வெளியில் வந்ததும் சற்றே திகைத்து தான் போனான், ஏனென்றால் அவன் இதற்கு முன் கடந்து வந்த அந்தக் கடற்கரை இப்பொழுது முற்-றிலுமாக மாறுபட்டிருந்தது.

சற்று தூரத்தில் அலைகள் வந்து சேரும் சமீபத்தில், சில இருக்கை-களும், தீப்பந்தங்களும் காணப்பட்டன. ஆனால் அனைத்தையும் அப்-பொழுது தான் வைத்துக் கொண்டிருந்தார்கள்.

தேர் மாளிகையை விட்டு வெளியில் வரும் சத்தம் கேட்டு, கதிரவன் வீதியின் பக்கமாக சென்றான். தேர் அங்குமிங்குமாக சென்று, வீதிவலம் வந்து கொண்டிருந்தது. கதிரவனும் சலிக்காமல் ரதத்தை பின் தொடர்ந்-தான்.

நயக்கிதி தேசத்தின் தலைநகரில் இரவு நேரத்திலும், பகல் நேரத்-தைப் போல தொழிற்பட்டறைகளும், வர்த்தக நிலையங்களும் மும்முர-மாக இயங்கிக் கொண்டிருந்தன.

சாலைகளில் உணவு விடுதிகள் சுறுசுறுப்பாக இயங்கின. சற்று வசதி படைத்தவர்கள் உணவகத்தின் உள்ளேயும், ஏழை மக்கள் வீதியோர சிறிய உணவகத்தில் அமர்ந்தும், நின்றும் உணவு உண்டனர்.

கடை வீதிகளில் வேற்று தேசத்தினர் இரவிலும் சுறுசுறுப்பாக வியா-பாரம் செய்தனர். வீதிகளின் நடுவே பல கேளிக்கை கொண்டாட்டங்-களும், தெருமுனை நாடக சபைகளின் நாடகங்களும் என விழாக் கோல-மாய் காட்சியளித்தது நயக்கிதியின் தலைநகரம்.

சில உணவு விடுதிகளில் வாடிகையாளர்களைத் தங்களின் உணவ-கத்திற்கு ஈர்க்க அரைகுறை ஆடை அணிந்த பெண்கள் உணவு பரி-மாறுவதும், அந்த உணவகத்தின் நடுவில் சிறிய மேடையை அமைத்து, அதில் அழகிய முல்லைக் கொடி இடையுடைய பெண்கள் நடனம் ஆடினர்.

முல்லைக்கொடி இடையுடைய பெண்களைக் காணும் ஆடவர்களின் ஆண்மை, அவர்களை அறியாமலே அவர்களின் கால்கள் அவ்வு-ணவகத்திற்கு உள்ளே செல்ல கட்டளையிட்டு, சென்ற சிலர் எழுந்து அங்கு காற்றுடன் ஆடும் கொடியைப் போல் இடை கொண்டு ஆடும் அப்பெண்களின் அருகில் நடனமாட, அதை அப்பெண்களும் மிகவும் மகிழ்ச்சியாக ஏற்றுக் கொண்டு அவர்களுடன் இணைந்து ஆடுவதும், அதற்கு அந்த ஆடவர்கள் பொன்னாலும், பித்தளை வெள்ளியாலும் பரிசளிப்பதும், அப்பரிசுப் பணத்திற்கேற்ப அந்நடனப் பெண்கள் மக்க-ளின் மத்தியிலேயே, அவ்விடத்திலேயே எந்த கூச்சமும் வெட்கமுமின்றி சிற்சில காம லீலைகளை செய்து அவர்களுக்கு முத்தமிட, அதைக் கண்ட அருகிலிருந்தவர்கள், "ஓய்! ஏய்!!!!!!!!!!!!!!" என்று கோஷமிட்டு மகிழ்ந்தனர்.

கடை வீதிகளைக் காண்பித்த கிடையரையன், இளவரசனை நயக்-கிதியின் தலைநகர எல்லையில் இருந்த செல்வந்தர்களின் சில சூதாட்ட மன்றங்களுக்கு அழைத்துச் சென்றான்.

"அரசே...!! இந்த சூதாட்ட மன்றத்தால், இந்நாட்டு அரசுக்கு ஏனைய வரிகள் வருகிறது. இதில் இந்நாட்டவர் மட்டுமின்றி, வேற்று தேசத்தார்களும் வந்து விளையாடுவர்...!!" என்றான் கிடையரையன்.

நகரைச் சுற்றிப் பார்த்த பின் இருவரும் மீண்டும் மாளிகையை நோக்கிச் செல்லுகையில், "கிடையரையனே...!! தலைநகரம் என்றால் இப்படித் தான் இருக்க வேண்டும். இந்நகரம் என்னை சற்றே பிரமிக்க வைக்கிறது...!!" என்றான் மகிழ்நன்.

அதுவரை கதிரவன் அவர்களை விடாமல் பின் தொடந்ததால், சற்று களைத்து தான் போயிருந்தான் என்றாலும், தன் முதன்மையான பணியை செய்து முடிக்க வேண்டி இருந்ததால் தன் உடல் களைப்பைப் பொருட்படுத்தாமல், மேலும் அவர்களைப் பின் தொடர்ந்து வந்தான்.

மாளிகையை அடைந்ததும், வாயில் முன்னே இருவரும் ரதத்திலி-
ருந்து இறங்கி கடற்கரையை நோக்கி நடந்தனர்.

இளவரசன் ஒரு சில அடிகளுக்கு மேல் எடுத்து வைத்ததும், கதிர-
வன் இதற்கு முன் பார்த்த இருக்கைகளும், மேசைகளும் இருந்த இடத்-
தில் தீடீரென தீப்பந்தங்கள் ஒளிர்ந்தன.

மேசைகளில் பழங்களும், பல உணவு வகைகளும், மதுக் குவளைக-
ளும் நிறைந்திருந்தன.

அருகில் பத்திற்கும் மேற்பட்ட பெண்கள் உள்ளாடைகள் ஏதுமில்லா-
மல், மேலே பெயருக்கு மட்டும் மெல்லிய ஒரு வரிச் சீலையை உடுத்தி
இருந்தனர். அவர்களின் உடல் அங்கங்கள் முழுவதும் வெளியில் தெரி-
யும்படியாக அந்த உடை இருந்தது.

கடற்காற்றின் வேகத்தால், அப்பெண்களின் இளவாழைத் தண்டு
போலான கால் தொடையின் கீழிருந்த ஆடை, காற்றின் போக்கில்
அலைந்து பறந்தன.

ஆடைகள் காற்றின் போக்கில் அப்பெண்களின் உடலை விட்டு
நழுவியதும், இளவாழைத் தண்டின் மேல் மெழுகு பூசியதை ஒத்த
அவர்களின் காலில், அருகிலிருந்த விளக்கின் ஒளி பட்டு பளிங்கு கற்-
தூரணைப் போல் பளிச்சிட்டது.

அந்த பெண்களில் சிலர் தங்களின் கையில் பூக்களையும், சிலர்
விளக்கையும் பிடித்திருந்தனர். விளக்கு பிடித்த பெண்களின் கையிலி-
ருந்த விளக்கின் ஒளி, அப்பெண்கள் அணிந்திருந்த மெல்லிய பட்டு
ஆடைகளின் மேல் பட்டு, அப்பெண்களின் முகம் வானிலிருக்கும் சந்-
திரனின் சந்தமும் தோற்குமளவிற்கு பளிச்சிட்டு ஒளிர்ந்தது.

இவை அனைத்தையும் கண நேரத்தில் கவனித்த மகிழ்நன், அப்-
பெண்கள் தன்னை நோக்கி வருவதையும் கவனிக்கத் தவறவில்லை.

மகிழ்நன் அருகில் வந்த அப்பெண்கள், அவன் மேல் பூமாரியைப்
பொழிய தங்களின் கையில் வைத்திருந்த பூக்களைத் தூவி... அப்பூக்-
களுக்கு இணையான பஞ்சணைப் பூக்களான அப்பெண் பூக்கள், தங்க-
ளின் காமப் பார்வையையும் மகிழ்நன் மேல் செலுத்தி அழைக்கத் தவற-
வில்லை.

மகிழ்நன்னை வரவேற்று அழைத்துச் சென்று, அங்கிருந்த நடு
இருக்கையில் அமர்த்திய பின், ஒவ்வொருவரும் ஒவ்வொரு இருக்கை-
யின் பின்னால் சென்று நின்றனர். எனினும் மகிழ்நன் அருகில் மட்-

டும், ஐந்திற்கும் மேற்பட்ட பெண்கள்... அல்ல... தேவதைகள் என்று சொல்லும் அளவிற்கு அழகுடைய பெண்கள் சூழ்ந்து, அவன் மேலங்கியை மெல்லமாக அவன் உடல் ரோமங்களை வருடியபடி கழற்றினர்.

இந்த ஏற்பாட்டை கண்ட இளவரசன் மகிழ்நன், உப்புக் காற்றின் அருகில் அமர்ந்திருந்தாலும் தான் ஏதோ ஆனந்தக் கடலின் மையத்தில் இருப்பதாக அவனுக்கு தோன்றியதன் அறிகுறியாக, அவன் முகம் பௌர்ணமி நிலவாய் ஒளிர்விட்டு மலர்ந்தது.

பெண்களிடமிருந்த தன் கவனத்தை அங்கிருந்த மனிதர்கள் மீது பதித்தான். 'யார் இவர்கள்? ஏன் இங்கு வந்திருக்கிறார்கள்? பார்ப்பதற்கு செல்வந்தர்கள் போலத் தெரிகிறதே...!!' என்று நினைத்த மகிழ்நன், 'ஒருவேளை செல்வந்தர்களாக இருக்கலாம், கிடையரையனைச் சந்திக்க வந்திருக்கலாம்...!!' என்று தன் மனதிற்குள் நினைத்துக் கொண்டான்.

"வணக்கம் இளவரசே...!!" என்று ஒருவர் நலன் விசாரிக்க, அவரைத் தொடர்ந்து மற்றவர்களும் மகிழ்நன்னுக்கு வணக்கம் தெரிவித்தனர். பதிலுக்குத் தன் வணக்கத்தையும் தெரிவித்து, தானும் நலன் விசாரித்தான் மகிழ்நன்.

கிடையரையன் முன்வந்து, "இளவரசே...!! நான் வந்திருப்பவர்களை உங்களுக்கு அறிமுகப்படுத்துகிறேன்... இவர் தான் இந்நாட்டின் ஆளுநர் அந்திவர்டன்...!!" என்றதும், இளவரசன் மீண்டும் தன் வணக்கத்தைத் தெரிவித்தான். அதன்பின் மழிவந்தன தேசத்தின் ஆளுநர் தர்மேந்திரனை அறிமுகப்படுத்த... அவருக்கும் தன் வணக்கத்தை தெரிவித்ததும், அங்கிருந்த மற்றவர்களையும் கிடையரையனை அறிமுகப்படுத்தினான்.

"இருதேசத்து ஆளுநரும், உலகம் போற்றும் செல்வந்தர்களும் என்னைக் காண வந்திருப்பதை நினைத்து, பெருமை கொள்கிறேன்...!!" என்றான் மகிழ்நன்.

"இளவரசே...!! நாங்கள் தான் உங்களைச் சந்தித்ததை பெருமையாக கருதுகிறோம். தேசங்களிலே காந்தள் தேசம் தானே பெரியது மற்றும் பழமை வாய்ந்த தீவும்...??

அது ஒரு தீவாயிருந்தாலும், மிக பெரிய நிலப்பகுதியை கொண்ட தேசம் தானே தாங்களின் தேசம்...??" என்று புகழாரம் பாடிய அந்திவர்டன்,

"உங்கள் தேசத்துடன் நட்பு நாடவும், தொழில் தொடங்கவும் நாங்கள் விரும்புகிறோம்...!" என்றான்.

"ஐயா..!! தங்கள் தேசத்தை விட எங்கள் தேசத்தில் தொழில் சார்ந்த முன்னேற்றம் குறைவு தான். தங்களின் விருப்பம் எனக்கு மகிழ்ச்சி அளிக்கிறது.

தங்களின் வியாபார நட்பால், எங்கள் தேசமும் தங்கள் தேசம் போல வளர்ச்சி அடையும் அல்லவா..??" என்றான் மகிழ்நன்.

அனைவரும் பேசிக் கொண்டிருக்கையில் அங்கிருந்த பெண்கள் அனைவருக்கும் உணவு மற்றும் மதுவைக் கொடுக்கத் தவறவில்லை.

அதிலும் மகிழ்நன்னிடம் அதிக காமப் பார்வையுடனே பெண்கள் உபசரித்ததை மகிழ்நன்னும் விரும்பினான் என்பது அவன் செயலிலும், பார்வையிலும் தெரிந்தது.

தன்னை இரு தேசத்தார் நேரில் கண்டு வேண்டுவதைப் பெருமை- யாய் கருதினான். ஒருபுறம் அவர்களுடன் பேசுகையில் அங்கிருந்த பெண்களின் ஆடைகள் காற்றால் அலைந்து, அவன் மேல் தழுவவும், அவர்களின் உபசரிப்பும் மயில் இறகை ஒத்த விரல்களால் அவனை வருடிய வருடலும், அப்பெண்களின் மயில் கண் அழகும் காமப் பார்- வையும், மது அருந்தாமலேயே அவனை மது அருந்தியவனாய் மதியி- ழக்கச் செய்தது.

என்ன பேசுவது என்று கூட தெரியாத அளவிற்கு மதுவாலும், மாது- வாலும் மயங்கிய நிலையில் இருக்கையில் கிடந்தான் மகிழ்நன்.

"இளவரசே...!! தங்கள் தேசத்தில் எங்கள் தொழிலை விரிவுபடுத்த, நீங்கள் தான் தங்களின் தந்தையிடம் அனுமதி பெற்றுத் தர வேண்டும். மேலும் வரிச் சலுகைகளும் செய்து கொடுக்க வேண்டும்...!!" என்றான் அந்திவர்டன்.

"இது என்ன கேள்வி...?? காந்தள் தேசம் இனி உங்கள் தேசம் என்றே நினைத்துக் கொள்ளுங்கள். நான் இன்னும் இரண்டு நாட்களில் என் தேசத்திற்கு புறப்படுகிறேன். தலைநகரை அடைந்ததும் முதலில் உங்கள் வேலை தான்...!!" என்றான்.

இவன் மேலும் பேசப் பேச... மகிழ்நன்னை சுற்றி இருந்த ஐந்து ஆறு பெண்கள் தங்களின் மயில் இறகை ஒத்த கைகளால் அவன் உடலைத் தடவியும், தலை ரோமத்தை வருடியும் கொடுத்தனர்.

மூன்று நாழிகை அனைவரும், பேசிக் கொண்டே மது குடித்தபடி உணவை அருந்தினர்.

"கிடையரையரே...!! நகரைச் சுற்றிப் பார்த்ததில் நான் மிகவும் களைப்பாய் இருக்கிறேன். நான் சென்று ஓய்வு எடுத்துக் கொள்கிறேன். பெண்களே...!! என்னோடு வாருங்கள்...!!" என்றான் மகிழ்நன்.

பெண்கள் அந்திவர்டனை நோக்க... அவரும் அதன் பொருளை உணர்ந்து கண் அசைக்க... அனைத்து பெண்களும் குதூகலத்துடன் மகிழ்நன்னை தாங்கிப் பிடித்துத் தழுவியபடி மாளிகைக்குள் அழைத்துச் சென்றனர்.

இத்தனை நேரமும் கடற்கரை அருகிலிருந்த சிறிய தென்னை மரத்-தின் உச்சியில் அமர்ந்தபடி, அங்கு நடந்ததைப் பார்த்துக் கொண்டிருந்-தான் கதிரவன்.

மகிழ்நன் சென்ற பிறகு, மற்றவர்கள் என்ன பேசுகிறார்கள் என்று கேட்க அவன் மிகவும் ஆவல் கொண்டிருக்கையில், அவன் கையில் தேள் ஒன்று ஏறுவதை நல்ல வேலையாக முதலிலேயே கண்டு கொண்-டான்.

உடனே கையை உதற... ஏறிய தேள் காற்றோடு காற்றாகப் பறந்து சென்று இருட்டில் எங்கோ கீழே விழுந்தது.

மகிழ்நன் சென்ற பிறகு அந்திவரடன், "கிடையரையரே...!! உன்னை நம்பித் தான் நாங்கள் இவ்வளவு பெரிய காரியத்தில் இறங்கி-யுள்ளோம். இனி நாம் மிகவும் கவனமாக இருக்க வேண்டும்...!!" என்-றான்.

அதன் பின் வேறு சில வணிக செயல்பாட்டைப் பற்றி மூவரும் பேசத் தொடங்கினர். இரண்டு நாழிகையில் கடலின் சீற்றம் அதிகமா-யின. அவர்கள் இருக்கும் இடம் வரை அலைகள் வந்து, அவர்களின் கால்களை ஈரமாக்கிச் சென்றன.

அலைகளின் வேகமும், நீரின் உயரமும் அதிகமாயின. காற்றின் வேகம் அதிகரித்துக் கொண்டே சென்றதன் விளைவாக, அவர்களின் மேசையிலிருந்த பொருட்களில் சில காற்றுடன் பறந்தும், கனமான பொருட்கள் கீழே விழுமளவுக்கும் காற்று அடித்தது.

காற்றின் வேகத்தையும், கடல் அலையின் சீற்றத்தையும் வைத்து அனுமானித்த கிடையரையன், "இன்னும் சற்று நேரத்தில் பெரும் புயல்

காற்று வரப் போகிறது. நாம் இனி இங்கிருப்பது உசிதமல்ல... வாருங்-கள்... மாளிக்கைகுள் செல்வோம்..!!" என்று எழுந்திருக்க, மற்ற அனைவரும் கூட அவரைத் தொடர்ந்து மாளிகையை நோக்கி நடந்-தனர்.

காற்றில் வேகத்தால் கதிரவன் ஏறி இருந்த சிறிய தென்னை மரத்-தின் அருகிலிருந்த பெரிய மரங்கள், பேய் போல் தலைவிரித்து ஆடின. இவன் ஏதோ புண்ணியம் செய்திருக்க வேண்டும் என்று நினைத்துக் கொண்டான். ஏனென்றால், நல்லவேளையாக அவன் இந்த சிறிய மரத்-தில் ஏறியதால், அம்மரம் அருகிலிருந்த பெரிய மரங்களைப் போல் பேயாட்டம் ஆடாமல், சிறிய ஆட்டத்துடன் இருந்தது.

அனைவரும் மாளிகையை நோக்கிச் சென்றதும், கதிரவனும் கீழே இறங்கும் போது மாளிகையின் வாசல் வரை சென்ற அந்திவர்டன் அந்த கடற்கரை மாளிகைக்குள் செல்லாமல், தன் தேரில் ஏற... மற்றவர்களும் அவரவர்கள் தேரில் ஏற... அனைவர் தேர்களும் வீதியில் புழுதி பறக்-கச் சீறிப் பாய்ந்து சென்றன.

அனைவரையும் வழியனுப்பி, கிடையரையன் மட்டும் இறுதியாக மாளிகைக்குள் சென்றான். இப்பொழுது அந்த மாளிகையில் இளவரசன் மகிழ்நன்னும், கிடையரையனும் மட்டுமே இருந்தனர், இல்லை... இல்லை... அந்த தேவ கன்னிகைகளும் இருந்தனர்.

மரத்தை விட்டு கீழே இறங்கி, மீண்டும் அந்த சிறு துவாரத்தின் வழியே மாளிகையினுள் பிரவேசிக்க முடிவெடுக்கையில், மாளிகையின் சேவகர்கள் கடற்கரையை நோக்கி ஓடி வந்ததைப் பார்த்ததும், "ஐயோ...!! நம்மைக் கண்டு விட்டார்கள்...!! என்று மீண்டும் மரத்தின் உச்சியில் ஏறி மறைந்தான்.

சிறிது நேரம் கழித்து, என்ன இது... இன்னுமா அவர்கள் நம் மரத்தை அணுகவில்லை என்று மாளிகைப் பக்கமாக நோக்கி, தன் புத்-தியின் முட்டாள்தனத்தை நினைத்து அசூயை கொண்டான்.

அவர்கள் இத்திசையை நோக்கி வந்தது உண்மை தான். ஆனால் கதிரவனை நோக்கி வரவில்லை. இத்தனை நேரம் அந்த சதிகாரர்கள் ஆலோசனையிட்ட இடத்திலிருந்த மேசையையும், நாற்காலிகளையும் எடுக்கவே அவர்கள் வந்தார்கள் என்பது இப்பொழுது உறுதியாயிற்று.

சேவகர்கள் அனைத்தையும் எடுத்துச் சென்றதும், மாளிகையின் வாயில் கதவு அடைக்கப்பட்டது. கதிரவனும் மரத்திலிருந்து கீழே இறங்கி, மாளிகையின் ரகசிய சிறிய வாயிலை அடைந்து உள்ளே சென்று, இளவரசரை தான் முதன் முதலில் பார்த்த அந்த மேல் மாடத்-தின் மறைவிடம் ஒன்றைத் தேடி மறைந்து கொண்டான்.

என்ன தான் மேல்மாடத்தில் இருந்தாலும், புயற் காற்றின் வேகமும் கடலின் உப்புக் காற்றும் அவனை அதிகமாகத் தொந்தரவு செய்தன. இதற்கிடையில் வாசலில் யாரோ சிலர் வருவதைக் கண்ட கதிரவன் அவர்கள் யார் என்று தெரிந்து கொள்ளும் ஆவலில் கீழே நோக்கி-னான்.

பார்த்தால் காந்தள் தேசத்தார் போல தெரிகிறதே...?? ஆம்.... இவர்கள் காந்தள் தேசத்து வியாபாரிகள் தான், நாம் எந்தியவு தேசத்-துக்கு வருமுன் அவர்களை நம் காந்தள் தேசத் துறைமுகத்தில் கண்டது அவன் நினைவுக்கு வந்தது.

'அவர்கள் ஏன் இந்நேரத்தில் இங்கு வர வேண்டும்...?? அதுவும் நாட்டில் பெருமழை பெய்திருக்க, அவர்களால் எப்படித் தான் இந்த சீறும் அலைகளுடன்... எரிமலையாய் பொங்கும் கடலுடனும் போராடி இங்கு வர முடிந்ததோ...?? இவர்கள் அப்படிப் போராடி, இங்கு உடனடியாக வர வேண்டியதன் அவசியம் என்ன...?? எதுவானாலும் என்ன... அவர்கள் எதற்காக இங்கு வந்திருக்கிறார்கள் என்று நாம் தெரிந்து கொண்டே ஆக வேண்டும்...!!' என்று தீர்மானித்தான்.

மேல் மாடத்திலிருந்து மீண்டும் கீழே இறங்கி, அங்கிருந்த புதர் அருகிலிருந்த சன்னல் வழியாக மாளிகைக்குள் நுழைந்து, சுவரில் ஆங்காங்கே தொங்க விடப்பட்டிருந்த திரைச் சீலைகளின் பின், தகுந்த இடம் பார்த்து மறைந்து கொண்டான்.

கிடையரையன், மாளிகையின் விசாலமான கீழ் முகப்பு அறையில் தன் இருக்கையில் அமர்ந்தபடி ஏதோ ஆழ்ந்த சிந்தனையில் அமர்ந்தி-ருந்தான்.

உள்ளே வந்த வணிகர்கள் தங்களின் தலைவனுக்கு வணக்கம் தெரி-வித்து, "ஐயா....!! தங்கள் கட்டளைப்படி இளவரசரைத் தேடி வந்த தூதர்களையும், அவர்களின் மூன்று கலங்களையும் நயக்கிதி தேசத்தின் எல்லையில் கடற்கொள்ளையர் போலச் சென்று, கடலிலே அவர்களைக்

கொன்று விட்டோம்...!!” என்றனர்.

அவர்களின் ஒருவர், “தாங்கள் உத்தேசித்த காரியம் கைக்கூடி விட்-டதா தலைவரே...??” என்றார்.

“இல்லை. அவன் ஒரு பெரிய பெண் மோகம் பிடித்தவனாய் இருக்-கிறான். எப்பொழுது பார்த்தாலும் புதிய பெண்களையே கேட்கிறான். மாளிகையில் வேலை செய்யக்கூட ஒரு இளம் பணிப்பெண்ணை என்-னால் வைத்துக் கொள்ள முடியவில்லை...!!” என்று எங்கோ பார்த்து பதிலளித்தான்.

மீண்டும் சீற்றத்துடன், “இதே நிலை நீடித்தால், நான் துணிகளை விற்கும் வணிகன் என்பது மாறி, பெண்களை வைத்து தொழில் செய்யும் நிலை வந்துவிடும் போலிருக்கிறது.

எதுவானாலும் சரி... நாம் நாளைய தினம் காந்தள் தேசத்திற்குப் புறப்பட வேண்டும். நீங்கள் சென்று நாம் செல்ல, கலங்களை உடனடி-யாக தயார் செய்யுங்கள். நான் சென்று அந்திவர்டனை மீண்டும் சந்-தித்து ஆலோசித்து வருகிறேன்...!!” என்றான் கிடையரையன்.

இதனைக் கேட்ட கதிரவனுக்குத் தூக்கிவாரி போட்டு விட்டது என்றே சொல்ல வேண்டும். 'இவர்கள் ஏதோ வணிக ரீதியான செயலில் இறங்கிருக்கிறார்கள் என்று நினைத்தால், நம் காந்தள் தேசத்திற்கு எதி-ராக செயல்படத் திட்டமிடுகிறார்களே...??

நாம் இப்பொழுது உடனடியாக இளவரசன் நற்புகழ்மணிக்கு செய்தி சொல்ல வேண்டும். அதற்கு தகுந்த ஆளைக் கண்டுபிடித்து செய்தி அனுப்ப வேண்டுமே...??

அப்படி ஓர் ஆள் நமக்குத் தெரிந்து, இந்த ஊரில் யாருமில்லை. அரச ஒற்றர்களைப் பயன்படுத்த முடியாது. வேறு வழி ஏதாவது இருக்-கிறதா என்று தான் பார்க்க வேண்டும்' என்று சிந்தித்தான்.

வெளியில் காற்றின் வேகம் அதிகமானதால், அறையிலிருந்த பொருட்களும் விழுந்தன மற்றும் திரைச்சீலைகளும் அங்குமிங்குமாகப் பறந்தன. ஏற்கனவே கோபமாயிருந்த கிடையரையனை அந்ப் பெருங்-காற்று மேலும் சீற்றமாக்கின. அதனால் தன் ஆட்களை அழைத்து, மாளிகையின் அனைத்து சன்னல் கதவுகளையும் அடைக்க ஆணை-யிட்டான்.

மாளிகை சேவகர்கள் ஒவ்வொரு கதவாக மூடினர். அதைக் கண்ட கதிரவனுக்கு என்ன செய்வது என்று தெரியாமல், சுற்றும் முற்றும் பார்த்தான். அவனுக்கு சில அடி தூரத்திலேயே அவன் உள்ளே வந்த சன்னல் இருந்தது. அதை அடைந்தால் சுலபமாக வெளியில் சென்று விடலாம். ஆனால் அதை அடைவது இப்பொழுது சுலபமில்லையே...??

கிடையரையனின் சேவகர்கள் அங்குமிங்குமாக திரைச் சீலைகளைப் பிடித்துக் கட்டும் பணியில் மும்மூரமாக ஈடுபட்டிருந்தனர். இந்நேரம் தான் சுலபமாக வெளியேற முடியாதே என்று நினைத்துக் கொண்டே.... தன் அருகிலிருந்த சன்னலை அடைய ஒரு யுக்தி செய்ய முடிவெடுத்து, தான் மறைந்திருந்த திரைச் சீலையின் முடிவில் சன்னலின் ஓரமாய் ஓர் விளக்கு மினுக் மினுகென காற்றுடன் போராடி, தனது முடிவை நோக்கி எரிந்து கொண்டிருந்தது.

மெதுவாக திரைச் சீலையின் உள்ளேயே நகர்ந்து சென்று, திரைச் சீலையின் முடிவிலிருந்த விளக்கை மெதுவாக புயற்காற்றால் ஆடுவது போல ஆட்டிக் கொடுத்து, கீழே தள்ளி விட அந்த விளக்கும் காற்று வேகத்தால் விழுவது போல டமால்... என்று தரையில் விழுந்தது உருண்டது.

விளக்கு கீழே விழுந்ததும், ஏற்கனவே மினுக் மினுகென எரிந்த தீச்சுடர் இப்பொழுது இறுதியாக ஒருமுறை பிரகாசமாய் எரிந்து அணைந்து விட்டது.

விளக்கு ஒளி அணைந்ததும், அந்த சன்னல் பகுதியில் இருள் சூழ்ந்து கொண்டது. இந்த தருணத்திற்காகவே காத்திருந்த கதிரவன், தான் ஏற்படுத்திருந்த இந்த வாய்ப்பை நழுவ விடாமல், இருளின் உதவியால் சன்னலின் வழியே சில கணங்களில் வெளியேறினான்.

மாளிகையின் சன்னல் வழியாக வெளிவந்ததும் அருகிலிருந்த புதரில் மறைந்து கொண்டு, செடிகள் ஆடாமலிருக்க அதன் கிளையைப் பிடித்துக் கொண்டான்.

சேவகர்கள் சன்னலின் அருகே ஏதோ சத்தம் கேட்க திரைச் சீலைகளை விலக்கி, அங்குமிருக்கும் தேடிய பின் வெளியில் பார்த்தார்கள். அந்த இருளில் அவர்கள் கண்களுக்கு ஏதும் புலப்படவில்லை.

விளக்கு விழுந்த காரணத்தை மேலும் ஆராயாமல், காற்றின் வேகத்தால் திரைச் சீலைகள் அங்குமிங்குமாகப் பறப்பதைத் தவிர்க்க சேவகர்கள், சன்னலை மூடி அறையை ஒழுங்குபடுத்தினர்.

சேவகர்களால் சன்னல் கதவு அனைத்தும் மூடப்பட்டதும், கதிரவன் புதரிலிருந்து வெளி வந்து மீண்டும் இளவரசன் மகிழ்நனின் அறையின் மேல்மாடத்திற்கு ஏறினான்.

புயற் காற்றுடன் போராடி மேல்மாடத்தை அடைந்த கதிரவன், மாடத்தின் அனைத்து கதவுகளும் அடைக்கப்பட்டிருந்ததைக் கண்டு சற்றே ஏமார்ந்து போனான். ஆனால் அதை அவன் ஓரளவுக்கு எதிர்-பார்த்தது தான்.

'புயற்காற்றால் இவர்களும் கதவுகளை மூடி விட்டார்கள் போலும்' என்று நினைக்கையில், ஒரு சிறிய சன்னலின் கதவு மட்டும் சரியாக பொருத்தப்படாததைக் கண்டதும் கதிரவனின் அகம் சற்று மலர்ந்தது.

வெளியே காற்றுடன் போராட முடியாமல் இருந்த கதிரவனுக்கு அறையின் உள்ளே செல்ல வழி கிடைத்தாலும், உள்ளே நிகழும் காம-லீலைகளைக் காண விரும்பாமல் புயல் காற்றுடனே போராடத் தீர்மா-னித்து, மேல் மாடத்திலே தூணின் அருகில் மறைந்திருந்தான்.

இத்தனை நேரமாக வீசிய புயற்காற்றுடன், இப்பொழுது மழைத் தூறல்களும் கலந்து வானிலிருந்து முத்து முத்தாய் பொழியத் தொடங்-கின.

"அட.. இது என்னடா கொடுமை..?? காற்றுடன் போராடியாவது தப்பிக்கலாம், ஆனால் இந்த உப்புக் காற்றுடன் வரும் மழையுடன் போராடி, உயிர் பிழைக்க முடியாதே...?? இனி என்ன ஆனாலும் சரி... நாம் எதிர்கொண்டாக வேண்டியது தானென்று உள்ளே செல்லத் தீர்மானித்தான்.

முன்னமே பார்த்த அந்த சிறிய கதவின் அருகில் சென்று, அதை மேலும் அவன் உடல் உள்ளே செல்லமளவுக்குத் திறந்தான்.

கதவைத் திறந்ததும் தான் உள்ளே செல்லும் முன், அங்குள்ள-வர்களின் கவனத்தை அறிய தன் பார்வையை அறையின் உள்ளே செலுத்தினான். ஆனால் அவன் பயப்படுமளவிற்கு ஏதுமில்லை. உள்ளே இருந்தவர்கள் மகிழ்நன்னுடன் காமலீலையில் முழுமையாகத் தங்களை ஈடுபடுத்தி இருந்ததால், அவர்களின் கவனம் வேறு எங்கும் செல்லாமல் இருந்தது அவனுக்கு அனுகூலமானது.

இத்தருணத்தை பயன்படுத்திக் கொண்ட கதிரவன், அந்த சிறிய கதவின் வழியே அறையினுள் பிரவேசித்தான். உள்ளே வந்ததும் திரைச் சீலைகளுக்கு பின்னாலே சென்று மறைந்தபடி, தனக்கு ஓர் தகுந்த இடம்

பார்த்து பதுங்கிக் கொண்டான்.

இரவு முழுவதும் மழையும், புயற்காற்றும் கட்டுக்கடங்காமல் பொழிந்தன. வானில் படர்ந்திருந்த கருமேகத்தால் காலை விடிந்தது கூட தெரியாதளவிற்கு அவ்வளவு இருளாய் இருந்தது.

காலையிலே விழித்தெழுந்த சில பெண்கள் குளித்துவிட்டு உடை-களை அணிந்தனர். அதில் சிலர் வெளியில் சென்றனர், மற்ற பெண்கள் உள்ளேயே இருந்தனர். மற்றும் சில பெண்கள் இன்னும் முன்னிரவு செய்த காமப்போரின் அசதியால், படுக்கையில் ஆழ்ந்த உறக்கத்திலி-ருந்து எழுந்திருக்கவில்லை.

அடுத்த ஒரு நாழிகையில் இளவரசனும் கண் விழித்தான். அவன் விழிக்கவும், கிடையரையன் அந்த அறையின் உள்ளே பிரவேசிக்கவும் சரியாக இருந்தது.

"காலை வணக்கம் இளவரசே...!! என்றான் கிடையரையன்,.

"வணக்கம் கிடையரையரே...!! என்ன இவ்வளவு காலையிலே வந்-துவிட்டீர்கள்...??" என்றான் இளவரசன்.

"இளவரசே...!! இப்பொழுது மூன்றாம் ஜாமமாகிறது...!!" என்றான் கிடையரையன்.

"என்ன.. மூன்றாம் ஜாமமா....??" என்று தன் அருகில் படுத்திருந்த பெண்களை எழுப்பினான். எழுந்த பெண்கள் அங்கு கிடையரையனைக் கண்டு, அருகிலிருந்த துணிகளால் தன் உடலை மறைத்துக் கொண்-டனர்.

"வெளிச்சம் வராததால் முழிப்பு வரவில்லை, கிடையரையரே...!! இருக்கட்டும், வெளியில் மழை நின்று விட்டதா...?? நாம் எப்பொழுது புறப்படுகிறோம்...??" என்றான் மகிழ்நன்.

"இளவரசே...!! இன்னும் மழையும் புயற்காற்றும் நிற்கவில்லை. இச்சூழலில் நாம் பயணிக்க முடியாது. காற்றும் மழையும் நின்ற பின் பயணிக்க முடியும் என்று சொல்ல வேண்டியே வந்தேன். மேலும்.... மேலும்...." என்று தழுதழுக்க நிறுத்தினான் கிடையரையன்.

"என்ன கிடையரையரே...!! ஏதோ சொல்ல வந்து நிறுத்துகிறீர்-கள்...??" என்றான் இளவரசன்.

"இளவரசரே...!! நான் ஏதேனும் தவறாகப் பேசினால், என்னை மன்னிக்க வேண்டுகிறேன். எனக்கு கிடைத்த செய்தியைத் தான் தங்க-

ளிடம் நான் தெரிவிக்க விரும்புகிறேன்...!!” என்று குழைந்தான்.

“தாங்கள் எனது நம்பிக்கைக்கு பாத்திரமானவர் மற்றும் எனது அந்-தரங்க ஆலோசராகவும் இருக்கிறீர்கள். அனைத்திற்கு மேல் வருங்-கால காந்தள் நாட்டின் ஆளுநர் நீங்கள். அப்படியான தாங்கள் என்ன வேண்டுமானாலும் என்னிடம் சொல்லலாம், நான் எதுவும் கோபித்து கொள்ள மாட்டேன்...!!” என்றான் மகிழ்நன்.

நமது இளவரசரை இந்த பாவி கிடையரையன் நன்றாக வசியப்ப-டுத்தி, தன் பிடியில் வைத்திருக்கிறான் என்று தன் நண்பன் ஐய்யனார் கூறியதை நினைத்துக் கொண்டான் கதிரவன்.

“இளவரசே...!! கடந்த ஒரு சில நாட்களாக நமது காந்தள் தேசத்-தில் கடும் புயற்காற்றுடன் பேய் மழை பொழிந்து வருகிறது. அதனால் ஊரெங்கும் வெள்ளம் வந்துள்ளது. மிகவும் வருத்தமான செய்தியாக இருக்கிறது, இளவரசே...!!

இத்தருணத்தை தங்கள் தம்பியும், சிறிய இளவரசருமான நற்புகழ்-மணி நமது மாமன்னரிடம் தங்களைப் பற்றி தவறான குற்றச்சாட்டுகளை முன்வைத்து, முதன் மந்திரி ஏகாம்பரத்தாரின் உதவியுடன் மன்னரின் அனுமதியைப் பெற்று, உங்களின் அனைத்து பதவிகளையும் தங்கள் தம்பி நற்புகழ்மணியிடம் கொடுக்கச் செய்துள்ளார்.

மற்றும் தங்களைப் புறம் தள்ளி நற்புகழமணியே காந்தள் தேசத்-தின் அடுத்த பட்டத்திற்கு உரியவனாகச் செய்யவும், முதன் மந்திரி ஏகாம்பரத்தாருடன் இணைந்து திட்டம் தீட்டுவதாகவும் கேள்விப்பட்-டேன்...!!” என்றான் கிடையரையன்.

அதுமட்டுமின்றி இளவரசன் நற்புகழ்மணி நாட்டின் அனைத்து வணிகர்களின் கிடங்குகளையும், படைகளின் உதவியால் தன் கட்டுப்-பாட்டிற்குள் வைத்துள்ளாராம்.

எங்களின் அரண்மனைகளும், மாளிகைகளும் தற்பொழுது இளவர-சன் நற்புகழ்மணியின் கட்டுப்பாட்டில் தான் உள்ளது.

அனைத்து வணிகர்களின் குடும்பங்களுக்கும், ஒருவேளை உணவு கூட அரச கட்டளை வந்தால் தான், கிடைக்கிறதாம் இளவரசே...!!” என்று மிகவும் சோகமான பாவனையில் கூறினான்.

“இவைகள் மட்டுமின்றி மழையால் பாதிக்கப்பட்ட மக்களுக்கு எங்-கள் வணிகக் கிடங்கில் வர்த்தகத்திற்காக சேமித்து வைத்திருந்த

அனைத்து பொருட்களையும் வாரி வழங்கி வருகிறாராம், இளவரசன் நற்புகழ்மணி.

அடுத்த ஆறு மாதங்களுக்கு நமது நாட்டின் வணிகர்கள் தொழிலே செய்ய முடியாதவாறு செய்தாகிவிட்டது, இளவரசே...!!

இது நமது நாட்டையும் நாட்டின் வளர்ச்சியையும் பாதிக்கும் என்று அவர்கள் கவலைப்படவில்லை என்றே நான் நினைக்கிறேன்...!!" என்றான் கிடையரையன்.

"இளவரசே...!! தாங்களே இப்பயணத்தில் எங்களின் தொழிலையும், வாழ்வையும் கண்டீர்கள். இரவு பகல் பாராமல் பொங்கும் கடலின் ஆழிப் பேரலைகளுடன் போராடி, பல தேசங்களையும் பல கடல்களையும் கடந்து பயணித்து, ஊர் ஊராக சென்று துறைமுக வரி, லாப வரி, கடை வாடகை, ஆட்களின் ஊதியம், கடற்கொள்ளையர்களிடம் சிக்கி சேதமான கலங்களை பராமரிக்கும் செலவு என்று பல தேசங்களில் பல விதமான வரிகளை செலுத்தி, வியாபாரம் செய்து பிழைக்கும் எங்களுக்கு வந்த இச்சோதனையை..." என்று பேச முடியாதவர் போல் வாயடைத்து மௌனம் காத்தான் கிடையரையன்.

"ஐயா...!! தாங்கள் வருந்த வேண்டாம். என் தம்பிக்கு இராஜிய ஆசை முற்றி விட்டது. இதை நான் விட்டு விடமாட்டேன். தங்களுக்கு என்றுமே பக்க பலமாய் நான் இருப்பேன்...!!" என்று ஆறுதல் கூறினான் மகிழ்நன்.

"கிடையரையரே...!! நாம் எப்பொழுது புறப்படப் போகிறோம்...??" என்று மீண்டும் கேட்டான் மகிழ்நன்.

"இன்றைய பொழுது மழை மற்றும் காற்றின் நிலையைப் பார்த்து விட்டு, நாளையோ அல்லது நாளை மறுநாளோ புறப்படலாம் என நினைக்கிறேன், இளவரசே...!!" என்றான் கிடையரையன்.

"சரி... இன்று நண்பகலே நாம் அந்திவர்டனைச் சந்திக்க ஏற்பாடு செய்யுங்கள்...!!"

"அப்படியே செய்கிறேன், இளவரசே...!!" என்று விடைபெற்றான் கிடையரையன்.

கதிரவன் கடந்த இரண்டு நாட்களாய் அந்த மாளிகையிலே அங்கும் இங்குமாக மறைந்து அனைத்தையும் பார்த்துக் கொண்டிருந்ததால், பல சதிச் செயல்களையும் இளவரசன் மகிழ்நன்னின் உண்மை நிலையையும்

மாற்றத்தையும் அறிந்து கொண்டான்.

விரைவில் தான் அங்கிருந்து புறப்பட வேண்டியதன் அவசியத்தை உணர்ந்து, தன் பயணத்திற்கு ஏற்ற கலத்தை தேர்தெடுத்து, துறைமுகத்- தில் தயார் நிலையில் வைக்க வேண்டிய அவசியத்தால், மாளிகையை விட்டு கதிரவன் வெளியேறினான்.

மாளிகையை விட்டு வெளியேறிய கதிரவன் வீதிகளின் வழியே சென்று, தன் நண்பனை மறைவான இடத்தில் சந்தித்து சில நேரம் பேசிவிட்டு துறைமுகத்தை நோக்கி நடந்தான்.

துறைமுகத்தை அடைந்த கதிரவன் சற்றே அதிர்ச்சி அடைந்து நின்- றான். அங்கு அவன் கண்ட காட்சி அவனை அவ்வாறு அதிர வைத்- தது.

துறைமுகத்தில் எப்பொழுதுமில்லாத அளவிற்கு போர் கலங்கள் நிறைய நிறுத்தப்பட்டிருந்தது. ஏன் எதற்கு என்று புரியாமல், முன் சென்று உல்லாசக் கலத்தின் வாடகை மையத்தை அடைந்து, அங்கி- ருந்த உரிமையாளரிடம், "தனக்கு ஒரு வேகப்படகு, அதுவும் இன்று இரவே வேண்டும்...!!" என்றான்.

இதைக் கேட்ட அந்த உரிமையாளர், "ஐயா...! எங்களிடம் இருக்- கும் அனைத்துக் கலங்களையும் எங்கள் நாட்டின் ஆளுநரின் பெயரால், படையினர் எடுத்துச் சென்றுள்ளனர். அதனால் இப்பொழுது என்னால் உங்களுக்கு உதவ முடியாது...!!" என்றார். அவரிடம் ஏதும் பேசாமல் அங்கிருந்து புறப்பட்டான்.

மேலும் பலவற்றைக் கேட்டு சோர்வுற்ற கதிரவன், துறைமுகத்தின் அருகிலிருந்த கலங்கள் பழுது பார்க்கும் தொழிற்ச் சாலையின் வீதியை அடைந்தான். அங்காவது ஏதேனும் பழைய கலம் கிடைக்குமா என்று தேடிப் பார்க்க நினைத்து, ஒவ்வொரு வீதியாக விசாரித்தான்.

இறுதியாக வீதியின் எல்லையை அடைந்து, ஏமாற்றத்துடன் மீண்டும் வந்த வழியே திரும்பினான்.

திரும்பி வருகையில் வீதியோரக் கடையில் இதற்கு முன் தனக்குப் பழக்கப்பட்ட ஒருவரைப் போன்றவர் வடை தின்று கொண்டிருப்பதைப் பார்த்த கதிரவன், இவர் யாரென்று சிந்தித்து கொண்டே அக்கடையை நோக்கி நடந்தான்.

'ஆம்.... இவர் கலபதி தான். நம்மை எந்தியவு தீவிலிருந்து இத்-தேசத்திற்கு மிக விரைவாக அழைத்து வந்த கலபதி தான்...!!' என்று அகமும் முகமும் மலர அவரை நோக்கி அக்கடைக்கு விரைந்தான்.

"வணக்கம் கலபதி...!! நலமா....??" என்றான் கதிரவன்.

"ஆ! வாருங்கள் நண்பரே...!! தங்களால் நலமாக உள்ளேன் ஐயா, அண்ணே...!! எனது நண்பருக்கு இரண்டு வடை கொடுங்கள்...!!" என்று கடைகாரனிடம் சத்தமாகக் கூறினான் கலபதி.

"நண்பா....!! வடையைச் சாப்பிடுங்கள்...!!" என்றான் கலபதி. கதி-ரவன் வடையை வாங்கிக் கொண்டு, தான் கலம் வேண்டி அலைவதைச் சொல்லி சோர்வுற்றான்.

மற்றும் தான் ஒரு அவசர காரிய நிமித்தமாக, இன்று இரவே காந்-தள் தேசத்திற்கு பயணிக்க வேண்டும் என்பதையும் கூறினான்.

"ஒவ்வொரு கலங்களின் உரிமையாளரையும் அணுகினேன், யாரும் வரவில்லை, கலங்களும் ஏதுமில்லை என்கிறார்கள். தாங்கள் ஒருவர் தான் இப்பொழுது எனக்கு உதவ முடியும் என்று நினைக்கிறேன்...!!"

கலபதி சற்று சிந்தித்து விட்டு, "நண்பா....!! என் கலம் அந்த தொழிற் பட்டறையில் தான் இருக்கிறது. அதை பழுது பார்க்கும் பணி-கள் முழுவீச்சில் நடைபெற்றுக் கொண்டிருக்கிறது மற்றும் புதிய பலகை-கள் இணைக்கும் பணியையும் செய்து கொண்டிருக்கிறார்கள்...!" என்று இழுத்தான் கலபதி.

"சரி... எதுவானாலும் பரவாயில்லை, உங்களுக்காக நான் வரு-கிறேன். மழையும் காற்றும் ஓரளவு தான் ஓய்ந்துள்ளது, இருந்தாலும் வருகிறேன் நண்பா. ஆனால் உன் நாட்டில் ஒரு நல்ல தொழிற் பட்ட-றையை எனக்கு காண்பித்த பிறகு தான், என்னை விட்டு நீங்கள் செல்ல வேண்டும். கலத்தின் மற்ற வேலைகளை உங்கள் காந்தள் தேசத்திலே நான் செய்து கொள்கிறேன்...!!" என்றான் கலபதி.

கலபதியைக் கட்டித் தழுவிக் கொண்டு, தன் இடையில் வைத்திருந்த ஒரு பொன் நாணய மூட்டையைக் கொடுத்தான் கதிரவன்.

கலபதியோ, "நண்பா! எனக்கு இவ்வளவு பொன் வேண்டாம். இதோ இந்த பொன் போதும்...!!" என்று சில தங்க நாணயங்களை மட்டும் எடுத்துக் கொண்டு தான் எப்பொழுது எங்கு காத்திருக்க வேண்டுமென்று கேட்டான் கலபதி.

"இன்று இரவு யாமத்திலே நீங்கள் தயாராய் இருங்கள். நான் இங்-கேயே வருகிறேன். அதன் பின் நாம் புறப்படலாம்...!!" என்ற கதிரவன் கடையில் இன்னும் ஐந்து வடைகளை வாங்கி கொரித்துக் கொண்டே மாளிகையை நோக்கி நடந்தான்.

மாளிகையின் வீதியை அடைந்த கதிரவனை, வீதியின் நடுவே புதி-தாக காவற்வீரர்கள் சிலர் நின்று வழிமறித்தனர்.

"இது என்னடா சோதனை நமக்கு...?? சில நாழிகை முன் தான் இவ்வழியே எந்த தங்கு தடையுமின்றி சென்றோம்... இப்பொழுது எங்-கிருந்து முளைத்தது இந்த கட்டுக்காவல்...??" என்று தனக்குள் பேசிக் கொண்டிருக்கையில் அவ்விடத்திற்கு கதிரவனின் நண்பன் ஐய்யனார் வந்தான்.

கதிரவனை வீரர்கள் தடுத்து விசாரிப்பதைப் பார்த்து, "அடேய்... இங்கு என்னடா செய்கிறாய்...??" என்று கதிரவனை அதட்டினான் ஐய்யனார்.

நண்பனை கண்டதும் கதிரவனின் உள்ளம் மகிழ்ந்தது. நிலைமையை உணர்ந்து கைக்கட்டி மிகவும் பணிவுடன், "ஐயா...!! இவர்கள் என்னை நமது மாளிக்கைக்குச செல்ல விடமாட்டேன் என்கிறார்கள்...!!" என்-றான் கதிரவன்.

"ஐயா...!! நாங்கள் கிடையரையரின் பணியாட்கள்...!!" என்றபடி "இதோ...!!" என்று தன் இடையில் வைத்திருந்த வணிகர் கூட்டமைப்-பின் முத்திரையை காவல் வீரனின் முன் காண்பித்தான் ஐய்யனார்.

உடனே வேல்கள் விலகின. இருவரும் உள்ளே சென்றனர். மாளி-கையையும், அதனைச் சுற்றிலும் ஒவ்வொரு மூலையிலும் வேல் பிடித்த வீரர்கள் நிறுத்தப்பட்டிருந்தனர்.

வீதியில் செல்லும் பொழுதே ஐய்யனார் ஒரு முத்திரையை கதிர-வனிடம் கொடுத்தான். "இதற்கு அவசியமிருந்தால் மட்டுமே பயன்ப-டுத்து...!!" என்றான் ஐய்யனார்.

கதிரவன் முதல் முறையாக ஐய்யனாருடன் அந்த மாளிகையின் வாயில் வழியாக உள்ளே சென்றான்.

மாளிகையின் உள்ளே சென்றதும், அங்கு அவன் மாளிகையின் விசாலமான அறையில் ஆசனத்தில் இளவரசன் மகிழ்நன், கிடையரை-யன் மற்றும் அந்திவர்டனும் உடன் சில வீரர்கள்... இல்லை அவர்க-

ளைப் பார்த்தால் கீழ்நிலை வீரர்களாகத் தெரியவில்லை, தளபதிகளாய் தோன்றுகிறதே...!! என்று நினைத்துக் கொண்டான்.

அனைவரையும் ஒரு சேரக் கண்ட கதிரவனுக்கு ஒன்றும் புரிய‌வில்லை.;மேலும் அவர்கள் அங்கு வெகு நேரமாக ஆலோசிப்பதாகவும் அவனுக்குத் தோன்றியது.

ஐய்யனாருடன் மாளிகையின் உள்ளே செல்வதை கிடையரையன் பார்க்காத வண்ணம், வீரர்களின் பின்னே மறைந்தபடி ஐய்யனாரின் உடல் மறைவில் சென்றான்.

அவன் அங்கு அடையும் போது இளவரசன் அந்திவரடனிடம், "ஐயா...!! நீங்கள் உங்களது படைகளை என்னுடன் அனுப்புங்கள். மற்‌றதை நான் பார்த்துக் கொள்கிறேன்." என்றான்.

இதை கேட்ட கதிரவனுக்கு தூக்கிவாரிப் போட்டது... எதற்கு இளவரசன் படைகளைக் கேட்கிறான்.

"தங்களுக்கு விருப்பமென்றால், படையுடன் தாங்களும் வரலாம்...!!" என்றான் மகிழ்நன்.

"உங்கள் படைகளுடன் எங்கள் தேசத்தின் கடல் எல்லையில் நின்று கொள்ளுங்கள். நானோ அல்லது கிடையரையனோ அல்லது தங்களுக்கு அந்தரங்க நம்பிக்கைக்கு பாத்திரமான ஒருவரை என்னுடன் அனுப்புங்‌கள்...!!" என்றான்.

"படை அவசியம் வேண்டுமென்றால், தங்களின் ஆள் வந்து செய்தி சொன்னதும், தாங்கள் படைகளுடன் தலைநகரின் உள்ளே வந்ததும், நாம் இணைந்து போரிட்டு, நாட்டைக் கைப்பற்றுவோம்...!!" என்றான் இளவரசன் மகிழ்நன்.

இதை கேட்ட அந்திவர்டன், "நல்ல யோசனை தான், ஆனால் ஒருவேளை இவர்கள் நம்மை ஏமாற்றிவிட்டால், நாம் என்ன செய்‌வது...??" என்று தன் மனதிற்குள் சிந்தித்தான்.

"இளவரசே...!! நானும் என் தளபதிகளும் சற்று நேரம் ஆலோ‌சித்து விட்டு வருகிறோம்...!!" என்றான் அந்திவர்டன்.

"சரி ஐயா...!! எனக்கு ஒன்றும் ஆட்சேபணையில்லை, தாங்கள் எவ்வளவு நேரம் வேண்டுமானாலும் எடுத்துக் கொள்ளுங்கள்...!!" என்‌றான் மகிழ்நன்.

அந்திவர்டனும், தளபதிகளும் மாளிகையை விட்டு கடற்கரையில் வட்டவடிவாய் நின்று ஆலோசனை செய்தனர். அவர்களைச் சுற்றி பல அடுக்கு பாதுகாப்பு அரண் அமைத்திருந்தனர்.

அவர்கள் என்ன பேசுகிறார்கள் என்று எப்படியும் கதிரவனுக்கு கேட்காது என்பதால், அந்த அறையின் உள்ளே ஒரு ஓரமாய் மறைந்தபடி நின்றிருந்தான். அதுமட்டுமின்றி அவர்களின் முதல் ஆலோசனையைக் கேட்காமல் விட்டிருந்தாலும், இறுதி முடிவையாவது அறிந்து கொண்டு, விரைவாக காந்தள் தேசம் நோக்கிச் செல்ல வேண்டும் என்றும் தீர்மானித்தான்.

ஒரு நாழிகை கழித்து அந்திவர்டனும், தளபதிகளும் மாளிகையினுள் வந்தனர். ஆனால் இம்முறை இதற்கு முன் இருந்த இரு தளபதிகள் இப்பொழுது வரவில்லை.

அந்திவர்டன் ஆழ்ந்த யோசனையுடனே தன் இருக்கையில் அமர்ந்தான். சற்று நேரத்தில் தன் தொண்டையைக் கனைத்து விட்டு, "இளவரசே...!! தங்கள் திட்டத்திற்கு நான் உடன்படுகிறேன். பின் வேறு ஏதாவது கோரிக்கையோ அல்லது நிபந்தனைகளோ உண்டா...??" என்றான்.

"ஆம்...!! அந்திவர்டரே...!! நான் காந்தள் தேசத்தை இரண்டாகப் பிரிக்க நினைக்கிறேன்."

இதை கேட்டதும் அங்கிருந்த அந்திவர்டனுக்கும், கிடையரையனுக்கும் தூக்கிவாரிப் போட்டது.

"என்ன இளவரசே...!! இது புதிய திட்டமாயிருக்கிறது...??" என்றான் கிடையரையன்.

"ஆம்...!! கிடையரையரே...!! நான் சகோதர துரோகம் செய்ய விரும்பவில்லை. அதனால் காந்தள் தேசத்தை இரண்டாகப் பிரித்து, அதில் ஒரு பகுதியை எனக்கும், மற்றொரு பகுதியை என் தம்பி நற்புகழ்மணிக்கு என்று தான், என் தந்தையிடம் நான் கேட்கப் போகிறேன்....!!" என்றான் மகிழ்நன்.

"இளவரசே...!! இது...." என்று தொடங்கிய கிடையரையனை தடுத்த அந்திவர்டன், "இளவரசே...!! நான் இதற்கு சம்மதிக்கிறேன். ஆனால் ஒரு நிபந்தனையுடன் தான்...!!" என்றான்.

"அது என்ன நிபந்தனை...??" என்றான் மகிழ்நன்.

"காந்தள் தேசத்தை இரண்டாகப் பிரிப்பதில், எனக்கு எந்த ஒரு வருத்தமுமில்லை. ஆனால் காந்தள் தேசத்தை "வட காந்தள்" என்றும் "தென் காந்தள்" என்றும் தான் பிரிக்க வேண்டுகிறேன்.

அதிலும் வட காந்தள் தேசத்தை உங்களுக்கு வேண்டிக் கேட்க வேண்டுமென்பது தான் என் வேண்டுகொள்...!!" என்றான் அந்திவர்டன்.

"ஏனென்றால் வடக்கு பகுதி தான் மற்ற தேசங்களுக்கு அருகில் இருக்கிறது, தெற்கு தேசமாக இருந்தால் தொழில் தொடங்குவதில் அதிக சிரமமிருக்கும்...!!" என்றான் அந்திவர்டன்.

"நானும் வட காந்தளைத் தான் எனக்கு கேட்கத் திட்டமிட்டுள்-ளேன்... அது மட்டுமின்றி நான் இன்னும் ஒரு நிபந்தனையை உங்க-ளுக்கு வைக்க உள்ளேன்...!!" என்றான் மகிழ்நன்.

"மேலும் என்ன புதிய நிபந்தனை, இளவரசே...??" என்றான் கிடையரையன்.

"இல்லை கிடையரையரே...!! இது தான் இறுதி நிபந்தனை. நாம் காந்தள் தேசத்தை பிரித்ததும், வட காந்தள் தேசத்தின் ஆளுநராக என்-னையே அறிவிக்கப் போகிறேன்...!!" என்றான்.

இதைக் கேட்டதும் இருவரும் மீண்டும் அதிர்ந்தனர், "என்ன இளவ-ரசே இது...??" என்றான் அந்திவர்டன்.

"கவலை வேண்டாம், அந்திவர்டரே...!! தேசத்தை இரண்டாகப் பிரித்த உடனே கிடையரையரை ஆளுநராக நியமித்தால், மக்கள் அதி-ருப்தி தெரிவிப்பார்கள். மற்றும் நாட்டின் நிறைய குழப்பங்களும் வீண் சண்டைகளும் உருவாக நேரிடும். அதனால் நானே ஆளுநராக இருப்-பது நல்லது.

என்ன தான் நான் ஆளுநராக இருந்தாலும், முதன் மந்திரியாக கிடையரையரைத் தான் அறிவிப்பேன்...!!" என்றான் மகிழ்நன்.

இது அவர்களுக்குச் சற்று ஆறுதல் அளித்தாக தெரிய, "நாம் எப்-பொழுது புறப்படலாம்...??" என்றான் கிடையரையன்.

"இப்பொழுதே புறப்பட நான் சித்தமாயுள்ளேன்..!!" என்றான் மகிழ்-நன்.

"அப்படியென்றால் இன்று இரவே நாம் மூவரும், நயக்கிதி தேசத்து படைகளுடன் புறப்படலாம். மழையும் காற்றும் நின்று விட்டதால், கடல்

நமக்கு சாதகமாக உள்ளது..!!” என்றான் அந்திவர்டன்.

“வெற்றி நமதே…!! இரவு சந்திக்கலாம்…!!” என்று மூவரும் இருக்கையிலிருந்து எழுந்து சென்றனர்.

கிடையரையனும், அந்திவர்டனும் ஒன்றாகத் தேரில் ஏறி புறப்பட்-டனர்.

அனைவரும் அவ்விடத்தை விட்டு சென்ற பிறகு, கதிரவனும் மாளி-கையை விட்டு வெளியேறி துறைமுகத்தை நோக்கி விரைந்தான்.

மாலையில் துறைமுகத்தை அடைந்த கதிரவன், கலபதியை துறை-முகத்தின் வீதிகளில் தேடினான். ஒருவழியாக கலங்கள் தொழிற் பட்ட-றையிலிருந்து கடலில் இறங்கும் இடத்தில் கலபதியைக் கண்டு கொண்-டான்.

“கலபதி…!! கலபதி…!!” என்று அழைத்தபடியே அவன் அருகில் ஓடினான் கதிரவன்.

“என்ன நண்பா…!! இவ்வளவு பதற்றத்துடன் ஓடிவருகிறாய்…??”

“கலபதி…!! நாம் இப்பொழுதே காந்தள் தேசத்திற்கு செல்ல வேண்-டும், ஒரு வினாடியும் தாமதிக்க கூடாது…!!” என்றான் கதிரவன்.

“நண்பா…!! அதோ பார்… நமது கலத்தைத் தான் கடலில் இறக்-கும் பணியில் சுறுசுறுப்பாக இந்த ஆட்கள் ஈடுபட்டுள்ளனர்.

அவர்கள் இறக்கியதும் பொருட்களை ஏற்றி, நாம் புறப்படலாம்…!!” என்று கலத்தைக் கடலில் இறக்கும் இடத்தைக் காண்பித்தான் கலபதி.

கதிரவன் ஆவலுடன் கலபதி காண்பித்த இடத்தை நோக்கினான். ஐம்பதுக்கும் மேற்பட்ட பணியாட்கள் கலத்தை கடலில் இறக்கும் பணி-யில் ஈடுபட்டுக் கொண்டிருந்தனர்.

வரிசையாக அடுக்கி வைக்கப்பட்ட உருண்டை வடிவ கட்டைகளின் மீது கலம் நிற்க… அதனைச் சுற்றி நாலா பக்கத்திலும் கயிற்றால் பிணைத்திருந்தனர். கலத்தின் பின் பகுதி கடலை நோக்கி நிற்க… அதன் பின்புறக் கயிறுகள் அங்கே கடலில் நின்றுக் கொண்டிருந்த இழு-வைக் கலங்களுடன் கட்டப்பட்டிருந்தது.

முன் பகுதி மற்றும் இரு புறத்தின் பகுதிகளையும் கரையில் நின்ற பணியாட்களின் கைகளிலும் வேறு இரு கலத்துடனும் கட்டப்பட்டிருந்-தது.

பின் பகுதி கயிற்றைப் பற்றியிருந்த கலம், கடலின் உள் செல்ல இவர்களின் கலம் மெல்ல மெல்ல பின் நகர்ந்தது.

கலம் இரு பக்கவாட்டிலும் சாயாமலிருக்க கரையில் நின்ற பணி-யாட்கள், அதனை நிலைப்படுத்த தங்களின் திசையில் இழுத்துப் பிடித்-தனர்.

மெதுவாக அரை நாழிகைகுள் கலம் முற்றிலுமாக கடலில் இறங்கி-விட்டதன் அறிகுறியாக, கடல் நீர் கதிரவனின் முகத்தில் அடித்தது.

கலம் கடலில் இறங்கியதும், கதிரவன் பெருமூச்சை விட்டான். மனத்திற்குள் ஒரு சிறு நிம்மதியும் ஏற்பட்டது.

கலபதி கலத்தில் ஏறி ஆய்வு செய்து, தன் பணியாட்களை அழைத்து பயணத்திற்கு வேண்டிய பண்டங்களை ஏற்ற உத்தரவிட்டான்.

"நண்பா....! மேலே வா!... நாம் புறப்பட வேண்டியது தான்..!!" என்றான் கலபதி. உடனே தாய் பசுவிடம் பால் குடிக்க ஓடும் இளங்-கன்றைப் போல் ஓடி, கலத்தில் ஏறினான் கதிரவன்.

அவன் கலத்தில் ஏறியதும் கலபதி அவன் அருகில் வந்து, "என்ன நண்பா....!! அவ்வளவு அவசரமா உனக்கு...?? கொஞ்சம் பொறுத்துக் கொள், இரு நாழிகைக்குள் நாம் துறைமுகத்திலிருந்து புறப்பட்டு விட-லாம்...!!" என்றான்.

"நான் சென்று சுங்க வரி மற்றும் துறைமுக வரிகளைக் கட்டிவிட்டு, ஒரு நாழிகையில் வருகிறேன்...!!" என்று கதிரவனிடமிருந்து விடை-பெற்று சென்றான் கலபதி.

கூறியது போல ஒரு நாழிகையில் வந்து கலத்தில் ஏறினான்.

கலத்தில் ஏற்றிய அனைத்து பண்டங்களையும் சோதனையிட்ட பின், கலத்தை செலுத்த ஆரம்பித்தான்.

கலம் மெதுவாக துறைமுகத்தில் நின்றிருந்த போர் கலங்களுக்கு இடையில் லாவகமாக பாய்ந்து சென்று, துறைமுகத்தை விட்டு ஆழ்க-டலை நோக்கிச் சென்றது.

துறைமுகத்தின் எல்லையில் காவற் கலம் ஒன்று முன்வந்து, இவர்-களின் கலத்தை மறித்து வரி கட்டியதை உறுதி செய்த பின், கலபதியி-டம் சில வெள்ளி நாணயங்களைப் பெற்றுக் கொண்டு கலத்தை மேலும் செல்ல அனுமதித்தனர்.

அனைத்து சோதனைகளையும் முடித்து, கலம் ஆழ்கடலை நோக்கி எதிரில் சீறிவரும் அலைகளை முட்டிப் பாய்ந்தது.

கதிரவன் கலத்தின் மேல் தளத்தில் நின்று, நயக்கிதி நாட்டின் துறை-முகத்தையே விடாமல் பார்த்தான். அவன் முகத்தில் ஏதோ நெருப்-புக் குழம்பின் மேல் நிற்பவனுக்கு வியர்ப்பது போல் வியர்த்து••• படப-டத்து••• அவன் இதயம் துடித்தது.

துறைமுகம் முழுவதும் போர் கலங்களாலும், வீரர்களாலும் நிறைந்தி-ருந்தது. இன்னும் ஒரிரு நாட்களில் இவர்கள் நம் தேசத்தை அடைந்து விடுவர், அதற்குள் நாம் நம் இளவரசன் நற்புகழ்மணியைச் சந்தித்து இங்கு நடந்த அனைத்தையும் கூறி, இவர்களின் படையெடுப்பைத் தடுக்க வேண்டிய ஏற்பாடுகளைச் செய்ய வேண்டுமென்று நினைத்தான்.

மூன்று நாழிகையாய் கலம் மெல்ல மெல்ல அலைகளுடன் மோதி••• மோதி மேலே சென்றது. இப்பொழுது நயக்கிதி தேசத்தின் துறைமுகம் முற்றிலுமாக மறைந்து விட்டது, ஆனால் அதன் கலங்கரை விளக்கின் வெளிச்சம் மட்டும் சற்று மங்கலாய் தெரிந்தது.

"நண்பா•••!! வா நாம் இரவு உணவு உண்ணலாம்•••!!" என்று பாச-மாய் அழைத்தான் கலபதி. "நாம் அமர்ந்தோ அல்லது நல்ல உணவை உண்டோ••• வெகு நாட்களாகிறது•••!!" என்று கலபதியை நோக்கி விரைந்தான் கதிரவன்.

கலபதியுடன் இரவு உணவை முடித்த கதிரவன், கலத்தில் அவனுக்-கென அளித்த அறையில் சென்று உறங்க முயற்சித்தான்.

வெகு நேரமாய் அவனுக்கு உறக்கம் வரவில்லை. அவன் காந்தள் தேசத்தை விட்டு புறப்பட்ட போது அவன் தேசம், மழையாலும் வெள்-ளத்தாலும் அழிந்துக் கொண்டிருந்தது நினைவுக்கு வந்து, அவனை உறங்கவிடாமல் செய்தது.

அவன் காந்தள் தேசத்தை விட்டு புறப்படுமுன், புயலாலும் தொடர் மழையாலும் காந்தள் தேசம் வரலாற்றிலே மிகப் பெரும் அழிவை எதிர் கொண்டது.

கதிரவன் காந்தள் தேசத்திலிருந்து புறப்பட்ட இரவு, நாட்டின் தென் பகுதியில் இருந்த பெரிய அணைகள் சில உடைந்து ஊர்களின் உள்ளே வெள்ளம் புகுந்தது.

மக்கள் கூட்டம் கூட்டமாக இறந்து மடிய... கூரைகளும் வீடுகளும் சிறிய மச்சு வீடுகளும், பழைய மாளிகைகளும் மண்ணோடு மண்ணா‌கின.

எனினும் அன்று அவன் புறப்பட்ட நாளின் மாலையில் மழை குறைந்ததால், ஆண்கள் கொஞ்சம் கொஞ்சமாக கூடாரங்களிலிருந்து வெளி வந்து நாட்டை சீர் செய்யும் பணியில் ஈடுபட்டனர்.

நற்புகழ்மணியும் சில நாட்களாக உறங்காமல், ஊர் ஊராகச் சென்று மக்களை நேரில் சந்தித்து ஆறுதல் மொழிந்து, படையினரையும் உற்சா‌கப்படுத்தி வந்தான்.

சிறிய இளவரசரின் செயல்கள் மக்களை நெகிழச் செய்து, மனம் மகிழச் செய்தன.

மகிழ்நன் மீது இருந்த மதிப்பு குறைந்து வெறுப்பு உண்டாயின. நாம் இப்படி அல்லோல கல்லோல பட்டுக் கொண்டிருக்கிறோம். ஆனால் நமது இளவரசன் மகிழ்நன் தங்களைப் பார்க்க‌ கூட வரவில்லையே என்று ஆதங்கப்பட்டனர். மக்களுக்கு இளவரசன் நாட்டில் இல்லாத செய்தி அதிகம் தெரியாததால், அவ்வாறு கோபம் கொண்டிருந்தனர்.

மாளிகையில் தங்க வைக்கப்பட்டிருந்த மக்களுடன் மாளிகையிலு‌ருந்த செல்வந்தர்களின் குடும்பத்தினர் சிலர் சண்டை பிடிக்கவும் செய்‌தனர். இந்த சிறிய சண்டைகளை அங்கிருந்த படையினர் விலக்கி, அமைதி காத்திருக்க வேண்டினர்.

காலை விடிந்ததும் சில நாட்களுக்கு பிறகு, ஆதவன் மக்களைக் காண வெளி வந்தான். உயிர் பிழைத்திருந்த சேவல்கள் "கொக்க‌ரக்கோ...கோ...!! கொக்கரகோ கோ....!!! என்று கூவின. மழையா‌லும் குளிர் காற்றாலும் அச்சேவல்களின் குரல் சற்றே தேய்ந்திருந்தது.

சேவல் கூவியதும்... மக்கள் கூடாரங்களிலிருந்தும் மாளிகையிலி‌ருந்தும் வெளியேறி, தங்களின் வீடுகளிருந்த இடத்திற்கு வந்து பார்த்‌தனர்.

நிறைய வீடுகள் இருந்த இடமே தெரியாமல் போயிருந்தன. மற்ற சில வீடுகளின் கூரைகள் மட்டும் காணாமல் போயிருந்தன. சில வீடு‌களுக்கு சிறிய சேதமே ஏற்பட்டிருந்தது.

மக்களும் படையினருடன் சேர்ந்து வீதிகளில் ஓடும் நீரை, வயல் மற்றும் ஓடைகளின் பக்கமாக திசை மாற்றினர். வேறு சிலர் வீதிகளில் விழுந்த மரங்களை அப்புறப்படுத்தி, ஓர் இடத்தில் வைக்க அதை ஒரு

குழுவினர் புதிய வீடுகள் கட்ட ஏற்றவாறு மரக்கிளைகளை வெட்டி, அடுக்கி வைத்தனர்.

மண்டலாதிபதிகள், அவர்களின் மண்டலங்களில் வீடுகளை இழந்த- வர்களுக்கு புதிய வீடுகளை முதலில் கட்ட ஆணையிட்டனர். அதன் படி விதியில் விழுந்து கிடந்த மரத்தை வெட்டிய கிளைகளால், புதிய குடிசை வீடுகளைக் கட்டும் பணி மிகவும் சுறுசுறுப்பாய் நடந்தன.

கூரை இழந்த வீடுகளுக்கு கூரைகளையும், சிறு சேதமடைந்த வீடு- களின் உரிமையாளர்கள் நல்லா இருக்கும் பகுதியை சீரமைத்து தங்கி- னர்.

நண்பகல் வந்ததும், செல்வந்தர்களின் மாளிகையிலிருந்த அனைத்து மக்களும் முழுமையாக வெளியேறினர், நாட்டின் அனைத்து வீதிகளை- யும் சீரமைத்து விட்டனர். ஓடைகளின் கரைகள் உறுதியாய் இருக்க தகுந்த ஏற்பாடுகள் செய்தனர்.

மாலைக்குள் நாட்டின் அனைத்து வீடுகளும் ஓரளவுக்கு சரி செய்தி- ருந்தனர். அதுவரை உணவுகளை அனைவருக்கும் படையினரே பொது- வாக சமைத்து மக்களுக்கு வழங்கி வந்தனர்.

நற்புகழ்மணியும், தான் செல்லும் இடமெங்கும் மக்கள் உண்ணும் உணவையே மக்களோடு மக்களாக தானும் உண்டு வந்தான். இச்செயல் மக்களிடையே அவன் மீதிருந்த நன்மதிப்பைப் பன்மடங்கு உயர்த்தியது.

மறுநாள் காலை விடிந்தது. ஆதவன் இன்று தெளிவான வானத்தில் ஒளிர்ந்து எழுந்தான். அதேபோல் இம்முறை சேவல் நன்றாக கொக்க- ரக்கோ...!!! என்று உரக்கக் கூவியது.

அன்று காலையும் மக்களுக்கு படையினரே சமைத்து உணவு வழங்- கினர். உணவை முடித்த ஆண்கள், தங்களின் பயிர் நிலங்களை ஒழுங்- குபடுத்த வயல்களுக்குச் சென்றனர்.

வயல்களில் நீர் ஓரளவு குறைந்திருந்தன மற்றும் சில நிலங்களில் நீர் முற்றிலுமாகக் குறைந்ததிருந்தன.

நீர் முற்றிலுமாக குறைந்திருந்த நிலங்களில், மக்கள் மாடுகளைக் கொண்டு ஏர் உழத் தொடங்கினர்.

மடிந்த மடையர்களன்றி எஞ்சியிருந்த மடையர்கள், தங்களின் ஏரி குளங்களைச் சீரமைத்து மீண்டும் மடையைக் காவல் செய்யும் பணியைத் தொடங்கினர்.

மற்றும் சிலர் ஆற்றின் கரையோரமாக சென்று, சங்கு மண்டபத்தில் சிக்கி இருந்த குப்பை மற்றும் சிறிய மரக்கிளைகளை அகற்றி, சங்கை சுத்தம் செய்யும் பணியைச் செய்தனர்.

அன்றைய நண்பகலில் அடிப்படை சமையல் பொருட்களை இழந்த மக்களுக்கு, தாங்களே சமையல் செய்ய வேண்டிய சட்டி பானை அரிசி பருப்பு சக்கரை வெல்லம் மற்றும் உடுத்திக் கொள்ள ஒவ்வொருக்கும் இரண்டு மாற்று உடைகளும், வயலில் விதைக்க நிலத்திற்கேற்ப விதை- களும் அரச கட்டளையின் பெயரில் மண்டலாதிபதிகள் வழங்கினர்.

இந்த பொருள் உதவிகள் மக்களின் மனதில் புதிய உறுதியை ஏற்ப- டுத்தியது. அவர்களும் வழமை போல் தங்களின் பணிகளைச் செம்மை- யாக செய்யத் தொடங்கினர்.

இவை எதுவும் தெரியாத கதிரவன், தன் தேசத்தில் இப்பொழுது வரை மழை பொழிந்து கொண்டிருக்கும் என்ற வருத்தத்துடன் படுத்து- றங்கினான்.

மறுநாள் காலை விடிந்தது. கலம் கடலிலிருந்த சுறாக்களுடன் போட்டியிட்டு வேகமாக சென்று கொண்டிருந்தது. அவ்வப்பொழுது எழுந்த கடல் அலைகளுடன் போரிட்டு செல்லும் போது, கலம் குலுங்- கிய குலுங்கலிலே கதிரவனுக்கு உறக்கம் தெளிந்தது.

தட்டுத் தடுமாறி மேல் தளத்தை அடைந்த கதிரிவன், அங்கு நின்று கொண்டிருந்த கலபதியைப் பார்த்து காலை வணக்கத்தைத் தெரிவித்- தான்.

கலபதியோ, "வா நண்பா...!!" நன்றாக உறங்கினாயா...?? காலை உணவு கலத்திலா...?? இல்லை உன் தேசத்திலா...??" என்றான்.

"என்ன கலபதி கேள்வி...?? எப்படியும் இன்று நண்பகல் தொடக்- கத்தில் தான், நாம் காந்தள் தேசத்தை சென்றடைய முடியும். பின் எப்- படி காலை உணவை நாம் அங்கு சாப்பிட முடியும்...??" என்றான் கதிரவன்.

"நண்பா...!! அதோ பார்..!!" என்று கையை நீட்டினான் கலபதி.

தன் கைகள் இரண்டையும் மேலே உயர்த்தி உடலை வளைத்து சோம்பலை முறித்து, கண்களை இரு கை விரல்களாலும் துடைத்து, கலபதி காட்டிய திசையை நோக்கி, "என்ன கலபதி... இது...??" என்- றான் கதிரவன்.

"உன் தேசம் தான், நண்பா...!! காந்தள் தேசத்தின் அழகிய துறை-முகம் தான் இது. இயற்கை அன்னையின் சிறந்த ஒரு அற்புதம் தான் காந்தள் தேசம். அத்தேசத்தை நாம் அடைந்து விட்டோம்...!!" என்-றான்.

"எப்படி இவ்வளவு விரைவாக வந்தோம்?"

"நயக்கிதி நாட்டில் என் கலத்தின் வேகத்தை அதிகரிக்க நானே ஒரு சிறப்பு வடிவமைப்பை வரைந்து, அதை நீ தந்த பொன்களால் பொருத்-தினேன்.

பொருத்தப்பட்டதன் செயல்பாட்டை சோதிக்க கூட நேரம் தராமல், நீ தான் அவசம் அவரசம் என்று அழைத்ததால், பொருத்தியதுமே நாம் புறப்பட்டோம். எனது வடிவமைப்பு நான் எதிர்பார்த்தைவிட நன்றாகவே வேலை செய்கிறது...!!" என்று பெருமை கொண்டான் கலபதி.

கதிரவன் மிகுந்த மகிழ்ச்சியுடன் கலபதியை கட்டி அணைத்தான். "கலபதி...!! நீ என்னுடன் வந்து எங்கள் இளவரசன் நற்புகழ்மணியை காண வேண்டும். அதற்கு உனக்கு சம்மதமா...??" என்றான்.

"என்ன நண்பா... இது கேள்வி...?? ஒரு சாதாரண கலபதிக்கு ஒரு நாட்டின் இளவரசரைப் பார்க்கும் வாய்ப்பு என்பதே அரிது. அத்-தகைய வாய்ப்பு எனக்கு கிடைக்க நான் நழுவ விடுவேனா...?? இது என் பாக்கியம்...!!" என்றான் கலபதி.

"சரி... கரையை அடைந்ததும், நீயும் என்னுடன் அரண்மனைக்கு வா...!!" என்றான் கதிரவன்.

கலம் காந்தள் தேசத்தின் துறைமுகத்தை அடைந்தது. கதிரவனும் கலபதியும் கீழே இறங்கினர்.

கலத்திலிருந்து இறங்கிய கதிரவன், தன்னுடன் கலபதியையும் அழைத்துக் கொண்டு, அருகிலிருந்த குதிரை லாயத்தை அணுகி தன்-னிடம் மீதமிருந்த பொன்னைக் கொடுத்து, இரண்டு குதிரைகளை வாங்-கினான்.

இருவரும் குதிரையில் ஏறி அரண்மனை நோக்கி பயணத்தைத் தொடங்கினர். காந்தள் நாட்டினுள் முதன் முறையாக இப்பொழுது தான் கலபதி வந்திருக்கிறான்.

காந்தள் தேசத்தின் தலைநகரம், கடந்த சில நாட்களுக்கு முன் பொழிந்த மழையால் மிகவும் சேதமடைந்து, சற்று அழகு இன்மையாக

கலபதிக்கு தெரிந்தது. இருந்தாலும் அதை உடனடியாக சரி செய்ய செய்திருந்த ஏற்பாடு, இந்நாட்டின் மீது அவனுக்கு ஓர் பெரிய மரியா- தையை ஏற்படுத்தியது.

ஒரு நாழிகை பயணத்தில் இருவரும் அரண்மனை கோட்டையை அடைந்தனர். கோட்டையின் வாயிலில் இருந்த காவல் வீரர்கள், வேல்- களை குறுக்கே வைத்து இருவரையும் தடுத்தனர்.

தன் இடையில் வைத்திருந்த இளவரசன் நற்புகழ்மணியின் முத்திரை மோதிரத்தை காண்பித்ததும், வேல்கள் இரண்டும் விலகி இருவருக்கும் மேலே செல்ல வழி ஏற்பட்டது. அதனை தொடர்ந்து கோட்டைக் கதவும் திறந்தது.

கோட்டைக்குள் சென்றதும், கலபதிக்கு மிகவும் பிரமிப்பாக இருந்தது. முதல் முறையாக அரச கோட்டைக்குள் செல்வது அவனுக்கு புதிய அனுபவமாயிருந்தது.

மிகவும் சுறுசுறுப்பாக உயர் அதிகாரிகளும், தளபதிகளும், ரதங்களும் போவதும் வருவதுமாக இருந்தது. ஒன்று இரண்டு நான்கு அரண்மனை- களைக் கடந்து விட்டோம், இன்னும் இவன் சென்று கொண்டே இருக்- கிறானே என்று நினைத்தான்.

"நண்பா....!! இன்னும் எவ்வளவு தூரம் நாம் செல்ல வேண்டும்....?? இங்கே நிறைய அரண்மனைகள் இருக்கின்றனவே....?? அனைத்தும் அரசருக்கு சொந்தமா....??" என்றான்.

"நண்பா....!! இதுவரை நீ பார்த்து வந்த அரண்மனைகள், விருந்- தினர் மாளிகை மற்றும் கோட்டை அதிகாரிகளின் அரண்மனைகள் தான். இதோ அந்த இடது பக்கத்தில் காணும் அனைத்து மாளிகை- களும் துணை அமைச்சர்களுடையது. அதோ வலது திசையிலிருக்கும் அனைத்து அரண்மனைகளும் அமைச்சர்களுடையது....!!" என்று ஒவ்- வொரு அரண்மனையாக கலபதிக்கு காண்பித்தான் கதிரவன்.

அனைத்தையும் கேட்ட கலபதிக்கு தலை சுற்றியது. இந்த கோட்- டையின் நந்தவனமே நம் கிராமத்தைவிட பெரியதாக இருக்கிறதே....!! என்று நினைத்துக் கொண்டே கதிரவனை பின் தொடர்ந்தான்.

இருவரும் ஓர் மாளிகையின் வாயிலை அடைந்து, அங்கிருந்த வீரர்களிடம் மீண்டும் அதே முத்திரை மோதிரத்தை காண்பிக்க கதவு திறந்தது. "கலபதி....!! இது தான் இளவரசன் நற்புகழ்மணியின் விருந்-

தினர் மாளிகை...!!" என்று உள்ளே அழைத்துச் சென்று கலபதியை அங்கே இருக்கச் செய்தான் கதிரவன்.

"கலபதி...!! நான் சென்று இளவரசரைப் பார்த்து உன்னை அழைத்து வர உத்தரவு பெற்ற பின், உன்னை அழைத்துச் செல்கிறேன். அதுவரை இங்கேயே இருங்கள். யாரெனும் கேட்டால், இளவரசன் நற்-புகழ்மணி இங்கே இருக்கச் சொன்னார் என்று சொல்லுங்கள்."

அதன் பின் அங்கிருந்த அரண்மனைப் பணியாளை அழைத்து, "இவர் இளவரசரின் விருந்தினர். தக்க முறையில் உபசரித்து உணவு அளிக்கச் செய்து, வேண்டியதை கேட்டு கொடுங்கள். நான் சென்று இளவரசரைப் பார்த்து விட்டு வருகிறேன்...!!" என்று கூறி புறப்பட்டான் கதிரவன்.

விருந்தினர் மாளிகையில் இருந்து புறப்பட்ட கதிரவன், இளவரசன் நற்புகழ்மணியின் அரண்மனையை அடைந்தான்.

கதிரவன் வந்திருந்த செய்தியை ஏவல் ஆட்கள் வந்த சொன்னதும் மகிழ்ச்சியடைந்த நற்புகழ்மணி, கதிரவனை அழைக்க தானே நேரில் சென்றான்.

இளவரசன் தன்னை நோக்கி வருவதைக் கண்ட கதிரவன், கை கூப்பி வணங்கினான். "வா கதிரவா...! எப்படி உள்ளாய்!...?? அனைத்-தும் நலம் தானே...??" என்றான்.

"அனைத்தும் நலம் தானே...??" என்ற சொல்லிற்கான அர்த்தத்-தைப் புரிந்த கதிரவன், "ஆம் இளவரசே...!! அனைத்தும் நலம் தான். ஆனால்...." என்று தடுமாறினான்.

"ஆனால் என்ன...?? மற்றதை நாம் ஆலோசனை அறையில் சென்று பேசலாம்...!!" என்று ஏவல் ஆட்களை அழைத்து இருவருக்-கும் உணவு கொண்டு வர கட்டளையிட்டான் இளவரசன்.

இருவரும் அறையின் உள்ளே சென்றதும், இருக்கையில் அமர்ந்த இளவரசன், கதிரவன் சென்ற பின் இங்கு நடந்த அனைத்தையும் சொல்லி முடித்தான். இதற்கிடையில் பேசிக் கொண்டே காலை உணவையும் இருவரும் ஒன்றாக முடித்தனர்.

உணவு முடிந்ததும் இளவரசன் மிகவும் ஆவலுடன், "கதிரவா...!! நீ சென்ற காரியம் என்ன ஆனது...?? என் அண்ணன் இளவரசர் மகிழ்நன் நலமாக உள்ளாரா...?? அவரை நீ கண்டாயா...?? ஏன்

அவர் உன்னுடன் வரவில்லை...??" என்று கேள்விகளை அடுக்கிக் கொண்டே போனான் நற்புகழ்மணி.

"ஆம் இளவரசே...!! பெரிய இளவரசரை நான் கண்டேன். அவரது பயணத்தில் இரண்டு தேசங்களுக்கு சென்றிருந்தார். முதலில் எந்தியவு தேசத்திற்கும், பிறகு நயக்கிதி தேசத்திற்கும் சென்றிருந்தார்.

நான் அவரை எந்தியவு தேசத்தில் காண முடியவில்லை, நான் அங்கு சென்ற முன்னிரவே அத்தேசத்தை விட்டு நயக்கிதி தேசத்திற்கு புறப்பட்ட செய்தி கிடைத்து, நம் தூதுவர்களுக்கும் எந்தியவு தேசத்தார் போல நடித்து செய்தி கூறி அனுப்பினேன்.

அந்தத் தூதுவர்கள் இறந்த செய்தி தங்களுக்கு கிடைத்ததா...??" என்றான் கதிரவன்.

"ஆம்....!! நயக்கிதி தேசத்து கடற்படையினர் நம் தூதுவர்கள் சென்ற கலங்களைக் கடற் கொள்ளையர்கள் சூழ்ந்து கொள்ளையடித்து, கலத்திலிருந்த அனைவரையும் கொன்றுவிட்டதாக இறந்தவர்களின் உடலையும், நமது கலங்களுடன் செய்தியையும் அனுப்பினார்கள்."

அச்செய்தியைப் பற்றிய சில மர்மங்களை தான் முடிவில் சொல்கி-றேன் என்று சொல்லி விட்டு, தான் எந்தியவு தேசத்திலிருந்து நயக்கிதி தேசத்தின் மாளிகையை அடைந்த வரையிலும், அங்கு அவன் கண்ட காட்சியையும் முழுமையாக சொல்லி முடித்தான்.

"இளவரசரே...!! நமது பெரிய இளவரசன் தற்பொழுது தானாக சிந்-திக்கும் ஆற்றலிலும், நிலையிலும் இல்லை.

அவருக்கு கிடையரையனின் சொற்களே வேத வாக்காயிருக்கிறது. அது மட்டுமன்றி, அவர் நயக்கிதி தேசத்தாருடன் சேர்ந்து நம் தேசத்தின் மீது படையெடுக்க படைகளுடன் வந்து கொண்டிருக்கிறார்."

கடைசி வார்த்தைகளைக் கேட்ட இளவரசன் அதிர்ச்சியில் உறைந்து போனான். "என்ன சொல்கிறாய் கதிரவா...?? நீ சொல்வது உண்மை தானா... நீ தவறாக ஏதேனும் கேட்கவில்லையே...??" என்றான்.

"இல்லை இளவரசே...!! நான் சொல்வது முழுதும் உண்மையே... அங்கு நடந்ததைத் தான் தங்களிடம் கூறினேன்."

"எப்பொழுது அவர்கள் படையெடுக்க போகிறார்கள்?"

"நேற்று இரவே புறப்பட்டிருப்பார்கள். எப்படியும் நாளை விடியற்கா-லையில் நமது கடல் எல்லையை அடைந்து விடுவார்கள்...!!" என்-

றான் கதிரவன்.

"அது எப்படி கதிரவா சாத்தியம்...?? அவர்கள் வருவதற்கு இரண்டு இரவு ஒரு பகல் என்றால், நீ மட்டும் எப்படி ஒரே இரவுக்-குள்ளே இங்கு வந்து சேர்ந்தாய்...??" என்றான் இளவரசன்.

"ஆம் இளவரசே...!! நான் ஒரே இரவுக்கும் குறைவான நேர பயணத்தில் இங்கு வந்தது உண்மை தான்.

நான் வந்த கலத்தின் கலபதியையும், என்னுடன் அழைத்து வந்துள்-ளேன். நீங்கள் விரும்பினால் அவனை நேரில் கண்டு கேட்டுக் கொள்-ளுங்கள். அவனே நயக்கிதி தேசத்தின் துறைமுகத்தில் குவிந்திருந்த படைகளையும் பெரிய பெரிய போர் மரக்கலங்களையும் பற்றி கூறுவான். மேலும், நான் அவன் கலத்தில் தான் எந்தியவு தேசத்திலிருந்து நயக்-கிதி தேசத்திற்கும் பயணித்தேன். அங்கிருந்து இங்கும் அவன் கலத்திலே தான் பயணித்தேன்.

நயக்கிதி தேசத்தில் அவனே வரைந்து வடிவமைத்த ஒரு புதிய நுட்-பத்தால் தான், நாங்கள் இங்கு இவ்வளவு விரைவாக இங்கு வர முடிந்-தது...!!" என்றான் கதிரவன்.

"நீயே ஒருவனை இப்படி புகழ்கிறாய் என்றால், நான் அக்கலபதியை இப்பொழுதே பார்த்தாக வேண்டும், அந்த கலபதி இப்பொழுது எங்கி-ருக்கிறார்...??" என்றான் இளவரசன்.

"நான் அவனைத் தங்களது விருந்தினர் மாளிகையில் இருக்கச் செய்திருக்கிறேன்...!!" என்றான் கதிரவன்.

"வா... நாம் இப்பொழுதே அவரைச் சந்திக்கலாம்...!!" என்று இருவரும் விருந்தினர் மாளிகையை நோக்கி நடந்தனர்.

விருந்தினர் மாளிகையில் கதிரவன் இருக்கச் செய்த கலபதியை, பணியாள் நன்றாக உபசரித்தான். அரண்மனையின் அறுசுவை உணவை வயிறு முட்ட முதல் முறையாக சுவைத்தான் கலபதி. மேலும் பாலும் தேனும் பழச்சாறும் தொண்டை வரை நிரப்பிக் கொண்டான்.

நன்றாக உண்ட கலபதி, முந்திய இரவு பயணத்தால் அயர்ந்து இருக்கையிலே கண் மூடி சாய்ந்தான்.

இளவரசன் வருவதைக் கண்ட மாளிகைப் பணியாள், "ஐயா..!! ஐயா...!!" என்று தூக்கத்திலிருந்த கலபதியை எழுப்பினான்.

திடுக்கிட்டு எழுந்த கலபதி, இளவரசன் வரும் செய்தியைக் கேட்டு உடைகளை சரி செய்திருந்தான்.

கதிரவனுடன் ராஜ உடையிலிருப்பவர் தான் இளவரசன் என்பதை அந்த உடையும் இளவரசருக்கான மிடுக்கான நடையும், அவர் அணிந்-திருந்த மணிமுடியும் வைர முத்து பவழ மாலைகளும் உறுதிப்படுத்தின.

இளவரசன் வருவதைக் கண்ட கலபதி எழுந்து நின்று, "வணக்கம் ஐயா...!!" என்றவன் மீண்டும் சொற்களை மாற்றிக் கொண்டு, "வணக்-கம் இளவரசே...!!" என்றான்.

"வணக்கம் கலபதி...!! தாங்கள் நலம் தானே...?? தங்களை நன்-றாக உபசரித்தார்களா... நமது சேவகர்கள்...?? காலை உணவு உண்-டீர்களா...??" என்றான்.

முதல் முறையாக ஒரு தேசத்து மக்களின் நாயகனான இளவரசன், தன்னை அவ்வளவு பரிவுடன் விசாரித்ததும் அவன் உடல் சில்லிட்டது. அதனை தன்னுள் அடக்கிக் கொண்டு, பணிவாக நின்றான்.

"நன்றாக உபசரித்தார்கள் இளவரசே...!! முதன் முறையாக தங்க-ளாலும், நண்பர் கதிரவனாலும் அரண்மனை உணவை சுவைக்கும் பாக்-கியமும் அடியேனுக்கு கிடைத்தது. மிக்க நன்றி ஐயா...!!" என்றான் கலபதி.

இதனை கேட்க இளவரசன் உதட்டில் ஒரு சிறிய புன்னகை அரும்-பியது. அப்புன்னகையுடனே மாளிகையின் பணியாளை நோக்கினான்.

"சரி வாருங்கள்... தங்களிடமும் கதிரவனுடனும் தனித்துப் பேச வேண்டும், எனது ஆலோசனை அறைக்கு செல்லலாம்...!!" என்று நடந்தான்.

கதிரவன் சைகை செய்ய, கலபதியும் அவர்களைப் பின் தொடர்ந்து நடந்தான்.

மூவரும் இளவரசன் நற்புகழ்மணியின் ஆலோசனை அறையை அடைந்தனர். அங்கிருந்த பெரிய ஆசனத்தில் இளவரசனும், அருகிலி-ருந்த இரு இருக்கையில் கதிரவனும் கலபதியும் அமர்ந்தனர்.

"கலபதி...!! தங்களைப் பற்றி சற்று கூறுங்களேன்....!!" என்றான் இளவரசன்.

"இளவரசே...!! என் பெயர் முருகையன். நான் எந்தியவு தேசத்தை சேர்ந்தவன். என் தாய் தந்தையருக்கு ஒரே மகன். அவர்களுக்கு திரு-

மணமாகி நீண்ட காலமாய் குழந்தை பாக்கியம் இல்லாததால், குழந்தை வேண்டி முருகப் பெருமானிடம் வேண்டியதன் பலனாய் நான் பிறந்தேன். அதனால் எனக்கு முருகையன் என்று பெயர் சூட்டினர்.

என் தந்தை ஒரு ஏழை படகோட்டி. எனது ஐந்து அகவையில் என் தாய் தந்தையரை இழந்தேன். அதன் பின் கடலன்னை என்னை தத்தெடுத்து வளர்த்தாள் என்று பலர் கூறுவார்கள்.

ஏனென்றால் என் தாய் தந்தை இறந்த பின், அவர்கள் எனக்கு விட்டுச் சென்ற சிறிய கூரை வீடும், அதனோடு சிறிய மீன்பிடி படகும் தான் என் சொத்துக்களாகவும் சொந்தமாகவும் அப்பொழுது இருந்தது.

அந்த ஐந்து வயதிலே என் தந்தையின் சிறிய படகை அங்கிருந்த மீனவர்கள் எடுத்துச் சென்று, மீன் பிடித்து வருவர். அவ்வாறு வருபவர்கள் என்னிடமிருந்து எடுத்துச் சென்ற படகிற்கு வாடகையாய் சிறு தொகையைப் பணமாகவோ அல்லது உணவு அல்லது உடையாகவோ அளிப்பார்கள்.

எனது எழு அகவையில், நான் முதன் முதலில் தனியே கட்டுமரத்தை விட்டேன். அதைப் பார்த்த எங்கள் மீனவ கிராமத்தின் வயதான கிழவர் ஒருவர், என்னை ஊக்குவித்து மீன் பிடிக்கச் செல்பவர்களுடன் என்னையும் படகில் ஏற்றி தினமும் அனுப்பி வைப்பார்.

அதன் பின் நான் படகு கட்டும் தொழிற் பட்டறையில் சில காலம் வேலை பார்த்தேன். அங்கு கற்றுக் கொண்ட சில நுட்பங்களை என் தந்தை படகில் செய்து ஓட்டம் கண்டு, பல தோல்விகளையும் பின் பல வெற்றிகளையும் பெற்றேன்.

அதன் பின் நானே என் தந்தையின் சிறு மீன்பிடி படகை.... சிறிய உல்லாசப் படகாக மாற்றினேன். அதில் நல்ல வருமானம் கிடைத்தது. அதை வைத்து என்ன செய்வது என்று தெரியாமல் திணறிய தருணத்தில், எனக்கிருந்த ஒரே சொந்தமான அந்த வயதான கிழவர், என்னை ஒரு பெரிய உல்லாசக் கலத்தை கட்டி அதன் கலபதியாக வேண்டுமென்று சொன்னார்.

அவர் சொன்னபடி ஒரு வருடத்தில் நான் இப்பொழுது வைத்திருக்கும் மரக்கலத்தை வடிவமைத்து, கடலில் இறக்கினேன். இது முழுக்க முழுக்க என்னுடைய சொந்த வடிவமைப்பால் உருவான கலம்.

அவ்வப்பொழுது அதன் வேகத்தையும் நிலைத்தன்மையையும் அதிகரிக்க, சில மாற்றங்களை செய்து அதில் வெற்றிகளையும் கண்டு வந்-

துள்ளேன்.

நான் இறுதியாகச் செய்த வடிவமைப்பின் முயற்சியால் தான், நாங்-
கள் இவ்வளவு விரைவாக இங்கு வந்தோம்...!!" என்றான் கலபதி.

அதுவரை வியப்புடன் பார்த்த இளவரசன் நற்புகழ்மணி,
"கலபதி...!! இப்பொழுது உன்னுடன் யார் யார் இருக்கிறார்கள்..??"
என்றான்.

"யார் யார் என்றால்... புரியவில்லை இளவரசே...??"

"கலபதி... உன் தாய் தந்தைக்கு பின் உனக்கு என்ற சொந்தம்
யாரேனும் இருக்கிறார்களா அல்லது யாரையாவது நீ திருமணம் செய்-
திருக்கிறாயா...??" என்றான் இளவரசன்.

"இளவரசே...!! இவ்வுலகில் என்னைப் பற்றி அக்கரை கொள்ள-
வும், என் நலனுக்காகவும் இருந்த கடைசி ஜீவன் அந்த வயதான கிழ-
வர் தான். அவரும் ஆறு மாதங்களுக்கு முன் இறந்து விட்டார். அதன்
பின் இந்த கலம் ஒன்று மட்டும் தான், என் சொந்தமும் பந்தமுமாக
என்னுடன் இருக்கிறது."

"கலபதி...!! உனக்கு விருப்பமென்றால், எங்களுடன் இந்த காந்தள்
தேசத்திலேயே இருக்கிறாயா...?? உனக்கு நல்ல நண்பனாக நானும்,
கதிரவனும் இருப்போம்...!!" என்றான் இளவரசன்.

இதைக் கேட்ட கலபதி முருகையனின் கண்களில் ஆனந்த கண்ணீர்
பெருக்கெடுத்தது. அதனை துடைத்துக் கொண்ட அவனுக்கு என்ன
சொல்வது என்றே தெரியவில்லை. இருப்பினும் நற்புகழ்மணியை நேரா-
கப் பார்த்து, "இளவரசே...!! நான் மிகவும் பாக்கியம் செய்தவன்...!!"
என்றான்.

"உங்கள் இருவரின் நட்பு, என் வாழ்வில் பெரிய மாற்றத்தை ஏற்ப-
டுத்தப் போகிறது...!!" என்றான் கலபதி முருகையன்.

"நான் ஒன்று கேட்க... நீ ஒன்றை சொல்கிறாயே... கலபதி...??
உனக்கு இங்கிருக்க சம்மதமா...??" என்றான் இளவரசன்.

"இளவரசே...!! எனக்கு இங்கேயே இருக்கச் சம்மதம். ஆனால்
என்னை கடலிருக்கும்... அதுவும் துறைமுகம் இருக்கும் இடத்திலேயே
இருக்கச் செய்யுங்கள். கடலும், கலமுமின்றி என்னால் ஒரு நாளும்
இருக்க முடியாது...!!" என்றான் முருகையன்.

"அப்படியே செய்கிறேன்...!!" என்றான் இளவரசன். "சரி.. நாம் தற்பொழுது அடுத்து செய்ய வேண்டியதைப் பற்றி பேசலாம்.

ஏதோ நயக்கிதி தேசத்து துறைமுகத்தில் படையெடுப்புக்காக ஆயத்-தமாவதாக கேள்விப்பட்டதாகவும், நேரே கண்டதாகவும் கதிரவன் சொல்-கிறான், அது உண்மை தானா...??" என்றான் இளவரசன்.

"ஆம்..! இளவரசே...! கதிரவன் சொல்வது உண்மை தான்!. நான் கதிரவனை இறக்கி விட்டதிலிருந்து, அங்கே தானிருந்தேன். அது மட்-டுமின்றி..." என்று தயங்கினான் கலபதி முருகையன்.

"என்ன முருகையா... தயங்குகிறாய்...??" என்றான் இளவரசன்.

"இளவரசே...!! அவர்கள் நம் காந்தள் தேசத்தை நோக்கித் தான் புறப்படப் போகிறார்கள் என்று அங்கிருந்த சில அரச அதிகாரிகளிடம் இருந்து தெரிந்துக் கொண்டேன்...!!" என்றான் கலபதி முருகையன். "ஆனால் அது எவ்வளவு உண்மை என்று எனக்கு தெரியாது. கலம் கட்டும் தொழிற்பட்டறையிலும் அப்படியே கேள்விப்பட்டேன்...!!" என்-றான்.

"நீ கேட்டறிந்தது உண்மை தான். அவர்கள் நம் காந்தள் தேசத்தின் மீது தான் படையெடுக்கப் போகிறார்கள். நாம் அவர்களை எதிரித்து போர் புரிய முடியாது. போர் புரியும் நிலையிலும் நாமில்லை. கடந்த சில நாட்களாக பொழிந்த மழையால், நம் காந்தள் தேசமே பேரழிவிலிருந்து இப்பொழுது தான் எழுகிறது.

அதனால் நம்மால் இப்பொழுது போரிட முடியாது. நம்மை நோக்கி வரும் படையெடுப்பிற்கு மாற்று வழியில் தான் தீர்வு காண வேண்டும்.

அவர்களின் கலங்கள் எத்தனை நாட்களில், எப்பொழுது நம் தேசத்தை வந்தடையும்...??" என்றான் இளவரசன்.

"ஐயா! அவர்கள் முதல் வரிசையில்... அதாவது நான் பார்க்கும் பொழுது துறைமுகத்தின் கடல் எல்லையில் சிறப்பு வணிக கலங்கள் தான் நின்றன.

என் அனுமானத்தின் படி, அவர்கள் வணிகக் கலங்களை முன் அனுப்பி... பின் படைக் கலங்கள் தொடரவே திட்டமிட்டிருக்க வேண்-டும்.

அப்படி செய்தால், இன்று மாலைக்குள் அவர்களின் வணிக கலங்-கள் நம் துறைமுகத்தை வந்தடைந்த பின், நாளை காலையில் படைக்

கலங்கள் வந்தடையும்...!!" என்றான்.

"சரி... அப்படியானால், நமக்கு இன்று மாலை வரை தான் நேர-மிருக்கிறது. அதற்குள் போரின்றி வேறு யாதெனும் ஒரு யுக்தியை நாம் கையாள வேண்டும்...!!" என்றான் நற்புகழ்மணி.

இருவரையும் நோக்கி, "என் நண்பர்களே...!! நீங்கள் இருவர் தான், இப்பொழுது எனக்கு பக்கபலமாய் இருக்கிறீர்கள். மேலும் நான் உங்-கள் இருவரையும் தான் நம்புகிறேன், நம்பவும் முடியும், வேறு யாரையும் நம்ப முடியவில்லை.

இந்த வணிகர்களும், சில மண்டலாதிபதிகளும், செல்வந்தர்களும் ஒன்று சேர்ந்து இப்பொழுது என் மீது மிகுந்த கோபம் கொண்டு, மக்-களிடையே சில பொய்யான கருத்துகளைப் பரப்பி, என்னை விரோ-தியாகச் சித்தரித்து மக்களை என் மீது ஏவும் மகத்தான பணிகளைச் செய்கிறார்கள்.

அதனால் உங்கள் இருவரையும் தவிர, வேறு யாரும் எனக்கு உதவ முடியாது...!! என்றான் நற்புகழ்மணி.

"நீங்கள் இருவரும் உடனடியாக கலம் ஏறி, நடுக்கடலிலே காத்தி-ருந்து அவர்களின் கலம் வருகிறதா என்று கண்காணியுங்கள். அப்படி அவர்கள் உங்கள் கண்களுக்கு தென்பட்டதும், உடனடியாக என்னிடம் வந்து தெரிவியுங்கள்...!!" என்றான் நற்புகழ்மணி.

செல்லும் முன் கலபதி முருகையனை அழைத்து, தன்னுடைய இலட்சினையைக் கொடுத்து, "இனி நீ எப்பொழுது வேண்டுமென்றாலும், இந்த கோட்டைக்குள் எந்த தங்கு தடையின்றி வரலாம்...!!" என்றார்.

மிகுந்த மரியாதையுடன் நன்றியைத் தெரிவித்த முருகையன், கதிர-வனுடன் புறப்பட்டான்.

இருவரும் வெளியில் சென்றதும், ஆலோசனை அறையிலேயே ஒரு நாழிகை ஆழ்ந்த சிந்தனையில் அங்கும் மிங்குமாக நடந்தபடி இருந்-தான் நற்புகழ்மணி.

"இனி நாம் என்ன செய்வது...?? நம் தலையனே தேசத்தை முழு-வதுமாக ஆளட்டுமே... ஏன் இரண்டாகப் பிரிக்க வேண்டும்...??

இரண்டாகப் பிரித்து எனக்கு ஒரு பகுதியை கொடுக்க நினைப்பது, அவர் என் மீது வைத்திருக்கும் பாசத்தையும் நன்மனத்தையும் அவரின் நீதி நெறியையுமே வெளிப்படுத்துகிறது.

அதற்காக ஏன் தேசத்தை இரண்டாகப் பிரிக்க வேண்டும்...?? நமக்-
கும் இந்த நாடாளும் பொறுப்பே வேண்டாம்... எத்தனை எத்தனை
இடையூறுகள் இதில்...??

நாம் ஒரு நல்லது செய்ய நினைத்தால், அதை நடக்காமல் செய்-
வதற்கென்றே சிலர் இருக்கிறார்கள். அவர்களால் நமக்கு கெட்ட பெயர்
தான் மிஞ்சிடும்.

அவர்களுக்கு பயந்து, ஆயிரம் ஆயிரம் ஆண்டுகளாக காந்தள்
தேசத்தின் செங்கோலை நிலைநாட்ட நம் முன்னோர்களின் உயிர் தியா-
கத்தையும், உழைப்பையும் விட்டுவிட முடியாதே...??

அது மட்டுமின்றி கதிரவன் சொல்வதை கூர்ந்து நோக்கினால், நம்
தமையனும் தன் சுய புத்தியில் இல்லை என்று தெரிகிறது.

அதனால் முழு தேசத்தையும் அவரிடம் ஒப்படைத்து விட்டால்,
எதிர் காலத்தில் ஏதேனும் விபரீதம் நடந்துவிட அதிக வாய்ப்பு உள்ளது.

இல்லை... இல்லை... அவாறு நடக்க நாம் ஒரு பொழுதும் அனு-
மதிக்க கூடாது. நாம் ஒவ்வொரு பொழுதும், அவருடனே தானிருக்க
வேண்டும்.

ஆனால் அது சாத்தியமாகுமா...?? அவரே கிடையரையனின் பிடி-
யில் உள்ளார். கிடையரையனின் சொற்களே வேத வாக்காக இருப்பதா-
கவும் சொல்கிறான் கதிரவன்.

அப்படி என்றால், எதிர் காலத்தில் நாமே இந்த அரண்மனையிலோ
காந்தள் தேசத்திலோ இருப்பதே சந்தேகமாகிறதே...??

தேசத்தை பிரிக்காமல் இருக்க வேண்டும், அதே தருணத்தில்
தேசத்தை அழிவிலிருந்தும் காக்க வேண்டும். வேறு ஏதேனும் ஓர் சமா-
தான வழியை நாம் கண்டறிய வேண்டும்.

இப்படியாக சிந்திக்கையில் சேவகன் கதவை தட்டும் சத்தம் கேட்டு,
சுயநினைவிற்கு வந்தான் நற்புகழ்மணி.

"உள்ளே வாருங்கள்...!!" என்றான், கதவை திறந்து சேவகன் ஒரு-
வன் உள்ளே வந்து, "இளவரசரே...!! வடக்கு திசையெங்கும் தங்கள்
மீது மக்களும், வணிகர்களும் அதிருப்தி தெரியப்படுத்தத் தொடங்கியுள்-
ளனர்...!!" என்றான்.

"செய்திக்கு மிக்க நன்றி. வேறு யாதேனும் செய்தி உண்டா...??"
என்றான் நற்புகழ்மணி.

"ஆம்....! இளவரசே....!! அரசர் தங்களை உடனடியாக அரச-வைக்கு அழைத்து வரச் சொன்னார்....!!" என்றான்.

"இதை முதலிலே சொல்ல வேண்டியது தானே....??" என்றான் நற்-புகழ்மணி.

அரசரைக் காண உடனடியாக மன்னரின் அரண்மனைக்கு சென்-றான் நற்புகழ்மணி. அவன் செல்லும் வழி எங்குமிருந்த சில அமைச்-சர்களும், தேசத்தின் பெரும் செல்வந்தர்களும் அவனை இழிவாகவும் வெறுப்புடனும் நோக்கினர்.

அதனை பொருட்படுத்தாமல், தன் தந்தையைக் காண அரசவைக்கு சென்றான் நற்புகழ்மணி.

அரசவையை அடைந்ததும் அரசருக்கு தன் வணக்கத்தை தெரி-வித்த நற்புகழ்மணி, "அரசே....!! தாங்கள் அழைத்ததாக செய்தி கிடைத்தது....!!" என்றான்.

"ஆம்....! நான் தான் அழைத்து வரச் சொன்னேன். உன் மீது நிறைய புகார்களையும் குற்றச்சாட்டையும் மக்களும், வணிகரகளும் முன்மொழிகிறார்கள்....!!" என்றார்.

நற்புகழ்மணியோ பதில் கூறாமலும், தந்தையை நேரே காண முடி-யாமலும் திணறினான்.

"அரசே....!! நான் நமது மக்களின் நலனைக் காக்க வேண்டித் தான் வணிகர்களின் பொருட்களையும், மாளிகைகளையும் தற்காலிகமாக மக்-களை தங்க வைக்க கேட்டேன். அதுவும் எனென்ன பொருட்களை பெற்றேன் என்பதை எழுதி வாங்கிக் கொண்டு தான் பயன்படுத்த உத்-தரவிட்டிருந்தேன்.

எனக்காகவோ அல்லது வேறு யாருக்காவோ கேட்கவில்லை, மழை-யால் வீடுகளையும் பொருட்களையும் இழந்து தஞ்சம் புகுவதற்கு இடமின்றி வீதியோரமும் மரத்தின் கீழும் நின்ற மக்கள், மழையிலும் குளிரிலும் சாகக்கூடாது என்று தான் அப்படிச் செய்தேன்....!!" என்-றான்.

உடனே அங்கிருந்த வணிகர் ஒருவர் எழுந்து, "அரசே....!! பாதிக்-கப்பட்ட மக்களுக்காக பொருட்கள் வேண்டும், மக்களை தங்க வைக்க மாளிகை வேண்டுமென்றால், நாங்களே இடமும் பொருட்களையும் கொடுத்திருப்போமே....??

அதனை விட்டு இளவரசன் படை வீரர்களை அனுப்பி, கட்டளை பிறப்பித்தது தான் எங்களுக்கு வேதனையாயிருக்கிறது, அரசே....!!

ஏதோ தேச துரோக குற்றம் செய்தவர்களின் மாளிகையை சோதனையிடுவது போல, படையினர் எங்கள் மாளிகைக்குள் நுழைந்து எங்கள் வீட்டில் வாழும் பெண்களிடம்....." என்று நிறுத்தினார்.

"பாதிக்கப்பட்ட மக்களைக் காக்க செய்த திட்டத்தை நாங்கள் குறை கூறவில்லை. மாறாக, அவர் கையாண்ட முறை தான் எங்களை அச்-சமடைய வைத்திருந்தது....!!" என்றார்.

அரசர் பிரதிந்தனுக்கு வயதாகிவிட்டால் தான் தன் பெரிய மகனான மகிழ்நனுக்கு யுவராஜ பட்டம் சூட்டி, இந்த ஆண்டே அதுவும் அடுத்த மாதமே சிம்மாசனம் ஏற்ற முடிவு செய்திருந்தார்.

ஆனால் இப்பொழுது நடக்கும் சூழலில்... அதுவும் இந்தப் பெரு மழையில் கூட மகிழ்நன் மக்களை நேரில் சென்று பார்க்காததால், மக்-கள் பெரிதும் அவன் மீது கோபம் கொள்வார்கள் என்பதால் தான், இளையவன் நற்புகழ்மணியிடம் அவசர அவசரமாக தற்காலிக உள்-நாட்டு அரசியல் பொறுப்பை ஒப்படைத்தார்.

அது இப்படி ஓர் இக்கட்டான சூழ்நிலையை அவரையும், நற்புகழ்-மணியையும் கொண்டு வரும் என்று அவர் சிறிதும் நினைக்கவில்லை. அனைத்திருக்கும் காரணம் தான் செய்த மாற்று ஏற்பாடு தான் என்-பதை அறிந்தும், தன் இளைய மகனைக் கடிந்துக் கொள்ளாமல் இருக்க முற்பட்டும் முடியவில்லை. காரணம் இப்பொழுது அவனை விரோதியாக மக்கள் பார்ப்பது தான்.

இவை அனைத்தும் அவர் மனதில் சில கணங்களில் ஓடின.

உடனே சிறு கனைப்புடன், "இத்தருணம் முதல் இளவரசன் நற்பு-கழ்மணியை தற்போது ஏற்றிருக்கும் உள்நாட்டு அரசியல் வரி மற்றும் துணை தானியப் பண்டார நாயகர் பதவிகளிலிருந்து விலக்குகிறேன்.

இளவரசரின் புதிய பதவிகளைப் பற்றி நமது அமைச்சர்களுடன் ஆலோசித்து விட்டு பின் கூறுகிறேன்....!!" என்றார் மாமன்னர்.

இதைக் கேட்ட நற்புகழ்மணியின் மனம் மிகவும் கலங்கியது.

ஆனால் இவை அனைத்தும் அரசியல், இதை நாம் வேறு வழியில் தான் எதிர்கொள்ள வேண்டுமென்று மனதில் நினைத்துக் கொண்டான்.

தனது உள்நாட்டு அரசியல், வரி மற்றும் துணை தானிய பண்டார நாயகர் பதவிகளின் இலச்சினைகளை தன் ஆடையிலிருந்து கழட்டி சேவகனிடம் அரசவையிலே கொடுத்தான்.

தற்பொழுது நற்புகழ்மணியின் ஆடையில் எந்த இலச்சினைகளு-மின்றி ஒரு சராசரி இளவரசு இலச்சினையை மட்டும் தரித்துக் கொண்டு அந்த அரசவையை விட்டு வெளியேறினான்.

இதைக் காண விரும்பாத அரசர் பிரதிந்தன், வேறு இடத்தை நோக்-கிப் பார்த்துக் கொண்டிருந்தார். இளவரசன் விடைபெறும் பொழுது தன் மனத்தை கல்லாக்கி விடை கொடுத்தார்.

அரசவையிலிருந்து வெளி வந்த இளவரசனை மிகவும் இழிவாகவும், பரிதாபத்துடனும் அங்கிருந்த செல்வந்தர்களும், வணிகர்களும், சில அமைச்சர்களும் பார்ப்பதை விரும்பாத நற்புகழ்மணி, வழமை போல் தனது கம்பிரத்துடனே நடந்தான்.

தன் அரண்மனையை அடைந்த நற்புகழ்மணி, ஏவலாளை அழைத்து ஓலை ஒன்றில் தன் தந்தையும் காந்தள் தேசத்தின் அரசருமான பிர-திந்தனுக்கு தான் அவரை தனிமையில் காண வேண்டுமென்று அனுமதி கேட்டு ஓலையை எழுதி கொடுத்தனுப்பினான்.

ஏவலாள் சென்றதும், தன் தேசத்தை இந்த வணிக சதிகாரர்களிடமி-ருந்த காக்க வேண்டியதை நினைத்து ஆழ்ந்த சிந்தனையில் ஆழ்ந்தான் நற்புகழ்மணி.

இதற்கிடையில் இளவரசன் நற்புகழ்மணியிடம் விடைபெற்ற கதிர-வனும், கலபதி முருகையனும் துறைமுகத்தை நோக்கி சென்றனர்.

அவர்கள் சென்ற வழியில் புதிய புதிய மனிதர்களைப் பார்த்து கதி-ரவன் ஆச்சிரியத்தில் தன் குதிரையை மெல்லமாகச் செலுத்தினான்.

"என்ன கதிரவா...!! நின்று விட்டாய்...??" என்ற முருகையனும் வீதியில் வந்த புதிய மனிதர்களை நோக்கினான்.

அந்த மனிதர்களை கண்ட கலபதி முருகையன் ஆச்சரியப்படாமல், "நண்பா...!! இவர்கள் எந்த தேசத்தார் என்று தெரியுமா...??" என்-றான்.

கதிரவனோ, "எனக்குத் தெரியவில்லை நண்பர்...!! ஒருவேளை நயக்கிதி தேசத்தாராக இருக்கலாம். ஆனால் இவர்களுடன் நமது படை-யினரும், வணிகர்களும் செல்கிறார்கள் என்பது தான் சற்று சந்தேகமாய்

இருக்கிறது...!!" என்றான்.

துறைமுகத்திற்கு வந்தடைந்த இருவரும் குதிரைகளை அருகிலிருந்த கதிரவனின் உறவினர் வீட்டில் கட்டி, தாங்கள் இருவரைத் தவிர வேறு யார் கேட்டாலும் குதிரையைகு கொடுக்க வேண்டாமென்று கதிரவன் வேண்டிச் சென்றான்.

துறைமுகத்தினுள் நுழைந்த இருவரும் கலத்தில் ஏறி, ஆழ்கடலை நோக்கிய தங்களின் பயணத்தை தொடங்கினர். சற்று தூரத்தில் முரு-கையன் கலத்தை மேலும் செலுத்தாமல் நிறுத்தினான்.

நேரம் சென்று கொண்டே இருந்தது. மழைக்காலமென்பதால் வெயில் அதிகமாக இல்லை, ஆனால் உப்புக் காற்று உடலில் பிசு பிசுவென படர்ந்தது. நீரை அதிகமாக குடித்துக் கொண்டே இருந்தான் கதிரவன்.

மாலை நேரமானது. கலபதி முருகையன் எதிர்பார்த்தபடி வணிகக் கலங்கள் வந்தடையவில்லை. சந்தேகம் கொண்டு இன்னும் நடுக்கடலை நோக்கி செல்லத் தீர்மானித்து கலத்தைச் செலுத்தினான்.

ஒரு நாழிகை பயண முடிவில், சற்று தூரத்தில் வணிகக் கலங்கள் தென்பட்டன. அதனை கண்ட கலபதி, உடனே தன் கலத்தை தென் திசை நோக்கி திருப்பினான்.

கதிரவனுக்கு ஒன்றும் புரியாமல், "கலபதி...!! ஏன் நாம் திசை மாறுகிறோம்...??" என்றான்.

"நண்பா...!! இந்த தொலை நோக்கியால் அங்கே பார்... உனக்குப் புரியும்...!!" என்றான் கலபதி.

கலபதி நீட்டிய தொலைநோக்கி கருவியைப் பெற்ற கதிரவன், அதை விரித்து கலபதி காட்டிய திசையைப் பார்த்தான். அங்கு ஐந்து பெரிய கலங்கள் தென்பட்டன, இல்லை... இன்னும் அதிகமாக இருக்கக்கூடும்.

"அவர்களுக்கு நாம் இங்கிருப்பது தெரியாமலிருக்கத் தான் திசை மாறுகிறாயா...??" என்றான் கதிரவன்.

"ஆம்... நண்பா...!! நாம் அவர்களின் எதிர் திசையிலோ அல்லது அவர்களின் திசையிலோ சென்றோமானால், வீண் சந்தேகத்திற்கு ஆளாவோம், அதனால் தான்...!!" என்றான் கலபதி.

"நாம் தென்திசையில் சென்றால், அவர்களின் சந்தேகம் குறைய-லாம். அதனால் தான் திசை மாறுகிறேன்...!!" என்றான் கலபதி.

கலபதி கதிரவன் கையிலிருந்த தொலை நோக்கியை வாங்கி மீண்-டும் பார்த்து, "என்ன இது... அவர்களில் கலங்கள் அங்கேயே நிற்கி-றது...??

இல்லை.. இல்லை.. கலங்களுக்கு நங்கூரம் பாய்ச்சுகிறார்கள். அப்-படியானால்.... இரு! இரு! இது என்ன... இரண்டு கலத்திற்கு மட்டும் நங்கூரம் பாய்ச்சவில்லை, ஏன்...??" என்று தனக்குள்ளே கேட்டுக் கொண்டான் கலபதி முருகையன்.

"கலபதி...!! என்ன சிந்திக்கிறாய்...??" என்று பதறினான் கதிர-வன்.

"நண்பா...!! இரண்டு கலங்கள் மட்டும் பிரிந்து, துறைமுகம் நோக்கி வருகிறது. அது தான் எனக்கு ஒன்றும் புரியவில்லை....!!" என்றான் கலபதி முருகையன்.

"நாம் உடனடியாக துறைமுகம் நோக்கித் திரும்பலாம். அந்த இரண்டு கலத்தில் யார் வருகிறார்கள் என்று தெரிந்து கொண்டால், அவர்களின் திட்டம் நமக்கு ஓரளவிற்கு புலனாகிவிடும்...!!" என்றான் கலபதி.

கலத்தை துறைமுகம் நோக்கி விரைவாக செலுத்தினார்கள். துறை-முகத்தை அடைந்ததும், கதிரவனும் கலபதி முருகையனும் தங்களின் கலத்தின் மேல் ஏறி, மறைவாக எதிரே வரும் இரு கலங்களுக்காகக் காத்திருந்தனர்.

அவர்கள் சென்ற சில நாழிகையில் ஆழ்கடலில் கண்ட இரண்டு கலங்களும் துறைமுகத்தை வந்தடைந்தது. கலங்களிலிருந்து நிறைய மனிதர்களும், அவர்களின் பின் பெரிய பெரிய பெட்டிகளுடன் பணி-யாட்கள் தூக்க முடியாமல் தூக்கிச் சென்றனர்.

இறுதி வரை அந்த கலத்திலிருந்து இளவரசன் மழிநன்னோ அல்லது வணிகர் தலைவன் கிடையரையனோ வரவில்லை.

"கலபதி...!! அவர்கள் போருக்கு ஆயத்தமாகிறார்கள் என்று நினைக்கிறேன்...!!" என்றான் கதிரவன்.

"ஆம்....! நானும் அதைத் தான் நினைக்கிறேன். உடனடியாக இளவரசரைப் பார்த்து செய்தியைச் சொல்லி, அடுத்து என்ன செய்வது என்று தீர்மானிக்கலாம்...!!" என்றான் கலபதி முருகையன்.

அதனை கதிரவனும் ஏற்றுக் கொண்டு, இருவரும் கலத்திலிருந்து இறங்கி, தங்களின் குதிரையில் அரண்மனையை நோக்கிப் புறப்பட்டனர்.

இவர்கள் கடலுக்குள் சென்று வந்த சில சாமங்களில் துறைமுகத்தின் அனைத்து அதிகாரிகளும் மாற்றப்பட்டிருந்தனர். அப்படி மாற்றப்பட்ட அனைவருமே கிடையரையனின் ஆட்கள் தான் மற்றும் நயக்கிதி தேசத்தாரும் உடனிருந்தனர்.

அப்படி என்றால், கிடையரையன் இப்பொழுதே துறைமுகத்தை தன் கட்டுப் பாட்டில் கொண்டு வந்து விட்டான் என்பது இருவருக்கும் புலனாயிற்று.

துறைமுகம் மட்டுமின்றி, வீதிகளிலும் அதிகமாக நயக்கிதி தேசத்தா- ரும் கிடையரையன் ஆட்களுமே அதிகமாகக் காணப்பட்டனர். இவை அனைத்தையும் பார்த்துக் கொண்டே இருவரும் அரண்மனை நோக்கி குதிரையில் சீறிப் பாய்ந்து சென்றனர்.

இதற்கிடையில் அரசரை தனிமையில் சந்திக்க அனுமதி கேட்டு அனுப்பிய நற்புகழ்மணியின் ஏவலாள், அரசர் பிரதிந்தனைச் சந்தித்து ஓலையைச் சேர்பித்தான்.

ஓலையைப் படித்த அரசர் பிரதிந்தன், மாலையில் தம்மை வந்து தன் அரண்மனையில் சந்திக்கலாமென்று மறு ஓலை எழுதி கொடுத்தனுப்பி- னார்.

ஏவலாள் மீண்டும் வந்து, இளவரசன் நற்புகழ்மணியிடம் அரசர் கொடுத்த ஓலையைக் கொடுத்தான்.

மீண்டும் அவனிடமே.. தன் தாயிடம் சென்று மாலையில் அரசர் கூறிய இடத்திற்கு வர வேண்டியதாகச் சொல்ல ஓர் ஓலையை எழுதி கொடுத்தனுப்பினான்.

மாலை வந்ததும் இளவரசன் நற்புகழ்மணி, அரசர் பிரதிந்தனின் அரண்மனையை அடைந்தான்.

கதவைத் தட்டி தன் வருகையைத் தெரிவித்தான் நற்புகழ்மணி, அரசர் பிரதிந்தன், "வா நற்புகழ்…!!" என்றார்.

கதவை திறந்து உள்ளே சென்ற நற்புகழ்மணி, தன் தந்தையின் காலில் விழுந்து வணங்கியபின், தாயின் காலிலும் விழுந்து ஆசி பெற்- றான். அதன் பின் அங்கிருந்த முதன் மந்திரி ஏகாம்பரத்தாரின் காலிலும் விழுந்து ஆசி பெற்றான்.

"நற்புகழ்மணி..!! நீ என்னைப் பார்க்க விழைந்த காரணம் எனக்கு புலப்படுகிறது. ஆனால் உன் அன்னையையும் அழைத்த காரணம் தான், எனக்கு சற்றும் விளங்கவில்லை...!!" என்றார் மாமன்னர்.

"அப்பா....!! என் பதவிகள் பறி போனதைப் பற்றி தங்களிடம் விவாதிக்கத் தான் அழைத்தேன் என்று தாங்கள் இருவரும் நினைத்தி-ருக்கக் கூடும்.

ஆனால் நான் அதற்காக தங்கள் இருவரையும் தனிமையில் சந்திக்க அழைப்பு விடுக்கவில்லை. நான் நம் குலத்தையும், ராஜ்ஜியத்தையும், மக்களையும், செங்கோலையும் காக்க வேண்டியே... இங்கு இந்த அவசர சந்திப்புக்கு நேரம் கேட்டு வந்துள்ளேன்...!!" என்றான் நற்பு-கழ்மணி.

"இது என்ன புதிராயிருக்கிறது....??" என்றார் அரசர் பிரதிந்தன்.

ராணியும் தன் இருக்கையிலிருந்து எழுந்து வந்து தன் மகனின் தோளைத் தாங்கி, "மகனே...!! இது என்னப்பா புதிர்...??" என்றாள்.

"தாயும் தந்தையும் தயவு கூர்ந்து நான் சொல்வதை முழுமையாக கேட்டபின், தங்களின் கருத்துகளைக் கூற வேண்டுகிறேன். மேலும் எனக்கு ஒருபோதும் ராஜியம் ஆளும் ஆசை இல்லை என்பதையும் உறுதி சொல்கிறேன்....!!" என்றான் நற்புகழ்மணி.

நற்புகழ்மணியின் வேண்டுகொளுக்கு இணங்க, அரசரும் அரசியும் தங்களின் இருக்கையில் அமர்ந்து நற்புகழ்மணியின் அடுத்த சொற்களை கேட்கும் பாவனையில் அமர்ந்தனர்.

"நம் தேசத்தின் மீது போர் தொடுக்க படைகள் வந்து கொண்டி-ருக்கிறது. நாளை காலையில் அவர்கள் நம் துறைமுகத்தை அடைந்து விடுவார்கள்...!!" என்றான் நற்புகழ்மணி.

"யார் படையெடுப்பது....??" என்று சீறினார் அரசர் பிரதிந்தன்.

"தந்தையே....!! வருவது வேறு தேசத்துப் படைகள் தான், ஆனால் அதைத் தலைமை ஏற்று வருவது என் தமையனும், நமது யுவராசரு-மான மகிழ்நன் தான்....!!" என்றான் நற்புகழிமணி.

"உனக்கு பித்துப் பிடித்து விட்டது, உன் பதவிகள் பறி போனதால் உன் தமையன் மீது குற்றம் சுமத்தி, நீ அறியணை ஏறலாமென்று திட்டம் தீட்டுகிறாய்....!!" என்று சீறினார் பிரதிந்தன்.

"ஒருவேளை நீயே அவனை வரும் வழியிலே கொன்றோ அல்லது சிறைப்படுத்தியோ இருக்க வேண்டும், அவனை குற்றவாளியாக்கி நீ முடி சூட்டிக் கொள்ளலாம் என்று கனவு காண்கிறாயா...??" என்று மீண்டும் சீறினார் மன்னர் பிரதிந்தன்.

"அரசே...!! நான் முன்னமே கூறியது போல, எனக்கு நாடாளும் ஆசையில்லை. நீங்களாகக் கொடுத்தாலும், இனி எனக்கு அந்தப் பதவி வேண்டாம். என்றும் உங்கள் இருவரின் மகனாகவும், இயற்கை அன்னையின் வீடான நமது காந்தள் தேசத்தின் சராசரி குடியாகவும் இருக்கவே ஆசைப்படுகிறேன்...!!" என்றான் நற்புகழ்மணி.

"மகனே...!! நான் உன்னை நம்புகிறேன். ஆனால் எதை சொல்வதாய் இருந்தாலும், அதற்கு தக்க சாட்சியம் வேண்டுமே...?? உன் தமையன் தான் தன் தேசத்தின் மீதே படையெடுக்கிறான் என்ற உன் குற்றச்சாட்டிற்கு, என்ன சாட்சியம் வைத்திருக்கிறாய்...??" என்றாள் அந்த மாதரசி.

"தாயே...!! தாங்கள் என்றுமே என்ன நம்புவீர்கள் என்று எனக்குத் தெரியும், தந்தையும் அவ்வாறே நம்புவார். ஆனால் இன்றைய சூழல். நான் என்ன சொனாலும் உலகம் ஏற்காது... அவ்வாறு என் மீது மக்களிடையே நம்பிக்கையில்லா பொய் செய்திகளையும், குற்றங்களையும் சிலர் பரப்பி வருகிறார்கள்.

அதைப் பற்றி எனக்கு சிறிதும் கவலையில்லை. ஆனால் நான் இப்பொழுது சொல்வது உண்மை, தங்களின் மீது ஆணையிட்டு சொல்கிறேன்.

ஆனால் இச்செயலை என் தமையன் தானாக முடிவெடுத்து செய்யவில்லை. அவரை அவ்வாறு சிலர் செய்யத் தூண்டியுள்ளனர்.

அவ்வாறு செய்யத் தூண்டியவர்கள் வேறு யாருமில்லை, நம் நாட்டின் வணிகர் தலைவன் கிடையரையனும், நாயக்கிதி தேசத்து ஆளுநர் அந்திவர்டனும் தான்.

அவர்களின் அறிவுறுத்தலால் மன்னர் ஆட்சியை முறியடித்து, மக்கள் ஆட்சி என்ற பெயரில் செல்வந்தர்களின் சர்வாதிக்க ஆட்சி முறையை கொண்டு வருவது தான் அவர்களின் திட்டம். இதை அறியாமல் என் தமையன், மக்களுக்கு சம உரிமை அளிக்கவும் அவர்கள் செல்வமுடன் வாழ வழி செய்யவுமே அவர்களின் திட்டத்திற்கு சம்ம-

தித்திருக்கிறார்.

அவர்கள் நம் காந்தள் தேசத்தை முழுமையாக தங்களின் ஆளுமைக்கு கீழே கொண்டு வரத் திட்டமிட்டிருந்தனர். ஆனால் என் தலையன் என் மீது வைத்திருந்த பாசத்தாலும், சகோத துரோகம் செய்ய விரும்பாமலும் தேசத்தை இரண்டாகப் பிரித்து, வட திசையை தலையன் தலைமையிலும் தென் திசையை என் தலைமையிலும் நிர்வகிக்க திட்டமிட்டிருக்கிறார்...!!" என்றான்.

"நற்புகழ்மணி...!! எனக்கு உன் மீது வெறுப்பு தான் அதிகரித்து வருகிறது. இத்துடன் நீ உன் பேச்சை நிறுத்திவிடு, இல்லை என்றால் நான் உன்னை சிறைபிடிக்க வேண்டி வரும்...!!" என்றார் மன்னர் பிரதிந்தன்.

இத்தனை நேரம் அமைதியாய் இருந்த முதன் மந்திரி ஏகாம்பரத்தார் குறுக்கிட்டு, "அரசே...!! நற்புகழ்மணி கூறுவதை நாம் முழுமையாக விசாரித்து முடிவெடுக்கலாம் என்று நினைக்கிறேன்...!!" என்றார்.

உடனே பிரதிந்தன், "நண்பா...!! மகிழ்நன்னைப் பற்றி உனக்கே நன்றாகத் தெரியும். அவன் தன் தேசத்தின் மீதே போர் புரிய வேண்டிய அவசியம் இல்லையே...?? அவன் தான் அடுத்த அரசன் என்பது உலகமறிந்தது. அப்படி இருக்க... அவன் ஏன் போரிட்டு தன் நாட்டை கைப்பற்ற வேண்டும்...??" என்றார்.

"அப்பா! நான் இன்னும் முழுமையாக சொல்லி முடிக்கவில்லை...!!" என்றான் நற்புகழ்மணி.

அவர்கள் பேசிக் கொண்டிருக்கையில் சேவகன் கதவைத் தட்டினான். அரசர், "உள்ளே வா...!!" என்றார்.

சேவகன் உள்ளே வந்து நால்வருக்கும் வணக்கம் தெரிவித்து, "அரசே...!! சிறிய இளவரசரை உடனடியாக சந்திக்க வேண்டுமென்று கதிரவன் மற்றும் கலபதி முருகையன் என்ற இருவரும் சண்டை பிடிக்கிறார்கள்...!!" என்றான்.

இளவரசன் நற்புகழ்மணி, "அவர்களை உடனடியாக உள்ளே அழைத்து வாருங்கள்...!!" என்றான்.

சேவகன் வெளியில் சென்ற சில கணங்களில் அந்த இருவரும் உள்ளே வந்து, மூவரையும் வணங்கி இளவரசரை நோக்கினர்.

"தந்தையே…!! என்னை மன்னிக்கவும். தங்களின் அனுமதியின்றி இவர்களை அழைத்ததற்கு…!!" என்றான் நற்புகழ்மணி.

மிகவும் கோபத்துடன், "அது தான் அழைத்து விட்டாயே… இனி நான் என்ன அனுமதிப்பது…??" என்றார் பிரதிந்தன்.

கதிரவனும் அமைதியாய் பயபக்தியுடன் நின்றான். ஆனால் இளவரசரைக் கோபித்துக் கொண்டதைப் பொறுத்துக் கொள்ள முடியாத கலபதி முருகையன், " அரசரே…!! தவறு செய்தவர்கள் நாங்கள், அதனால் இளவரசரைக் கோபித்து கொள்வதை ஆட்சேபிக்கிறோம்…!!" என்றான்.

அங்கிருந்த அனைவரின் பார்வையும் கலபதி முருகையன் மீது சென்றது.

அரசர் கோபமாய், "யார் நீ…??" என்றார்.

"அரசே…!! நான் ஒரு கலபதி. எந்தியவு தேசத்தில் உல்லாச கலம் வைத்து பிழைப்பவன். நாங்கள் வந்த முறை வேண்டுமென்றால் தவறாக இருக்கலாம். ஆனால் செய்தி மிக முக்கியமானது. அதுவும் அவசரமானது…!!" என்றான்.

"என்ன அப்படி முக்கியமான செய்தி கொண்டு வந்திருக்கிறீர்கள்…??" என்றார் அரசர் பிரதிந்தன்.

இளவரசரை நோக்கினான் முருகையன். நற்புகழ்மணி, "என்ன செய்தி…??" என்றான்.

"இளவரசே…!! அவர்கள் வந்த வணிகக் கலங்களை நமது துறைமுகத்தின் சற்று தொலைவிலே நங்கூரம் பாய்ச்சி இருக்கிறார்கள்.

ஆனால் இரண்டு கலம் மட்டும் துறைமுகத்திற்கு வந்தது. அதில் நிறைய மனிதர்களும் பெரிய பெரிய பெட்டிகளும் வந்திறங்கின…!!" என்றான் கலபதி முருகையன்.

"அது மட்டுமின்றி நாங்கள் தங்களிடமிருந்து விடைபெற்று சென்ற போது, விழியில் எங்கும் நயக்கிதி தேசத்து மக்களையே கண்டோம்…!!" என்றான்.

"உன் கணிப்பு என்ன…??" என்றான் இளவரசன்.

"இளவரசே…!! அவர்கள் நம் தலைநகருக்குள் அவர்கள் படையினரை மக்களோடு மக்களாக இருக்கச் செய்து விட்டார்கள். மேலும் துறைமுகம் முழுவதும் அவர்கள் ஆட்களை ஆதிகாரிகளாக மாறியுள்

எனர்.

அதனால் நாளை போர் என்றாலும், அவர்கள் முதலில் துறைமு-கத்தைக் கைப்பற்ற திட்டம் தீட்டி இருக்க வேண்டும். அவ்வாறு நடந்-தால், அவர்களின் அனைத்து கலங்களும் எந்த தடையுமின்றி துறை-முகத்தை அடைந்து, படையினரை தரை இறக்கலாம்....!!" என்றான் கலபதி முருகையன்.

"தங்களிடம் செய்தியைக் கூறிவிட்டு, அடுத்து என்ன செய்வது என்று கேட்டுச் செல்லவே வந்தோம்...!!" என்றான் முருகையன்.

அனைத்தையும் கேட்ட மன்னர் பிரதிந்தனுக்கு கோபம் அதிகரித்து, "யார் அங்கே...??" என்று கத்தினார்.

உடனே அறையினுள் வீரர்கள் சிலர் ஓடி வந்தனர். "மூவரையும் சிறை பிடியுங்கள்...!!" என்றார்.

கதிரவன் அவர்களைத் தடுக்க முயற்சித்தான். ஆனால் இளவரசன் நற்புகழ்மணி, "வேண்டாம், கதிரவா...!! தடுக்காதே...!!" என்றதும் பின்வாங்கி நின்றான்.

"அரசே....!! தமையன் வந்து நாட்டை இரண்டாகப் பிரிக்க வேண்-டினால், அதை ஒப்புக் கொள்ளுங்கள்.

எதிர்காலத்தில் நாம் இந்த வணிகர்களின் சூழ்ச்சியை முறியடித்து, முழு தேசமாய் தமையனிடம் ஒப்படைக்கலாம்...!!" என்றான்.

வீரர்கள் மூவரையும் அழைத்துச் சென்று, ஒரே சிறையில் அடைத்-தனர்.

மறுநாள் காலை விடிந்தது. ஆதவன் தன் பொன் நிற செங்கதிரால் வானை வண்ண மயமாக்கினான். அந்த செங்கதிர் மூவருமிருந்த சிறை-யின் சிறிய சன்னல் கம்பிகளின் வழியாக உள்ளே வந்து அவர்களை எழுப்பியது.

இளவரசன் நற்புகழ்மணி விழித்தெழுந்து, இருவரையும் எழுப்பினார்.

கதிரவன், "இனி என்ன செய்வது இளவரசே...??" என்றான்.

"நாம் ஒன்றும் செய்ய முடியாது, நடப்பது நடக்கட்டும். எல்லாம் நன்மைக்கே...!!" என்றான் நற்புகழ்மணி.

கலபதி முருகையனோ அமைதியாக யாருடைய வம்புக்கும் செல்லா-மல், அழகான கடலில் உல்லாசமாக கலம் செலுத்தியவனுக்கு முதல்மு-றையாக ஒரு சிறிய அறையில் அடைபட்டிருப்பது பிடிக்காமல் இருந்-

தது.

ஆனால் அவன் அந்த விருப்பமின்மையை வெளியில் காட்டிக் கொள்ளாமல் அமைதியாய் அமர்ந்திருந்தான்.

நற்புகழ்மணி முருகையனின் அருகே சென்று, "முருகையா…!! என்னை மன்னித்து விடு. நான் உன்னை இந்நிலைமைக்கு கொண்டு வந்ததற்கு…!!" என்றான்.

"இளவரசே…!! எனக்கு எந்த வருத்தமுமில்லை, இதுவும் எனக்கு ஒரு அனுபவம் தான்…!! என்றான் முருகையன்.

"இளவரசே…!! எங்கோ முரசு ஒலிக்கும் சத்தம் கேட்கிறது..!! என்-றான் முருகையன்.

மூவரும் சிறையின் சிறிய சன்னல் வழியே காதை வைத்து கேட்-டனர்.

"முரசொலி கோட்டையின் வாயிலில் இருந்து தான் வருகிறது. பரி-வார ஒலி மற்றும் முரசின் ஒலி இளவரசர் மகிழ்நனுடையது.

வருவது தமையன் தான் மக்கள் மற்றும் வணிகர்களின் வாழ்த்தொலி கேட்கிறது.

தமையன் வந்துவிட்டார், சரியாக அரசவை கூடும் நேரத்தில் தான் வருகிறார். நல்ல திட்டம் என்ன நடக்குமென்று பார்ப்போம்…!!" என்-றான் இளவரசன் நற்புகழ்மணி.

கோட்டையினுள் பிரவேசித்த மகிழ்நன் நேராக தன் அரண்மனைக்-குச் செல்லாமல், அரசவைக்கு சென்றான். அரசவையினுள் நுழைந்த மகிழ்நன் அங்கு கூடியிருந்த அனைவருக்கும் தன் பணிவான வணக்கத்-தைத் தெரிவித்து, மேலே நேராக அரசர் பிரதிந்தனிடம் சென்று வணங்கி ஆசிபெற்றான்.

ஆசி பெற்றதும் தன் இருக்கையில் அமராமல் அரசவையின் நடு-வில் நின்று, "அரசருக்கு ஒரு பணிவான வேண்டுகோள் வைக்க உள்-ளேன், அதை எந்தத் தடையுமின்றி அரசர் நிறைவேற்றுவார் என்று நினைக்கிறேன்…!!" என்றான்.

"அதற்கு முன்… எங்கே என் உயிரிலும் மேலான அருமை தம்பி நற்புகழ்மணி…??" என்றான்.

மன்னர் பிரதிந்தன் ஒரு கனைப்பு கனைத்துவிட்டு, "அவனுக்கு பித்துப் பிடித்து விட்டது. நாடாளும் ஆசையால் சில தேச துரோகச்

செயலை செய்ய திட்டமிட்டதாக, அவனைக் கைது செய்து சிறையில் வைக்க ஆணையிட்டேன்...!!'' என்றார்.

''தந்தையே...!! என் தம்பியை உடனடியாக விடுவிக்க ஆணை பிறப்பிக்க வேண்டுகிறேன்...!!'' என்றான் மகிழ்நன்.

தன் அன்பு மகனின் வேண்டுகோளுக்கு ஏற்ப இளவரசன் நற்புகழ்ம-ணியையும், அவனுடன் சிறைப்பட்ட இருவரையும் விடுவிடுக்க மன்னர் ஆணையிட்டார்.

இதற்கிடையில் மகிழ்நன், அமைதியாக அரசவையில் அமர்ந்து அங்கு நடப்பதை கவனித்தான்.

ஒரு நாழிகைக்குள்ளே இளவரசன் நற்புகழ்மணி, கதிரவன், கலபதி முருகையனும் சிறையிலிருந்து அரசவைக்கு வந்தனர்.

தன் தம்பியைக் கண்டதும் ஓடிச் சென்று கட்டி அணைத்துக் கொண்டான் மகிழ்நன். அரசவையில் கூடி இருந்த அனைவரும் மௌனமாக அங்கு அரங்கேறிய சகோதர பாசத்தைக் கண்டு அகம் மகிழ்ந்தனர்.

அரசவையைத் திரும்பி பார்த்த மகிழ்நன், ''தம்பி என்னைத் தவறாக நினைக்காதே... என் விருப்பம் போல் நான் நாடாள வேண்டுமென்று நினைக்கிறேன் மற்றும் உன்னையும் நமது தாய் தந்தையையுடனும் கலந்து ஆலோசிக்காமல் நானே ஒரு முடிவை எடுத்துள்ளேன்...!!'' என்றான் மகிழ்நன்.

மீண்டும் அரசவையை ஊற்று பார்த்த மகிழ்நன் தன் தந்தையை வணங்கி, ''இங்குள்ள அனைவருக்கும் ஓர் அதிர்ச்சியான செய்தியைக் கூறப் போகிறேன்.

நாளை முதல் நமது காந்தள் தேசம் இரண்டு தேசமாக பிரிக்கப்பட்டு, வடதேசம் என் தலைமையில் மக்களாட்சியாகவும் தென் தேசம் என் அன்பு தம்பி நற்புகழ்மணியின் தலைமையில் முடியாட்சியாகவும் விளங்-கும்.

இன்று இரவே யார் யார் எந்த தேசத்திற்கு செல்ல வேண்டுமோ... சென்று விடுங்கள். நாளை முதல் நமது நடுமலையே இரு தேசத்திற்கும் எல்லையாகும்.

இன்று இரவோடு இரவாக படைகள் நடுமலையில் நிலை நிறுத்-தப்படும். மன்னர் பெருமான், எங்கு விரும்பினாலும் இருக்கலாம்...!!''

என்றான் மகிழ்நன்.

மகிழ்நன்னின் சொற்களைக் கேட்ட மன்னர் பிரிதிந்தன் மூச்சு இழந்து கண் அசைவின்றி, உடல் செயலிழந்து தன் அரியாசனத்தில் அமர்ந்திருந்தார்.

மன்னரிடமிருந்து எந்த பதிலும் வராததால் மகிழ்நன் அரசர் பிரிதிந்தன் அருகில் சென்று, "தந்தையே...!!" என்றான். பதில் வரவில்லை, அவர் தோள் மேல் கை வைத்து உலுக்கினான், எந்த பயனுமில்லை.

மன்னர் சிகரம் பிரிதிந்தன் ஆத்மா உடலை விட்டு பிரிந்து விட்டதை அங்கிருந்த அனைவரும் அறிந்து, அரண்மனையே சோகத்தில் முழுகி-யது.

மன்னரின் உயிர் பிரிந்த செய்தியை அறிந்ததுமே, மகாராணியின் உயிரும் அவர் உடலிலிருந்து பிரிந்து சென்றதை அனைவரும் கண்டு மிகுந்த சோகத்தில் ஆழ்ந்தனர்.

மக்களுக்கு ஓர் அதிர்ச்சி என்று நினைத்தால், மற்றும் இரு அதிர்ச்சி தேசத்தின் மூலை மூடுக்கெங்கும் பரவி ஆழிப்பேரலையாய் அடிக்கத் தொடங்கின.

மகிழ்நன் கூறியதை எதிர்த்துக் கேட்பதா அல்லது அங்கு மாண்டு கிடந்த இருவரின் இறுதிச்சடங்கை செய்வதா என்று தெரியாமல், அரச-வையிலிருந்த அனைவரும் மௌனமாக நின்றனர்.

தன் தொண்டையை கனைத்து விட்டு முன்வந்த கிடையரையன், "இளவரசே...!! இப்படியே அமர்ந்திருந்தால் மற்றதை யார் செய்-வது...??" என்றான்.

தன் மனதை ஜொற்றிக் கொண்டு எழுந்த மகிழ்நன், அரசவையிலி-ருந்த அனைத்து அமைச்சர்களையும் ஒரு பார்வை பார்த்தான்.

அங்கு நின்று கொண்டிருந்த அரச சேவகர்களை அழைத்து, இரு-வரின் உடலை தகனம் செய்யத் தேவையானதைச் செய்ய ஆணையிட்-டான்.

பின் தன் தம்பி நற்புகழ்மணியிடம், "தம்பி...!! காலத்தின் கட்டா-யத்தால் நமது பெற்றோர்கள் நம்மை விட்டுச் சென்று விட்டனர்.

நீ உன் அரண்மனைக்கு சென்று, உன் தென் தேசத்தை நிர்மாணிக்க வேண்டியதைச் செய். மற்றதை இன்னும் மூன்று நாழிகையில் இங்கே மீண்டும் கலந்து முடிவெடுப்போம்...!!" என்றான்.

அங்கிருக்கும் அனைவரும் மூன்று நாழிகை கழித்து அங்கு மீண்டும் வர வேண்டுமென்று மகிழ்நன் தெரிவிக்க, அங்கிருந்த அனைவரும் கலையத் தொடங்கினர்.

கூட்டத்தில் ஒருவர், "இளவரசே...!! நம் மன்னர் மற்றும் மகாரா-ணியின் இறுதிச்சடங்கு...?? அவர்களின் பூத உடலை மக்கள் காண விரும்புவார்களே...??" என்றார்.

"இருவரின் உடல்களும் கோட்டையின் வாயிலில் வைக்கப்படும். இன்று நண்பகல் முடிவில் இறுதிச் சடங்குகளைச் செய்ய ஏற்பாடு செய்-யுங்கள்...!!" என்றான் மகிழ்நன்.

அரசவையை விட்டு வெளியில் சென்ற மகிழ்நன், நேரே தன் அரண்மனைக்கு சென்று கிடையரையனுடன் ஆலோசனையில் ஈடுபட்-டான்.

நற்புகழ்மணி தன் நண்பர்கள் கதிரவனையும், கலபதி முருகையனை-யும் அழைத்துக் கொண்டு தன் அரண்மனைக்கு சென்றான்.

நற்புகழ்மணி தன் ஆலோசனை அறையை அடைந்து இருவருடனும் ஆலோசிக்கையில் முதன் மந்திரி ஏகாம்பரத்தார் அங்கு வந்தார்.

அவரை பார்த்ததும் நற்புகழ்மணி, "வாருங்கள் ஐயா..!!" என்று அவர் காலில் விழுந்து ஆசி பெற்றான். அவனைத் தொடர்ந்து கதிர-வனும் முருகையனும் ஆசி பெற்றனர்.

உள்ளே வந்த ஏகாம்பரத்தார் மூவரையும் தன் கூரிய கண்களால் ஊடுருவிப் பார்த்தார். நீங்கள் மூவரும் இவ்வுலகை ஆளப் பிறந்தவர்கள் என்றும், எக்காலத்திலும் இணை பிரியாமல் இருங்கள் என்றும், எந்த சூழ்நிலையிலுயும் மற்றவர்களுக்கு உங்கள் மூவரின் அந்தரங்கத்தில் இடமளிக்க வேண்டாம் என்றும் சில அறிவுரைகளைக் கூறினார்.

"ஐயா..!! தாங்கள் தான் எங்களை ஆசீர்வதிக்க வேண்டும். தங்க-ளுக்கு விருப்பம் இருந்தால் தாங்களே நான் புதிதாக தலைமை ஏற்கப் போகும் தென் காந்தள் தேசத்தின் முதன் மந்திரியாக இருக்க வேண்டு-கிறேன்...!!" என்றான் நற்புகழ்மணி.

இதை கேட்ட முதன் மந்திரி ஏகாம்பரத்தார் சற்று சிரித்து விட்டு, "நற்புகழ்மணி உன்னை நான் தான் இன்னாருடன் இதைக் கற்க வேண்-டும், இன்னாருடன் அதைக் கற்க வேண்டுமென்று தீர்மானித்து, தலை-சிறந்த ஞானிகளின் பாடசாலைக்கு அனுப்பினேன். அதன் பலனைக்

கடந்த சில நாட்களிலே கண்டேன், கண்டு மகிழ்ந்தேன்.

மேலும் எனக்கோ வயதாகிவிட்டது. என் சிந்தனையும், உன் சிந்-தனையும் இனிமேல் ஒன்றாக ஒரே கோணத்தில் செல்லவும், செலுத்தவும் முடியாது.

உன் வயதை ஒத்த ஒருவனை... இதோ இந்த கதிரவன் உனக்கு நல்ல நண்பனாகவும், புதிய தேசத்தின் கவசமாகவும் இருப்பான்.

மற்றும் இந்த கலபதி முருகையனின் கூரிய பார்வையும், மன தைரி-யமும் எதிர்பாரா எண்ணங்களும் சிந்தனைகளும் உன்னை நல்ல முறை-யில் காக்கும்.

யாரை இழந்தாலும் இவர்களை இழந்து விடாதே நற்புகழ்மணி... இருவரையும் என்றும் உன்னுடனேயே வைத்துக் கொள்...!!" என்றதும் கதிரவனும் முருகையனும் அவர் காலில் மீண்டும் விழுந்து ஆசி பெற்-றனர்.

நற்புகழ்மணி, தானும் ஏகாம்பரத்தார் காலில் விழுந்து மீண்டும் ஆசி பெற்றான்.

"நற்புகழ்மணி...!! நான் இங்கு வந்தது உன்னைக் கண்டு விடை-பெற்று செல்வதற்குத் தான்...!!" என்றார்.

"ஐயா...!! தங்களுக்கு விருப்பமென்றால், தாங்கள் எங்கு செல்கி-நீர்கள் என்று அறிந்து கொள்ள விரும்புகிறேன்...!!" என்றான் நற்பு-கழ்மணி.

"நான் என்றும் உன்னை விட்டு செல்லமாட்டேன், நற்புகழ்மணி...!! நான் இங்கு வந்ததே உன்னிடம் கூறிவிட்டு, இந்த அரச பதவியையும் முதன் மந்திரி இலச்சினையையும் உன்னிடம் கொடுத்துவிட்டு, செல்வ-தற்குத் தான் இங்கு வந்தேன்...!!" என்றார்.

"ஐயா..!! தாய் தந்தையின் உடல் முன் கிடந்து அழ வேண்டிய நான், அவர்களின் உடலின் அருகில் கூட செல்லாமலும், செல்ல முடி-யாமலும் இங்கே ஆலோசனையில் ஈடுபட நேரிட்டிருக்கிறது. என்னிடம் ஆலோசனை செய்யக் கூட யாருமற்று இந்த இருவருடன் தனித்திருந்த எனக்கு, தாங்களின் வரவு சற்றே மகிழ்ச்சியையும், நம்பிக்கையையும் அளித்தது. ஆனால் நீங்களும் மற்றவர்களைப் போல், என்னை விட்டுச் செல்வது எனக்கு பெரிய ஏமாற்றத்தைத் தருகிறது...!!" என்றான் நற்பு-கழ்மணி.

"குழந்தாய்..! நான் என்றும் உன்னை விட்டுச் செல்ல மாட்டேன். இப்பொழுது கூட உன்னைப் பிரிய மனமில்லாமல் தான் இங்கு வந்தேன்.

இந்த காந்தள் தேசத்தை நானும் உன் தந்தையும், வாள் முனை-யிலும் ஊளவியல் ரீதீயாக பல அபாயங்களிலிருந்தும் காக்க எங்களின் இன்னுயிரை பலமுறை இழக்கும் நேரம் வந்தது.

எத்தனையோ அபாயங்களிலிருந்து காத்த இந்த காந்தள் தேசத்தை இரண்டாக பிரித்து ஆள நேரிடும் என்று நாங்கள் ஒருமுறை நினைத்-தோம். அது நடக்காமல் இருக்க வேண்டியே உன் தமையனுக்கு விரை-வில் முடிசூடத் திட்டம் தீட்டி இருந்தோம்...!!" என்றார் முதன் மந்திரி ஏகாம்பரத்தார்.

"ஐயா....!! தமையன் இப்படி நடந்து கொள்வார் என்று தங்களுக்கு முன்னமே தெரியுமா....??" என்றான் நற்புகழ்மணி.

"ஆம்....!! குழந்தாய்...!! எனக்குத் தெரியும். எனது ஒற்றன் ஒரு-வன் மூலம் அறிந்தேன். இவர்கள் கலத்தில் வேற்று தேசம் செல்லும் முன்னிரவு, கிடையரையனும் மகிழ்நன்னும் போதையில் பேசியதை என் ஒற்றன் கேடறிந்து வந்து எனக்கு சொன்னான்.

மகிழ்நன்னுக்கு மக்களாட்சி நாடுகள் எப்படி இருக்குமென்று காண்-பிக்கவே, கிடையரையன் இந்த பயண ஏற்பாடு செய்திருக்கிறான்.

இந்த செய்தியை உன் தந்தையிடம் தெரிவித்தேன், ஆனால் பயனில்லை. உன் தந்தைக்கு உன் தமையன் மீது அளவில்லாத நம்-பிக்கை. அதனால் அதைப் பற்றி பேச வேண்டாமென்றார்.

ஆனால் மகிழ்நன்னுக்கு உடனடியாக முடிசூட வேண்டுமென்று மட்-டும் என்னை ஏற்பாடு செய்யச் சொன்னார்...!!" என்றார் முதன் மந்-திரி.

"ஐயா....!!! நீங்கள் சொல்வதைப் பார்த்தால், அரசர் மனதிலும் ஏதோ ஐயம் உதித்திருக்க வேண்டும் மற்றும் சகோதர யுத்தம் ஏதும் நடக்காமல் இருக்கவே, அவர் உங்களிடம் உடனடியாக என் தமை-யனுக்கு முடிசூட்ட ஏற்பாடு செய்திருக்கிறார் போலும்."

"நானும் அப்படித் தான் நினைக்கிறேன்...!!" என்றார் ஏகாம்பரத்-தார்.

"ஐயா....!! தாங்கள் விரும்பினால் இன்னும் கொஞ்ச காலம் புதிதாய் உதயமாகும் தென் காந்தள் தேசத்தின் முதன் மந்திரியாகவும், ராஜ குரு-

வாகவும் இருந்து எங்களை வழி நடத்த வேண்டுகிறேன்...!!" என்றான் நற்புகழ்மணி.

"குழந்தாய்..!! எனக்கும் விருப்பம் தான். ஆனால் எனக்கு வயதா-கிவிட்டது மற்றும் உன் வேகத்திற்கு ஈடுகொடுக்க என்னால் முடியாது.

ஒன்று செய்யலாம், சிறிது காலத்திற்கு மட்டும் உங்களுடன் நான் இருந்து நிலைமை சீரானதும், என்னை அரச பதவியிலிருந்து நீங்களே விடுவிக்க வேண்டுகிறேன்...!!" என்றார்.

ஏகாம்பரத்தார் தன் புதிய தேசத்தின் முதன் மந்திரியும் ராஜ குரு-வுமாக இருக்க ஒப்புக் கொண்டதும் மீண்டும் ஒருமுறை அவர் காலில் விழுந்து ஆசி பெற்றான்.

"ஐயா....!! நாம் இப்பொழுது அடுத்த கட்டமாக என்ன செய்-வது...??" என்றான் கதிரவன்.

"நற்புகழ்மணி...!! நீ சென்று உன் தந்தை உடல் அருகில் அவ்-வப்பொழுது இருந்து விட்டு வா...!! கதிரவனும் முருகையனும் மட்டும் என்னுடனே இருக்கட்டும்...!! என்றார்.

ஏகாம்பரத்தாரிடம் விடைபெற்று, நற்புகழ்மணி கோட்டையின் வாயிலை அடைந்து தன் தாய் தந்தையரின் உடல் அருகில் நின்றான்.

அங்கு வந்த அனைவரும் நற்புகழ்மணியைக் கண்டு கதறி அழு-தனர், "இளவரசே...!! வருத்தம் வேண்டாம், நாங்கள் உள்ளோம் உங்-களுக்காக...!!" என்று பல பேர் சத்தம் செய்தனர்.

ஒரு நாழிகை அவ்வாறு அமர்ந்த பின், நற்புகழ்மணி தன் அரண்-மனைக்கு வந்தான். அங்கு அவனுக்காக ஏகாம்பரத்தாரும் கதிரவன் முருகையனும் காத்திருந்தனர்.

"வா....!! நற்புகழ்மணி...!! நாம் அரசவைக்கு செல்வோம்...!!" என்றார் ஏகாம்பரத்தார், மூவரும் அவரை பின் தொடர்ந்து சென்றனர்.

அரசவையில் அரசரின் ஆசனத்தில் மகிழ்நன் அமர்ந்திருந்தான். அவனுக்கு அருகிலே ஒரு ராஜரீக வேலைப்பாடுகளுடனான சிறிய ஆசனம் ஒன்று இருந்தது. அதை சுட்டிக்காட்டி, "வா தம்பி...!! வந்து இங்கே அமர்....!!" என்றான் மகிழ்நன்.

அந்த இருக்கையில் அமரும் முன், அங்கு கூடியிருந்த அனை-வருக்கும் தன் வணக்கத்தைத் தெரிவித்தான் நற்புகழ்மணி. அப்போது அவன் அருகே சென்ற கதிரவன் "இளவரசே...!! அதோ கிடையரை-

யன் அருகில் அமர்ந்திருக்கிறாரே அவர் தான், அந்திவர்டன். நயக்கிதி தேசத்து ஆளுநர்...!!” என்று அந்திவர்டனை சுட்டிக் காட்டினான்.

நற்புகழ்மணியும் எதுவும் சொல்லாமல், அமைதியாய் அந்த ஆசனத்-தில் சென்று அமர்ந்தான்.

“எங்கள் தாய் தந்தையரின் இழப்பு நமக்கும் நமது நாட்டு மக்க-ளுக்கும் மிகுந்த வருத்தத்தை அளித்திருக்கிறது. மேலும் இத்தருணத்-தில் நான் வெளியிடப் போகும் செய்திகள், அனைவருக்கும் கசப்பாய் தானிருக்கும். ஆனால் நாம் என்ன செய்ய முடியும்..?? காலம் நமக்கு குறைவாக இருக்கிறதே...??” என்றான்.

“வரும் நள்ளிரவு முதல் இந்த காந்தள் தேசம் இரு தேசமாக திக-ழுமென்றும், வட காந்தள் தேசத்தை மக்களாட்சியாக... என் தலை-மையில் மக்களின் பிரதிநிதியாக நானே இருப்பேன். எனக்கு பின் மக்க-ளின் நம்பிக்கைக்கு உகந்த ஒருவரை அவர்களின் பிரதிநிதியாக தேர்தல் என்ற முறையில் வெற்றி பெறுபவருக்கு பதவி அளிக்கப்படும்.

புதிதாக உருவாகும் தென் காந்தள் தேசம் முடியாட்சியாக... என் தம்பி நற்புகழ்மணியின் தலைமையில் ஆட்சி செய்யப்படும். பிற்காலத்-தில் அவர் விருப்பம் போல் தேசத்தை ஆளலாம்...!!” என்றான் மகிழ்-நன்.

“இரு தேசத்திற்கும் வேண்டிய செல்வங்களை நாங்கள் அந்தந்த தேசத்தின் முற்கால வருவாயின் அடிப்படையில் பட்டியலிட்டிருக்கிறோம். அதனை எனது தேசத்தின் முதன் மந்திரியாகப் பதவியேற்கப் போகும் கிடையரையன் வாசிப்பார்...!!” என்றான் மகிழ்நன்.

தன் ஆசனத்திலிருந்து எழுந்து அனைவருக்கும் வணக்கம் தெரி-வித்த கிடையரையன், தன் கையில் வைத்திருந்த ஓலையை வாசிக்கத் தொடங்கினான்.

“இரு தேசத்தில் அதிக வருவாய் ஈட்டும் தேசமென்ற அடிப்படை-யில், வட காந்தள் தேசமே முன்னிலை வகிக்கிறது. தொழில் நகரமா-கவும் நாகரீக முன்னேற்றம், வர்த்தகம், கல்வி, கலை, போரியல் என அனைத்து துறைகளிலும் வட காந்தள் தேசமே முதன்மையாக இருக்கி-றது.

தற்போதைய முழு காந்தள் தேசத்தின் பொக்கிசத்திலிருக்கும் பெரும்பாலான பொருட்களும் வட காந்தள் தேசத்திற்கே கிடைக்க

வேண்டும். ஆனால் எங்கள் மக்களின் நாயகர் மகிழ்நன்னின் பரந்த மனதால், பொக்கிசத்தில் இருக்கும் பொருட்களைச் சமமாகப் பங்கிட விரும்புகிறார்.

பொக்கிசத்தை சமமாக பங்கிட்டு அரண்மனை பார வண்டிகளில் ஏற்றும் பணி, மும்முரமாக நடந்து கொண்டிருக்கிறது. அந்தப் பொருட்-களின் அட்டவணை இந்த ஓலையில் எழுதப்பட்டிருக்கிறது...!!" என்று இரண்டு ஓலைகளை கிடையரையன் நீட்டினான். அதனை நற்புகழ்மணி கண் அசைக்க கதிரவன் பெற்றுக் கொண்டான்.

பொக்கிசத்தைப் போல் படை பிரிவுகளின் பட்டியலை வாசிக்கத் தொடங்கிய போது, தன் கிழட்டுத் தொண்டையைக் கனைத்த ஏகாம்ப-ரத்தார் அனுமதி கோரும் பாவனையில் நற்புகழ்மணியை நோக்கினார்.

நற்புகழ்மணி அவரது வேண்டுதலுக்கு அனுமதிக்கும் விதமாய் தலை அசைத்தான்.

"பொக்கிசத்தைப் பங்கிட்டதே எங்களுக்கு பெரும் மகிழ்ச்சி, ஐயா...!! படைகளைப் பங்கிடுவதை நாங்கள் விரும்பவில்லை...!!" என்றார்.

"முழு காந்தள் தேசத்து படைகள் அனைத்தும் வட காந்தள் தேசத்-துடன் இருப்பதே எங்களுக்கு நலம். அதற்கு மாறாக சரிபங்காக படைக் கருவிகளையும் போர் கலங்களையும் மட்டும் எங்களுக்கு அளிக்க வேண்டுமென்று வேண்டுகிறோம்...!!" என்றார்.

இதனை அங்கிருந்த யாரும் எதிர்பார்க்கவில்லை. கோபத்துடன் எழுந்த மகிழ்நன், "ஏகாம்பரத்தாரே...!! உங்களுக்கு என்ன... என் தம்பியின் தேசத்தை கைப்பற்றிக் கொள்ள திட்டமா...??" என்றான்.

"வட காந்தள் தேசத்தின் ஆளுநரும், மக்களின் நாயகரும் என்னை மன்னிக்கவும். நான் ஒரு பொழுதும் நாடாள விரும்புவில்லை மேலும் இந்த கிழட்டு வயதில் எனக்கு ஒரு நாட்டை ஆளும் சக்தியு-மில்லை...!!"" என்றார்.

"தென் காந்தள் தேசத்தின் வருவாய் வட காந்தள் தேசத்தைப் போலில்லை என்பதைத் தங்களின் வருங்கால முதன் மந்திரி கிடைய-ரையன் முதலிலே கூறினார்.

அதுமட்டுமின்றி, கடந்த சில நாட்களுக்கு முன் பொழிந்த மழையால் தென் காந்தள் தேசம் மிகவும் சேதமடைந்திருக்கிறது. அதனால் முதலில்

நாங்கள் எங்களின் புதிய தேசத்தின் அடிப்படை கட்டமைப்பைச் சரி செய்யவே குறைந்தது மூன்று ஆண்டு காலமாகும்.

ஆக இத்தகையச் சூழலில் எங்களால் ஒரு படையை வைத்துக் கொண்டு, அப்படை வீரர்களுக்கு உணவும் ஊதியமும் அளிக்க முடியாது என்ற காரணத்தாலே தான், படைகள் எங்களுக்கு தற்பொழுது வேண்டாமென்றோம்.

ஆனால், கடல் வழியே வேற்று தேசத்தார் வராமலிருக்க வேண்டியே உங்களிடம் கலங்களை கேட்கிறோம்...!!” என்றார்.

இப்பொழுது கோபம் கொண்ட கிடையரையன் எழுந்து நின்று, “உங்களுக்கு நாட்டைப் பிரித்து கொடுப்பதே எங்கள் நாயகரின் வேண்டுகோளால் தான், இப்பொழுது அவர் அளிக்கும் பொன்னும் பொருளும் வேண்டும், படைகளை மட்டும் வேண்டாம் என்கிறீர்களா...?? இருக்கட்டும்... இருக்கட்டும்...!!” என்று கோபமாய் தன் இருக்கையில் அமர்ந்தான்.

“வட தேசத்தின் முதன் மந்திரி என்னை மன்னிக்க வேண்டும். நான் சற்று முன் கூறியதை நினைவுபடுத்த வேண்டுகிறேன். எங்களின் தேசத்தின் வருவாய் காரணமாகத் தான் பெரும் படைக்கு எங்களால் ஊதியமும் உணவும் கட்டமைப்பும் அளிக்க முடியாமல் தான், வேண்டாம் என்கிறோம்...!!” என்றார்.

இப்பொழுது குறுக்கிட்ட மகிழ்நன், “ஐயா! நாங்கள் வேண்டுமென்றால் ஓர் ஆண்டிற்கு தென் காந்தள் தேசத்திற்கு மானியமாக ஒரு தொகையையத் தருகிறோம். ஏனென்றால், என்னால் தானே உங்களுக்கு இந்நிலைமை...??” என்றான்.

இவ்வளவு நேரம் அமைதியாயிருந்த நற்புகழ்மணி பணிவுடன் எழுந்து தன் தமையனை வணங்கி, “அண்ணா...!! தங்களின் மனம் எனக்கு தெரிகிறது. நீங்கள் எனக்கு தனி தேசம் கொடுத்ததே போதும். மற்றதை நான் எதிர்பார்க்கவில்லை.

மேலும் ஏகாம்பரத்தார் என்ன என்ன கேட்கிறாரோ... அதை மட்டும் தாங்கள் எங்களுக்கு அளிக்க முன்வந்து முடிந்ததை வழங்குங்கள். அதுவே எனக்கு நிறையானது...!!” என்றான் நற்புகழ்மணி.

மிகுந்த மகிழ்ச்சியுடன் தன் தம்பியை இறுகக் கட்டிக் கொண்டான் மகிழ்நன். “சரி... நாங்கள் இருவரும் எங்களின் தந்தை தாயாரின் இறு-

திச் சடங்குகளைச் செய்யச் செல்கிறோம். கிடையரையனும் ஏகாம்ப-ரத்தாரும் கலந்து மீதி விசயங்களை முடிவெடுக்கட்டும்..!!” என்று தன் தம்பியைத் தன்னுடன் அழைத்துச் சென்றான் மகிழ்நன்.

இருவரும் புறப்பட்டதும், ஏகாம்பரத்தார் கதிரவனையும் முருகை-யனையும் தன்னுடனே இருக்கச் செய்தது கிடையரையனுக்கு பிடிக்க-வில்லை என்றாலும், மகிழ்நன்னின் ஆணைக்கு இணங்க மேலே பட்டி-யலைத் தொடர்ந்தார்.

ஏகாம்பரத்தாரும் கிடையரையனும் பட்டியலை சரி செய்து முடித்து எழுந்திருக்கவும், மகிழ்நன்னும் நற்புகழ்மணியும் தங்களின் பெற்றோர்க-ளின் இறுதிச் சடங்கை முடித்துவிட்டு அரசவையினுள் பிரவேசிக்கவும் சரியாக இருந்தது.

அவர்கள் எழுந்ததைப் பார்த்து, “என்ன கிடையரையரே…!! அனைத்து உடன்படிக்கைகளும் முடிந்ததா…??” என்றான் மகிழ்நன்.

“ஓரளவுக்கு சரியாக முடிந்தது…!!” என்றான் கிடையரையன்.

“அது என்ன ஒரளவுக்கு…??” என்றான் மகிழ்நன்.

“தானியங்கள் நிறையக் கேட்கிறார்கள், அது தான்…” என்று இழுத்தான் கிடையரையன்.

“இது என்ன கிடையரையரே…!! தென் காந்தள் பகுதி தான் மழை-யால் பாதிக்கப்பட்டிருக்கிறதே…?? நாம் தான் அவர்களுக்கு உதவ வேண்டும், அதனால் வேண்டியதை எடுத்துச் செல்லட்டும்…!!” என்-றான் மகிழ்நன்.

“இருள் சூழும் முன், நாம் கோட்டையை விட்டு வெளியேறுவது நல்லதாய் இருக்கும்…!!” என்றார் ஏகாம்பரத்தார்.

“ஆம் தம்பி…!! நீ சென்று செல்ல வேண்டிய ஏற்பாடுகளைப் பார்-வையிடு. மற்றதை கிடையரையனும் ஏகாம்பரத்தாரும் பார்க்கட்டும்…!!” என்றான் மகிழ்நன்.

“அப்படியே ஆகட்டும், அண்ணா…!!” என்று சொல்லி, கிடை-யரையனை நோக்கி, “ஐயா…!! அனைத்து பொருட்களையும் கீழ்-முனைப்பாடிக்கு அனுப்பி வையுங்கள்…!!” என்றபடி மூவரையும் அழைத்துக் கொண்டு தன் அரண்மனையை நோக்கி நடந்தான் நற்பு-கழ்மணி.

தன் அரண்மனையை அடைந்த நற்புகழ்மணி, அனைவரையும் விரைவாக புறப்பட வேண்டினான். "முருகையா....!! நாம் நால்வரும் உன் கலத்திலேயே கீழ்முனைப்பாடியை நோக்கிப் புறப்படலாம்....!!" என்றான்.

"அப்படி செய்ய வேண்டாம். நான் மட்டும் இங்கிருந்து அனைத்து பொருட்களையும் ஏற்றிக் கொண்டு வருகிறேன். இல்லை என்றால் இந்த கிடையரையன் அனைத்தையும் தன் மாளிகைகுள் வைத்துக் கொள்-வான்....!!" என்றார் ஏகாம்பரத்தார்.

"தாங்கள் கூறுவது சரி தான், ஆனால் வயதான தங்களைத் தனி-யாக இந்த நீண்ட கால பயணத்துக்கும், இந்த பாதகர்களின் பிடியி-லும் விட்டுச் செல்ல என்னால் முடியாது. வேண்டுமென்றால் கதிரவன் அனைத்தையும் சரி பார்த்து, குதிரையில் வரட்டும்....!!" என்றான் நற்-புகழ்மணி.

"நற்புகழ்....!! நீ பயப்படுமளவிற்கு ஏதும் நடக்காது. அவர்கள் என்னை எதுவும் செய்ய முன்வர மாட்டார்கள், அவ்வாறு செய்ய அவர்களுக்கு துணிவுமில்லை. கதிரவனை நாம் இங்கு விட்டுச் செல்வது உசிதமில்லை. அவன் உன்னுடன் வந்தால், கீழ்முனைப்பாடியின் கட்ட-மைப்புகளை செய்ய மிகவும் உதவியாயிருக்கும்....!!" என்றார்.

"சரி.... அப்படியே செய்வோம், ஐயா....!!" என்று நற்புகழ்மணி தன் அரண்மனையில் இருந்த சில பொருட்களை மட்டும் எடுத்துக் கொண்டு அதையும் பட்டியலில் எழுதச் சொன்னான்.

ஆதவன் மறையத் தொடங்கும் முன்பே, நற்புகழ்மணியும் கதிரவனும் முருகையனும் கோட்டையை விட்டு வெளி வந்தனர்.

மூவரும் வெளியில் வந்ததும் மக்கள் கூட்டம் நற்புகழ்மணியை சூழ்ந்து அழுது புலம்பினர். ஆனால் அங்கு கூடிய மக்கள் கூட்டத்தில் அதிக அளவில் கிடையரையனின் ஆட்களும் இருந்தனர்.

கூட்டத்திலிருந்த கிடையரையனின் ஆட்கள், "இவர்கள் நம் வட காந்தள் தேசத்து பொக்கிசத்தை வெறுமையாக்கியவர்கள். நம் நாட்டை சீர்குலைத்த பாதகன் நற்புகழ்மணி ஒழிக....!!" என்று கோஷம் செய்-தனர்.

மக்கள் கூட்டத்தை கதிரவனும் முருகையனும் விலக்க, நற்புகழ்மணி கோட்டையைத் திரும்பிக்கூடப் பாராமல் நேரே துறைமுகத்தை நோக்கி

குதிரையில் விரைந்தான். 'நற்புகழ்மணி செல்ல ஒரு ரதம் கூட கொடுக்-கவில்லை, கிடையரையன்...!!' என்று கோபத்தில் கதிரவன் மனம் குமுறியது.

துறைமுகத்தை அடைந்தவர்களை அங்கிருந்த காவலர்களின் வேல்-கள் குறுக்கே நிறுத்தி வழி மறித்தன. அவர்கள் நயக்கிதி தேசத்து வீரர்-கள் என்பதை அவன் அணிந்திருந்த உடை காண்பித்தது.

"யார் நீங்கள்...?? இங்கே எங்கு செல்கிறீர்கள்...??" என்றான் காவல் வீரன்.

அருகிலிருந்து இங்கு நடப்பதைக் கண்ட காந்தள் தேசத்து வீரன் ஒருவன் விரைந்து வந்து, "அரசே...!! மன்னிக்க வேண்டும். இவர்கள் நயக்கிதி தேசத்து வீரர்கள். முதன் மந்திரி கிடையரையனின் உத்தரவால் இங்கு காவற் பணியில் வைக்கப்பட்டுள்ளனர்...!!" என்று பணிவுடன் கூறினான்.

வேல்கள் விலகியதும், மூவரும் முருகையனின் கலத்தில் ஏறி கீழ்-முனைப்பாடியை நோக்கி, தங்களின் பயணத்தைத் தொடங்கினர்.

துறைமுகம் முழுவதும் நயக்கிதி நாட்டின் கலங்களால் நிறைந்திருந்-தது. மேலும் கலங்களிலிருந்து வீரர்களும் போர் தடவாடங்களும் இறங்-கும் பணிகள் மும்முரமாக நடந்து கொண்டிருந்தன.

போர் கலங்களால் சூழப்பட்டிருந்த துறைமுகத்தில், எப்படியோ அப்-படியும் இப்படியுமாக கிடைத்த சிறிய வழியில் தன் கலத்தை லாவகமாக செலுத்தி வெளி வந்தான் முருகையன்.

நற்புகழ்மணி கோட்டையை விட்டு சென்றதும் ஏகாம்பரத்தார் பொக்-கிச அறைக்கு சென்றார். அங்கு காவலில் ஈடுபட்டிருந்த நயக்கிதி நாட்டு வீரர்கள் ஏகாம்பரத்தாரை நோக்கி, "ஐயா...!! இங்கு எல்லாம் வரக்கூடாது...!!" என்றனர்.

அங்கிருந்து வெளிவந்ததும், சில பார வண்டிகளில் பொருட்கள் ஏற்றி இருப்பதை கண்டு அப்பார வண்டிகளில் அருகில் சென்றார்.

அங்கு தன் அரண்மனையின் ஏவலாள் ஆறுமுகம் நின்றிருந்ததைப் பார்த்து, அவனை அணுகி, "தம்பி...!!" என்றார் ஏகாம்பரத்தார்.

"ஐயா...!! வணக்கம்...!!" என்று பணிந்தான் ஆறுமுகம்.

பார வண்டிகளைச் சுட்டிக்காட்டி, "இது என்ன... இவ்வளவு பார வண்டிகள் இங்கு நிற்கிறது...??" என்றார்.

"ஐயா…!! இந்த பார வண்டிகள் நம் தென் காந்தள் தேசத்துக்கு கொண்டு செல்ல வேண்டும் என்பது கிடையரையன் உத்தரவு….!!" என்றான்.

"எல்லாம் தயார் தானே…??" என்றார் ஏகாம்பரத்தார்.

"ஆம்..!! ஐயா…!! தாங்கள் உத்தரவு கொடுத்தால், நாங்கள் வண்டிகளைச் செலுத்த சித்தமாயிருக்கிறோம், ஐயா…!!" என்றான்.

"ஆறுமுகா.!! நான் அமர்ந்து வர வண்டியில் இடமிருக்கி- றதா….??" என்றார் ஏகாம்பரத்தார்.

"ஐயா! முன்னே ஒரு வண்டியை உங்களுக்காகத் தயார் செய்துள்- ளேன். பாவிகள்… ரதம் தர மாட்டேன் என்று சொல்லிவிட்டார்கள். அதனால் என்னால் முடிந்தவரை, ஒரு குதிரை வண்டியை தங்களுக்கு ஏற்பாடு செய்தேன்….!!" என்றான்.

"ஆறுமுகா….!! நான் முன் வண்டியில் செல்கிறேன். நீ இந்த கடைசி வண்டியில் வா. மற்றும் இரண்டு குதிரைகளையும் இந்த வண்- டியோடு கொண்டு வா….!!" என்று முன் வண்டியை நோக்கி நடக்கத் தொடங்கினார் ஏகாம்பரத்தார்.

பார வண்டிகள் கோட்டையை விட்டு புறப்பட்டு வீதிகளின் வழியே சென்ற பொழுது… வீதிகளின் ஓரம் நின்றிருந்த சிலர், "எங்கள் குரு- தியை எடுத்துச் செல்கிறார்கள்… வீழ்க தென் காந்தள்…!! ஒழிக நற்- புகழ்மணி…!!" என்று கோஷமிட்டனர்.

அனைத்தையும் பொருட்படுத்தாமல், ஏகாம்பரத்தார் குதிரை வண்டி- யில் அமைதியாக சென்றார்.

ஒரு நாழிகையில் காந்தளூர் கோநகரைக் கடந்து, தென் திசை நோக்கி சென்ற பார வண்டிகளுக்குப் பாதுகாப்பாக சில படை வீரர்களை உடன் இணைத்துக் கொண்டனர்.

மற்றும் தலைநகர எல்லையில் போர் தடவாளடங்களுடன் பல பெரிய பார வண்டிகள் காத்திருந்தன.

ஏறக்குறைய பத்து காத தூரத்திற்கு மேல் பார வண்டிகள் சென்றது. இவர்கள் எப்படியும் ஒரு மண்டல பயணத்தில் தான் கீழ்முனைப்பாடி நகரை அடைய முடியும் என்பதால், ஏகாம்பரத்தாரின் குதிரை வண்டி மட்டும் பிரிந்து வந்து ஆறுமுகத்தின் வண்டியை அடைந்தது.

"ஆறுமுகம்....!! அனைத்தையும் உன் தலைமையில் விட்டுவிட்டு, நான் விரைவாக கீழ்முனைப்பாடி நகரை அடைந்துவிட வேண்டும்....!!" என்றார்.

பார வண்டிகளை அனைத்தையும் ஒரிடத்தில் நிறுத்தி... அனை-வரையும் அழைத்து, இனி கீழ்முனைப்பாடி நகரம் வரை அனைத்தும் ஆறுமுகத்தின் தலைமையில் செயல்பட வேண்டுமென்று கட்டளை பிறப்பித்து ஓலையையும் எழுதி... அங்கிருந்த வட காந்தள் தளபதியி-டம் கொடுத்து விட்டு, தான் மட்டும் குதிரை வண்டியில் விரைவாகப் புறப்பட்டார்.

மறுநாள் விடியற் காலையில் சூரியன் உதயமாவதற்கும், நற்புகழ்மணி கீழ்முனைப்பாடி கடற்கரையில் கால் வைக்கவும் சரியாக இருந்தது.

மக்கள் நற்புகழ்மணியைக் கண்டதும் ஓடிச் சென்று நின்று அழு-தனர். "இளவரசே....!! நாங்கள் கேட்டறிந்தது உண்மையா....??" என்-றார் ஒரு கிழவர்.

"ஆம்....!!" என்றபடி அடுத்து என்ன பேசுவது என்று தெரியாமல் சிந்திக்கையில்...

"அரசே....!! உங்களுக்கு நாங்கள் இருக்கிறோம், இன்றே தங்க-ளுக்கு முடி சூட்ட ஏற்பாடு செய்கிறோம்....!!" என்றார் அந்த கிழவர்.

கிழவனின் சொற்கள், மக்களின் மனத்தில் பெரும் உணர்ச்சியை ஏற்-படுத்தியது. அனைவரும்,

"வாழ்க நற்புகழ்மணி! வாழ்க தென் காந்தள்!
ஓங்குக நற்புகழ்மணியின் செங்கோல்!
வளரட்டும் தென் காந்தள் தேசம்!
தென் திசை நாயகன் நற்புகழ்மணி வாழ்க!"
என்று பல கோஷங்கள் எழுப்பினர்.

கீழ்முனைப்பாடி காந்தள் தேசத்தின் இரண்டாவது தலைநகரமாகும். முற்கால காந்தள் தேசத்தின் அரசர்கள், இங்கிருந்து தான் ஆட்சி புரிந்-தனர்.

வட தேசங்களின் அத்துமீறல்களைக் கட்டுப்படுத்தவும், வணிகத்தை வளர்க்கவும் பிரதிந்தன் காலத்தில் தான் காந்தளூர் காந்தள் தேசத்தின் தலைநகரமானது.

அதனால் கீழ்முனைப்பாடியில் பழைய அரண்மனைகளும், கோட்டைகளும் நிறைய இருந்தன.

பழைய அரசர் கோட்டையை அலங்கரிக்க வேண்டிய ஏற்பாடுகளை அரண்மனை பணியாட்கள் செய்ய, மக்கள் ஊரை அலங்கரிக்கும் வேலையில் முழு வீச்சில் இறங்கினர்.

கீழ்முனைப்பாடி ஒன்றும் நற்புகழ்மணிக்கு புதியதல்ல, அவன் தன் குழந்தைப் பருவத்தை இங்கே தான் கழித்திருந்தான். அதனால் மக்களும் அவன் மீது மிகுந்த பாசமும் பற்றும் அதிகமாகவே வைத்திருந்தனர்.

தமையன் மகிழ்நன்னைப் போலன்றி நற்புகழ்மணிக்கு இளவரசு பட்டம், இந்த கீழ்முனைப்பாடியில் தான் சூட்டப்பட்டது.

கீழ்முனைப்பாடியில் பிரதிந்தன் மூடிச்சூட்டியதன் பிறகு நடந்த சுப நிகழ்வு என்றால், அது நற்புகழ்மணியிக்கு இளவரசு பட்டம் சூட்டிய நிகழ்வு தான்.

அதனால் தானோ என்னவோ... இம்மக்கள் அனைவரும் நற்புகழ்மணி மீது அளவற்ற பாசமும், உளவியல் ரீதியான பிணைப்பும் கொண்டிருந்தனர்.

கூட்டத்தில் சிலர் மகிழ்நன்னின் செயலைக் கண்டித்து, மகிழ்நன் ஒழிக! வீழ்க... வட காந்தள் தேசம்!" என்று கோஷமிட்டனர்.

இக்கோஷத்தை கேட்ட நற்புகழ்மணி, "எம் மக்களே...!! நாம் என்றும் காந்தள் தேசத்தவர் தான். இன்று வேண்டுமென்றால் நாம் பிளவுபட்டிருக்கலாம். ஆனால் நாமும் வட காந்தள் தேசத்தாரும் ஒரு தாய் பிள்ளைகள் என்பதை நினைவில் கொள்ள வேண்டுகிறேன். மேலும் இனி யாரும் வட காந்தள் மீதோ அல்லது தன் தமையன் மகிழ்நன் மீதோ தவறான கோஷமிட வேண்டாமென்று வேண்டிக் கொள்கிறேன்...!!" என்றான்.

இதனை கேட்ட பின் கூட்டத்தில் சில குரல்கள், "மன்னிக்கவும் அரசே...!!" என்றது.

அதன் பின் நற்புகழ்மணி காந்தள் தேசத்தின் பழைய கோட்டையை நோக்கி நடந்தான்.

அரண்மனையிலிருந்த அரசகுலப் பெண்கள் வாசலுக்கு வந்து, நற்புகழ்மணிக்கு ஆரத்தி எடுத்து உள்ளே அழைத்துச் சென்றனர்.

உள்ளே வந்த நற்புகழ்மணி, அங்கிருந்த அனைவருக்கும் தன் வணக்கத்தைத் தெரிவித்தான்.

அப்பொழுது மின்னல் கீற்றைப்போல் ஒரு நங்கை முகம் அங்கிருந்த தூணின் பின் மறைந்து கொண்டதை நற்புகழ்மணி காணத் தவறவில்லை என்றே சொல்ல வேண்டும். அப்பெண் முகம் மின்னலென வந்து சென்ற அந்தக் கணம் முதல் அவன் கண்கள் அத்தூரணையே விடாமல் பார்த்துக் கொண்டு, அப்பெண்ணின் முகம் மீண்டும் ஒளிர்ந்து தன் அகத்தை மகிழ்விக்குமா என்று ஏங்கியது போலிருந்தது அவனுக்கு.

அந்த நங்கையின் பாதச் சிலம்பம் செய்த ஒலியால் ஈர்க்கப்பட்ட நற்புகழ்மணியின் செவிகளும், அவன் கண்களோடு அங்கும் மிங்குமாக அலைந்து அம்மங்கையைக் காணத் துடித்தது.

கதிரவன் நற்புகழ்மணியின் காதருகே ஏதோ சொல்ல... நற்புகழ்மணி மேலே தன் அரண்மனையை நோக்கி நடந்தான்.

மூவரும் நற்புகழ்மணியின் அரண்மனையிலேயே குளித்து, புது ஆடைகளை அணிந்து காலை உணவைச் சுவைத்தனர்.

உணவை முடித்த நற்புகழ்மணி, கீழ்முனைப்பாடி கோட்டையின் பழைய அரசவைக்குச் சென்றான்.

நீண்ட காலமாக பயன்படுத்தாமல் இருந்ததால், பழைய அரசவை அரண்மனைப் பெண்களின் இசையும், நாட்டியமும் பழகும் இடமாக மாறியிருந்தது.

பணியாட்களை அழைத்து, அரசவையை உடனடியாகச் சீரமைக்க உத்தரவிட்டான்.

கோட்டையை கதிரவனுக்கும், முருகையனுக்கும் சுற்றிக் காண்பித்தான் நற்புகழ்மணி. பிறகு, மூவரும் குதிரையில் ஏறி கீழ்முனைப்பாடி-யிலும் அருகிலிருந்த சில ஊர்களிலும் இருந்த போர் பயிற்சி பள்ளி-களுக்குச் சென்று, அங்கு பயிலும் வீரர்களில் சிலரைத் தேர்ந்தெடுத்து கோட்டைக்கு சென்று காத்திருக்கக் கட்டளையிட்டனர்.

மாலையில் கோட்டையை அடைந்த மூவரும், அங்கு வந்திருந்த வீரர்களின் தகுதிக்கு ஏற்ப பிரித்து கோட்டை காவற் பணியில் ஈடுபட கட்டளையிட்டனர். வீரர்களின் தேர்வை முடித்த பின், அனைவரின் முன் கோட்டை காவற்படைத் தளபதியாக கதிரவனை நியமித்தான் நற்-புகழ்மணி.

கோட்டைக் காவற்படை வீரர்களைத் தேர்வு செய்து காவற் அரண் அமைத்த பின், மாலையில் மூவரும் அரண்மனை வாயில் தோட்டத்தில் அமர்ந்து அடுத்த கட்ட செயற்பாடுகளைப் பற்றி ஆலோசிக்கையில் முருகையன் நற்புகழ்மணியை, "அரசே...!! ஏன் இந்த கோட்டையில் உங்களுக்கு ஆண் உறவுகளே இல்லை...?? கோட்டையில் எங்கு பார்த்தாலும் பெண்களாகவே இருக்கிறார்கள்...??" என்றான்.

"நல்ல கேள்வி முருகையா...!! ஆனால் நீ என்னை அரசே என்று மட்டும் இனி என்றும் அழைக்காதே, நீயும் கதிரவனும் என்றுமே என் நண்பர்கள். என்னை பெயரிட்டு தான் அழைக்க வேண்டும்...!!" என்றான் நற்புகழ்மணி.

"ஆம்...!! நீ கேட்ட கேள்வியை மறந்துவிட்டேன், என் குலத்தில் இத்தலைமுறையில் நானும், என் தமையனும் மட்டும் தான் ஆண் பிள்ளைகள். மற்றபடி என் தந்தை வழி சொந்தத்துக்கும் சரி, என் தாய் வழி உறவுகளுக்கும் சரி ஆண் வாரிசுகளே இல்லை. அதனால் தான் மக்களும் எங்கள் மீது இவ்வளவு பாசமும் பற்றும் வைத்துள்ளனர்." என்றான்.

கதிரவன், "என்ன இது... நமது முதன் மந்திரி ஏகாம்பரத்தார் இன்னும் வரவில்லையே...??" என்றான்.

"கவலை வேண்டாம், கதிரவா...!! இதோ வந்துவிட்டேன்...!!" என்று அரண்மனை வாயிலில் புழுதி பறக்க குதிரை வண்டியிலிருந்து இறங்கி, நடந்து வந்தார் ஏகாம்பரத்தார். அவர் இறங்கி வந்த பழைய குதிரை வண்டியை மூவரும் ஆச்சிரியமாய் பார்த்தனர்.

"வாருங்கள் ஐயா...!!" என்று அவரிடம் விரைந்து சென்று மூவரும் ஆசி பெற்றார்கள்.

மூவரையும் வாழ்த்திய ஏகாம்பரத்தார், "நாம் அரண்மனையின் உள்ளே செல்லலாம்...!!" என்று அனைவரையும் உள்ளே அழைத்தார்.

நற்புகழ்மணி அவரின் தோற்றத்தைப் பார்த்து, "ஐயா....!! நீங்கள் வேண்டுமென்றால் சற்று ஓய்வு எடுத்த பின், நாளை காலையில் நாம் ஆலோசிக்கலாமே...??" என்றான்.

"நற்புகழ்மணி...!! நீ ஒர் நாட்டின் அரசன். இனி உன் வாழ்விலும், இவர்கள் இருவரின் வாழ்விலும் ஓய்வு என்ற சொல்லுக்கே இடமளிக்கக் கூடாது....!!" என்றார்.

அதன் பின் மூவரும் ஒன்றும் பேசாமல், அவர் பின்னே சென்றனர். அரண்மனையினுள் நுழைந்ததும் ஏகாம்பரத்தார் ஒரு கட்டு ஓலையை எடுத்து, ஏதோ எழுதத் தொடங்கினார்.

"யார் அங்கே....??" என்றார். உடனே ஏவலாள் ஓடி வந்து, "அரசே...!!" என்று நற்புகழ்மணியிடம் பணிந்து நின்றான்.

உடனே ஏகாம்பரத்தார் அவனை அழைத்து, இந்த முப்பது ஓலைக-ளையும் கோட்டை காவற் படைத் தலைவனிடம் சேர்ப்பித்து உரியவரிடம் உடனடியாக சேர்க்க ஆணையிட்டார்.

ஏவலாள் ஓலைகளைப் பணிவுடன் பெற்றுக் கொண்டு, கதிரவன் அருகில் சென்று நின்றான். உடனே அங்கிருந்த அனைவரும் சிரித்-தனர்.

"என்ன இது.... கதிரவன் தான் கோட்டைத் தளபதியா....?? நல்லது தான், கதிரவா...!! இந்த ஓலைகளை நான் குறிப்பிட்டிருப்பவர்களிடம் உடனடியாகச் சேர்பித்து விடு....!!" என்றார்.

ஏகாம்பரத்தார் கொடுத்த ஓலைகளைத் தன் ஆட்களிடம் கொடுத்து உரியவரிடம் சேர்பிக்கக் கட்டளையிட்டான்.

அதன் பின் மிகவும் பணிவுடன் வெளியே சென்றான் ஏவலாள். அவன் கதவை மூடும் முன், அவனை நால்வருக்கும் உணவு கொண்டு வர ஆணையிட்டான் நற்புகழ்மணி.

"நற்புகழ்மணி....!! அந்த கிடையரையன் நம்மை ஏமாற்றி விட்டான். நமக்கு சேர வேண்டியதை சரி பாதியாகப் பிரிக்காமல் கொடுத்தான். அதிலும் ஒரு பகுதியைத் தன் மாளிகையில் வைத்துக் கொண்டான்.

நான் அவனிடம் ஏதும் வாதம் செய்ய விரும்பாமல், அமைதியாக அவன் கொடுத்ததை மட்டும் பெற்றுக் கொண்டு புறப்பட்டேன். மேலும் அவை அனைத்தையும் கொண்டு வரும் பொறுப்பை ஆறுமுகத்திடம் அளித்துவிட்டு, நான் மட்டும் குதிரை வண்டியில் விரைந்து வந்-தேன்....!!" என்றார்.

"நீங்கள் வந்த குதிரை வண்டியைப் பார்த்ததுமே, சந்தேகித்தேன். நாம் இப்பொழுது அவர்களிடம் ஏதும் பகைமை கொள்ள வேண்டாமென்று தான், நானும் அமைதி காத்தேன்.

ஆனால் நாம் விரைவாகப் படைகளை உருவாக்க வேண்டும். நம் தேசத்தில் கைதேர்ந்த வணிகர்களுமில்லை, இப்போது. அதனால் இப்-

பொழுது இருக்கும் வணிகர்களை அழைத்து ஒரு ஆலோசனையும் செய்ய வேண்டும்....!!" என்றான்.

"ஆம்.... அதைத் தான் நானும் நினைக்கிறேன்....!!" என்றார் ஏகாம்பரத்தார். இதற்கிடையில் சேவகர்கள் உள்ளே நுழைந்து, "அரசே...!! உணவு கொண்டு வந்துள்ளோம்....!!" என்றனர்.

நால்வரும் நன்றாக இரவு உணவை சாப்பிட்டு முடித்தனர்.

உணவை முடித்ததும் மீண்டும் ஆலோசனையில் ஈடுபட்டனர். நற்-புகழ்மணி, "நாம் உடனடியாக முதன் மந்திரி, ராஜ குரு, முப்படை சேனாதிபதி, தனாதிகாரி மற்றும் இறை விதிக்கும் தேவர், தரைப்படை தளபதி, கடற்படை தளபதி, வேளைக்காரப் படை மற்றும் அமைச்சர்கள் என அனைத்து பதவிகளுக்கு உரியவர்களை அறிவிக்க வேண்டும்...!!

"ஐயா...!! யாரை எந்த இடத்தில் வைக்க வேண்டுமென்ற முடிவை, தாங்கள் தான் எடுக்க வேண்டும். ஆனால் எனக்கு அதில் ஒரு விண்-ணப்பம்...!!

கடற்படை தளபதியாக முருகையனை நியமிக்க நினைக்கிறேன். மேலும் படைத் தளபதியாக கதிரவனை நியமிக்க உத்தேசிக்கிறேன்...!!" என்றான் நற்புகழ்மணி.

"அருமை நற்புகழ்மணி...!! ஆனால் இதில் ஒரு சிறிய மாற்றத்தை வேண்டுகிறேன்.

அதாவது முருகையனை கடற்படை தளபதியாக்குவது என்று நானும் திட்டமிட்டிருந்தேன். ஆனால் கதிரவனை வெறுப் போர் வீரனாக்க வேண்டுமென்று நான் நினைக்கவில்லை. மாறாக கதிரவனுக்கு கோட்டை தளபதி மற்றும் இறை விதிக்கும் பதவிகளை அளிக்க வேண்-டும் என்று நான் நினைக்கிறேன்.

அதனோடு, கதிரவனை என் துணை நிலை முதன் மந்திரியாகவும் நியமிக்க வேண்டும். எதிர்காலத்தின் அவனே இத்தேசத்தின் முதன் மந்-திரியாக வேண்டும்.

என் தலைமையில் முருகையனுக்கு துணை தனாதிகாரியாகவும் மற்-றும் கீழ்முனைப்படி மண்டலத்தையும் கொடுத்து அதன் மண்டலாதிபதி-யாகவும் நியமிக்க வேண்டுகிறேன்.

தலைநகரின் மண்டலாதிபதியாக இருக்கும் காலத்தில் முருகையன் தலைநகரை நிர்மாணிக்கும் பொறுப்பையும், மண்டலத்தின் அனைத்து

தேவைகளையும் எவ்வாறு வகுத்து ஆள வேண்டுமென்றும் கற்றுக் கொள்வான். அதனால் தான் அவனை ஒரு மண்டலாதிபதியாக்க நினைக்கிறேன்...!!" என்றார் ஏகாம்பரத்தார்.

"ஐயா....! இவை அனைத்தையும் இவர்கள் தாங்குவார்களா...??" என்றான் நற்புகழ்மணி.

"வேறு வழியில்லை, நற்புகழ்மணி...!! இவர்கள் இருவர் தான், இப்-பொழுது உனக்கு உறுதுணையாகவும், உண்மையாகவும் இருப்பவர்கள். புதிய மனிதர்களுக்கு இப்பெரும் பதவிகளை இப்போது அளித்தால், அது விபரிதமாக மாற அதிக வாய்ப்புள்ளது....!!" என்றார்.

நற்புகழ்மணி, முருகையனையும் கதிரவனையும் பார்த்தான்.

முருகையனோ, "ஐயா...!! எங்களை நம்பி இப்பெரும் பொறுப்புக-ளைக் கொடுப்பதற்கு நன்றி, இருப்பினும் இன்னும் ஒருமுறை நன்றாக யோசித்து முடிவெடுங்கள்...!!" என்றான்.

கதிரவனும், "ஐயா! எனக்கு வாள் பிடிக்கத் தான் தெரியுமே தவிர... அரசியலும் மந்திரி பதவி பற்றியும் எனக்கு ஒன்றும் தெரியாது. அதனால் இதனை மறுபரிசிலனை செய்ய வேண்டுகிறேன்...!!" என்-றான்.

"வேறு வழியில்லை...!! நீங்கள் இருவர் தான் இதனைச் செய்தாக வேண்டும்...!!" என்று ஆணித்தனமாக கூறிய ஏகாம்பரத்தார், "உங்-களை நல்வழியில் நடத்த... எப்பொழுதும் நானிருக்கிறேன்...!!" என்று ஆறுதலும் கூறினார்.

"சரி ஐயா...!! எதுவானாலும் சரி, இத்தருணம் முதல் நாங்கள் உங்களிடம் இராஜரீக அணுகுமுறைகளை கற்றுக் கொள்ள விரும்புகி-றோம்...!!" என்றான் முருகையன்.

"வாழ்த்துகள்...!! தளபதிக்கும் அமைச்சருக்கும் உங்களின் பணி-களின் அடிப்படையை இன்று இரவு ஓரளவுக்கு கற்றுத் தருகிறேன், வேண்டுமென்றால் நற்புகழ்மணியும் இவர்களுடன் இருத்தல் நலமா-கும்...!!" என்றார் ஏகாம்பரத்தார்.

மூவரும் அன்றிரவு ஏகாம்பரத்தாருடன் கழித்தனர். வைகறையின் நடுவில் ஏகாம்பரத்தார் மூவரையும் உறங்கச் செல்ல அனுமதித்தார்.

காலையில் நற்புகழ்மணியும் கதிரவன் முருகையனும் எழுந்து, முதன் மந்திரி கொடுத்த புதிய ஆடைகளை அணிந்து ஏகாம்பரத்தாரிடம்

சென்றனர்.

மூவரையும் ஏகாம்பரத்தார் அரண்மனையின் ஆலோசனை அறைக்கு அழைத்துச் சென்றார். அங்கு இவர்களுக்கு முன் நிறைய மனிதர்கள் அமர்ந்திருந்தனர். அவர்களில் சிலரை நற்புகழ்மணிக்கு முன்னமே தெரிந்திருந்தது.

இரண்டு சாமமாக நடந்த ஆலோசனையில், ஏகாம்பரத்தார் அங்-கிருந்த ஒவ்வொருவருக்கும் அவர்களின் திறமைக்கு ஏற்ற தகுந்த அமைச்சர் மற்றும் தளபதி பதவிகளை அளிக்க நற்புகழ்மணியிடம் முன்-வைத்து முடிவெடுத்தனர்.

அதன் பின் அனைவரையும் அழைத்துக் கொண்டு, ஏகாம்பரத்தார் கோட்டையின் வாயில் நோக்கி அழைத்துச் சென்றார்.

அங்கு மக்கள் கூட்டம் கூட்டமாக நின்று கொண்டிருந்தனர். மேலும் வாயிலின் முன் புதிதாக பெரிய மேடை ஒன்றும் அமைப்பட்டிருந்தது. அதில் ஏகாம்பரத்தார் நற்புகழ்மணி கதிரவன் முருகையன் என நால்வ-ரும் ஏறி நின்றனர்.

அங்கு நற்புகழ்மணிக்கு தென் காந்தள் தேசத்தின் மன்னனாக முடி சூட்டப்பட்டது. முடியை ஏகாம்பரத்தாரே தன் திருக்கையால் நற்புகழ்ம-ணிக்கு சூட்டினார்.

"வாழ்க! மாமன்னர் நற்புகழ்மணி!

வளர்க தென் காந்தள் தேசம்!

கீழ்முனைப்பாடியின் நாயகனே எங்கள் செல்வக்குமரா வாழ்க!

தென் திசை நாயகன் வாழ்க!"

என்று பல கோஷங்கள் எழ....

கையை உயர்த்தி மக்களை அமைதி காக்க வேண்டினான் நற்பு-கழ்மணி. "என் அரசவையில் ஏகாம்பரத்தார் தென் காந்தள் தேசத்தின் முதன் மந்திரியாகவும், ராஜ குருவாகவும், தனாதிகாரியாகவும் இறைவி-திக்கும் தேவர் பதவிகளையும் வகிப்பார்....!!" என்றான்.

உடனே கூட்டத்திலிருந்த மக்கள்,

"முதன் மந்திரி ஏகாம்பரத்தோர் வாழ்க!

நீடூழி வாழ்க!

தனாதிகாரியும் இறைவிதிக்கும் தேவர் ஏகாம்பரத்தார் வாழ்க!

வளர்க! தென் காந்தள் தேசம்....!!"

என்று பல வாழ்த்தொலிகள் எழுந்தன.

"கோட்டைத் தளபதியாகவும், எனது வேளக்காரப் படை தளபதி-யாகவும் மற்றும் துணை இறைவிதிக்கும் தேவராகவும் எனது ஆருயிர் தோழன் கதிரவனை நியமிக்கிறேன்....!!" என்று கதிரவனுக்கு அவன் ஏற்கும் பதவிகளுக்கான இலச்சினைகளை ஆடையில் அணிவித்தான் நற்புகழ்மணி.

"நமது கடற்படை தளபதியாகவும், துணை தனாதிகாரியாகவும் கீழ்-முனைப்பாடியின் மண்டலாதிபதியாகவும், விசேட உள்துறை அமைச்ச-ராகவும் நமது புதிய நண்பன் முருகையன் பதவி வகிப்பார்....!!" என்று நான்கு இலச்சினைகளை முருகையனின் ஆடையில் அணிவித்த பின், மற்ற அமைச்சர்களுக்கும் பதவிப் பிரமாணம் செய்து வைத்தான் நற்பு-கழ்மணி.

விழா முடிந்து அரசவை நோக்கி நடக்கையில் நற்புகழ்மணி ஏகாம்-பரத்தாரிடம், "ஐயா! ஒரே இரவில் எப்படி மணிமுடியைச செய்-தீர்கள்...??" என்றான்.

"அரசே....!! இது உங்கள் முன்னோர்களின் மணிமுடி, உன் தந்-தையும் பாட்டனும் சில காலம் ஒன்றாக ஆட்சி செய்ய நேர்ந்ததால், உங்கள் பாட்டன் உங்கள் தந்தைக்கு புதிய மணிமுடியைச் செய்து சூட்-டினார்.

உங்கள் பாட்டன் இறந்த பின், அவர் அணிந்திருந்த பாரம்பரிய மணிமுடியை உன் தந்தை தன் சிரசில் வைக்க விரும்பாமல், இந்த அரண்மனையின் பொக்கிசத்திலேயே பாதுகாப்பாக வைக்க எனக்கு ஆணையிட்டார்.

பல ஆண்டுகளாக ஒரு மறைவான இடத்தில் இம்மணிமுடியை நான் மறைத்து வைத்திருந்தேன்.

இப்பொழுது அதை எடுத்து தான் உங்களுக்கு முடி சூடினேன்...!!" என்றார் ஏகாமபரத்தார்.

"உங்களின் திறமையோ திறமை, ஐயா....!!" என்று புன்னகைத்தான் நற்புகழ்மணி.

அனைவரும் பழைய அரசவைக்கு, இல்லை.... இல்லை.... இப்-பொழுது புதிய தென் காந்தள் தேசத்தின் புதிய அரசவைக்கு சென்றனர். நேற்று அலங்கோலமாக இருந்த அரசவை, இப்பொழுது புதுப்பொலி-

வுடன் கம்பீரமாகக் காணப்பட்டது. மேலும் நிறைய மனிதர்கள் அங்கு இவர்களுக்கு முன்னமே வந்து காத்திருந்தனர்.

அனைத்திற்கும் மேலாக... அங்கே அரசர் வீற்றிருக்க வேண்டிய மேடையில், பல விலையுயர்ந்த கற்களுடன் கூடிய தங்கத்தாலான ஆசனம் ஒன்றும் இருந்தது.

அதைப் பார்த்த நற்புகழ்மணி ஏகாம்பரத்தாரிடம், "ஐயா...!! இதுவும் எங்கள் முன்னோர்களின் ஆசனம் தானே...??" என்றான்.

"ஆம்..!!" என்ற ஏகாம்பரத்தார், "தங்கள் முன்னோர்களின் ஆசனத்தில் அமர்ந்து அனைவருக்கும் காட்சியளிக்க வேண்டுகி- றேன்...!!" என்றார்.

மெதுவாக நடந்து தன் முன்னோர்கள் அமர்ந்த ஆசனத்தில் ஏறி நற்புகழ்மணி அமர்ந்ததும், அங்கு கூடியிருந்தோரின் வாழ்த்தொலிகள் பூமி அதிர கோட்டை முழுதும் கேட்டது.

அன்று முதல் இரவு பகல் பாராமல், நாட்டை கட்டமைக்கும் பணி- யில் அனைத்து அமைச்சர்களையும் வாட்டி வதைத்து குடைந்தெடுத்- தான் நற்புகழ்மணி.

அமைச்சர்களும் அவன் வேகத்திற்கு ஈடுகொடுத்து, தங்களின் பணி- களைச் செம்மையாக செய்தனர்.

ஒரு மண்டலம் கழித்து, ஆறுமுகம் வட காந்தள் தேசத்திலிருந்து புறப்பட்ட பார வண்டிகளுடன் கீழ்முனைப்பாடியை வந்தடைந்தான்.

அவனைக் கண்டு மகிழ்ச்சியுற்ற ஏகாம்பரத்தார், அனைத்தையும் சரி பார்த்து பொக்கிசத்தில் வைக்க கதிரவனுக்கு ஆணையிட்டார். மேலும் படைத் தளவாடங்களைப் படை தலைமையகத்தில் வைக்க முருகை- யனுக்கு ஆணையிட்டார்.

பொருட்கள் அனைத்தையும் வைத்துவிட்டு, நற்புகழ்மணியின் அரண்மனைக்கு கதிரவனும் முருகையனும் வந்தனர்.

இருவரும் அரண்மனையில் நுழைந்து நற்புகழ்மணிக்கும் ஏகாம்பரத்- தாருக்கும் வணக்கம் தெரிவித்த பின், கதிரவன், "ஐயா...!! நம்மை அவர்கள் ஏமாற்றி விட்டார்கள்.

அவர்களின் பட்டியலிலிலிருக்கும் பல பொருட்கள் பார வண்டிகளில் வரவில்லை...!!" என்றான்.

"நான் அங்கிருக்கும் பொழுதே அதைப் பற்றி சந்தேகித்தேன், ஆனால் இந்தளவுக்கு அவர்கள் செய்வார்கள் என்று நான் எதிர்பார்க்-கவில்லை...!!" என்றார் ஏகாம்பரத்தார்.

அங்கு அவ்வளவு நேரம் அமைதியாக இருந்த ஆறுமுகம் குறுக்-கிட்டு, "ஐயா...!! அவர்கள் எல்லையில் கிடையரையனின் ஆட்கள் வண்டிகளை மறித்து, ஒவ்வொரு வண்டிலும் இருந்து ஒரு தொகை பொருட்களை எடுத்த பின்பு தான் விட்டனர்.

அதனை எதிர்த்த என்னிடமும், நமது ஆட்களிடமும் ஒருவன், உன் அரசனிடம் சென்று, எங்களை எதிர்ப்பதற்கு முன் இந்த நான்கு சொற்-களை நினைத்துப் பார்க்கச் சொல்.... "இரு தேசமா! ஒரு தேசமா!" என்றான். அதன் பொருளை உணர்ந்து, நான் நமது ஆட்களை அமைதி காக்க வேண்டினேன். அவர்களுக்கு வேண்டியதை எடுத்துக் கொண்ட பின், மீண்டும் எங்களின் பயணத்தைத் தொடங்கினோம்.

ஆனால் அவர்கள் அத்துடன் விட்டு விடவில்லை. எல்லை காவற் படையினரும் தங்கள் பங்கிற்கு ஒரு தொகையை எடுத்த பின் தான், எங்களை அவர்களின் எல்லையைக் கடக்க அனுமதித்தனர்...!!" என்-றான் ஆறுமுகம்.

"சரி விடுங்கள்...!! வந்த வரை போதும், இருப்பதை வைத்துக் கொண்டு நடக்க வேண்டியதைப் பார்ப்போம்...!!" என்றான் நற்புகழ்-மணி.

ஏகாம்பரத்தார், ஆறுமுகத்தை தென் காந்தள் தேசத்தின் அனைத்து அரச மாளிகை மற்றும் கோட்டை அரண்மனைகளின் அந்தரங்க மற்றும் பராமரிப்பு துறையின் அமைச்சராக நியமித்தார்.

அதன் பின் நற்புகழ்மணியின் நல்லாட்சியாலும், ஏகாம்பரத்தாரின் அனுபவமிக்க இராஜ தந்திரத்தினாலும், அமைச்சர்கள் மற்றும் மக்களின் கடின உழைப்பாலும் தென் காந்தள் தேசம் நாளுக்கு நாள் வளர்ந்து வந்தது.

முருகையன் தன் கடின உழைப்பாலும், சிந்தனையாலும் புதிய புதிய அதிவேகப் போர் கலங்களை உருவாக்கி, அதில் வெற்றியும் கண்டு மாபெரும் கடற்படையை உருவாக்கினான்.

நான்கு ஆண்டுகள் கழிந்தன. நற்புகழ்மணி தன் அம்மாவின் அண்-ணன் மகளான எழிலரசியைத் தன் சிறு வயது முதலே காதலித்தான்.

அவளும் அவனை விரும்புகிறாள் என்று தெரியும். ஆனால் இருவரும் எப்பொழுதும் ஒருவருக்கொருவர் தனித்துப் பேசியதில்லை. ஆனால் ஒருநாள் இருவரும் சந்திக்க நேரமும் சூழலும் ஏற்பட்டது.

ஒரு மாலையில் நற்புகழ்மணி தன் அரண்மனையை விட்டு, மாறு-வேடமிட்டு நகர் வலம் சென்றான். அப்பொழுது கடற்கரை ஓரமாக யாருமில்லாத பகுதியை அடைந்ததும், வேடத்தை கலைத்து குதிரையை விரட்டாமல், மெதுவாக இரவு நேரத்துக் கடலழகைப் பார்த்து ரசித்துக் கொண்டே செல்லுகையில், தூரத்தில் யாரோ ஒரு பெண் ஆறு கடலில் கலக்கும் இடத்தின் அருகிலிருந்த மண்டபத்தின் படியில் தனியாக அமர்ந்திருப்பதைக் கண்டான்.

யார் அந்த பெண் என்று அறிய அருகில் செல்லத் தீர்மானித்து, தன் குதிரையைத் தட்டிவிட்டான். மண்டப முகப்பில் குதிரையை நிறுத்தி, கீழே இறங்கி நடக்கத் தீர்மானித்து நடந்தான்.

அருகில் செல்லச் செல்ல…. அந்த பெண்ணின் பின்னழகும், அவள் அமர்ந்திருந்த பாவனையும் நற்புகழ்மணியை மிகவும் கவர்ந்தது, இருப்-பினும் சத்தம் ஏதும் செய்யாமல் அருகில் சென்றான்.

அங்கு மண்டபத்தின் கூரையும், அதன் அருகிலிருந்த செங்கடம்ப மரத்தின் கிளைகளும் பிணைந்து அதன் படிகளின் மேல் இயற்கை கூரை போல் அமைந்திந்தது. அந்த செங்கடப மரக் கூரையின் கீழிருந்த மண்டபப் படிகளின் கைப்பிடியில் அமர்ந்து, ஆறு கடலில் கலக்கும் இடத்தையே இடைவிடாமல் உற்றுப் பார்த்துக் கொண்டிருந்தாள்.

அவள் பின்னால் சென்ற நற்புகழ்மணி, அங்கு தொங்கிக் கொண்-டிந்த செங்கடம்ப மரத்தின் கொடிகளைத் தன் இரும்பை ஒத்த கரத்தை உயர்த்தி விலக்கியதால், கொடிகளில் இருந்த சிறிய மெல்லிய மலர்கள் அம்மரத்திலிருந்து கொட்டியது.

மலர்கள் கிழே விழவும்…. எழுலகமும் ஏங்கும், காமதேவனும் காமம் கொள்ளும் எழில் கொண்ட நற்புகழ்மணியின் அத்தை மகள் எழில-ரசி, தன் சிறிய வட்டவடிவக் கண்களை அதிர்ச்சியில் அகல விரித்து, "யாரது….??" என்று கையை ஓங்கி எழவும், மலர்கள் அவள் மேல் மாரியாய் பொழியவும் சரியாக இருந்தது.

செங்கடம்ப மலர்களின் மஞ்சள் நிற சிறிய மொட்டுகள், அவள் தலை முதல் கால் வரை அங்காங்கே மஞ்சள் வர்ணம் பூசியது போல அழகாய் விழுந்ததால், அவள் மேனியும் ஆடைகளும் மஞ்சள் நிறமாய்

காட்சியளித்தது. கோபத்துடன் எழுந்து திரும்பியவள், தன் மன்மதனைக் கண்டதும் கற்சிலையாய் மாறி நின்றாள்.

ஏற்கனவே நற்புகழ்மணியால் மரத்தின் ஒரு பகுதி மலர்கள் விழுந்தது போல, எழிலரசி திடுக்கிட்டு கையை ஓங்கி எழுந்ததில் அவள் தலையும் கையும் மேலிருந்த மலர் கொடியில் வேகமாகப் பட்டதால், மரத்திலிருந்த மீதி மலர்களும் அவள் மேல் இரண்டாவது முறையாக பூ மழையாகப் பொழிந்தன.

மலர்களைத் தள்ளிவிடக் கூட நினைக்காமல் தலையை நிலத்தை நோக்கியபடி, "வணக்கம் அரசே...!!" என்று இருபுறங்களிலும் திரும்பிப் பார்த்தாள்.

அவள் பார்த்த பார்வையில், நற்புகழ்மணிக்கு அவள் யாரையோ தேடுகிறாள் என்பது மட்டும் உறுதியாயிற்று. மேலும் அவள் தனியாக இங்கு வரவில்லை என்பதையும் அவன் அறிந்து கொண்டான்.

"எழிலரசி...!! நலமா...??" என்றான்.

"தங்களின் செங்கோல் ஓங்கியிருக்க... எனக்கும், நம் மக்களுக்கும் என்ன குறை, அரசே...??" என்றாள்.

"அரசியல் இப்பொழுது எதற்கு, எழிலரசி...?? நாம் இருவரும் தனியாக சந்தித்து, எத்தனை ஆண்டுகளாகிறது...??" என்றபடி அவள் கன்னத்தின் மேலிருந்த மரத்தின் கிளையை அகற்றினான்.

நற்புகழ்மணியின் கைகள் அவள் கன்னத்தில் பட்டதும், நாணம் கொண்ட எழிலரசி, அங்கிருந்து புள்ளி மானைப் போல துள்ளிக் குதித்து மண்டபத்தின் படிகளில் ஏற முற்பட்டாள்.

உடனே அவள் கையை பற்றினான் நற்புகழ்மணி, "என்ன எழில-ரசி...!! நான் இங்கு வந்தது உனக்கு பிடிக்கவில்லையா...??" என-றான்.

"அப்படி ஒன்றுமில்லை, அரசே...!! தங்கள் கை என் மேல் பட்-டதும், என்னை அறியாமல் நாணம் பற்றிக் கொண்டது, அதனால் தான்...!!" என்றாள்.

"இது என்ன புதிதாய் இருக்கிறது...?? நமது இளம் பிராயத்தில் நாம் இருவரும் ஒருவரையொருவர் இணைபிரியாமல் திரிந்தோமே...?? அப்பொழுது வராத நாணம், இப்பொழுது எங்கிருந்து வந்து பற்றிக் கொண்டது...??"

"சிறு வயதில் விளையாடியதை இப்பொழுது நினைக்கலாமே தவிர... நிறைவேற்ற நினைக்கக்கூடாதே....!! நான் பெரியவளாகி விட்-டெனல்லவா...??" என்றாள்.

"எழிலரசி...!! எனக்கு உன்னுடன் சிறுவயதில் விளையாடியது போல, இணைபிரியாமல், இன்றும்.. என்றும்.... இணைந்திருக்க விரும்-புகிறேன்...!!" என்றான்.

தன் தாவணியின் முனையை இரு கைகளாலும் பிணைந்து கொண்டே, "அரசே...!! தாங்கள் சொல்வது எனக்கு ஒன்றும் விளங்க-வில்லை...!!" என்றாள்.

"சிறு வயது பழக்கத்திற்கும், இப்போதைய பழக்கத்திற்குமான வேறு-பாட்டை அறிந்த உனக்கு, நான் கேட்பது புரியவில்லை என்றால், யார் தான் ஏற்றுக் கொள்வார்கள்...??"

இத்தனை நேரம் குனிந்த தலை நிமிராமல் பேசிய எழிலரசியின் முகத்தை உயர்த்தி, அவள் கன்னத்தை தாங்கும் பாவனையில் கை வைத்தான் நற்புகழ்மணி.

கன்னத்தின் அருகிலிருந்த நற்புகழ்மணியின் கையில் தன் கன்-னத்தை வைத்து மெல்ல தன் கண்களைத் திறந்து, ஏறிட்டு நற்புகழ்ம-ணியை நோக்கினாள்.

நற்புகழ்மணியை நோக்கியதும் பெண்மைக்குண்டான வெட்கம் வந்து அவள் ஓட எத்தனித்த பொழுது, மீண்டும் அவள் கையைப் பற்றினான்.

"அரசே...!! விடுங்கள். மாலை ஆகிற்று. நான் அரண்மனைக்கு செல்ல வேண்டும், என் தங்கைகள் காத்திருப்பார்கள்...!!" என்றாள்.

"நாம் சிறு வயதில் விளையாடியது போல், இப்பொழுது விளையா-டலாமா...??" என்றான்.

"அதற்கு... வேறு ஆளைப் பாருங்கள்...!!" என்று மீண்டும் ஓடப் பார்த்தவளை வேகமாக தன் பக்கம் இழுத்தான்.

நற்புகழ்மணி இழுத்த இழுப்பில், அவன் கையினுளே பம்பரம் போல் இரண்டு மூன்று முறை சுழன்று, அவன் மார்பில் வந்து விழுந்து கட்டிப் பிடித்துக் கொண்டாள், இல்லை... இல்லை... சுழன்றிய சுழன்றலில் கட்டிப் பிடிக்க நேரிட்டது.

"எழிலரசி...!! இதை தானே... நான் கேட்டேன்...??" என்று அவளை அணைத்துக் கொண்டான்.

அவன் பிடியிலிருந்து சற்றே விடுபட்ட எழிலரசி, அவன் வலது பக்-கமாக வந்து கையைப் பிடித்து தோளில் சாய்ந்து, அவனை ஒரக்கண்-ணால் பார்த்து... கடலையும் நோக்கினாள்.

நற்புகழ்மணி மெல்ல மேலே நடந்து, கடலை நோக்கிய படியில் அமர்ந்தான். அவளும் அவன் கையை பிடித்தபடியே அமர்ந்து, அவன் தோளில் சாய்ந்தாள்.

இருவரும் வெகு நேரமாக பேசிக் கொண்டிருந்தனர். அவர்கள் பேசிக் கொண்டிருந்த போது நற்புகழ்மணி, தன் அருகில் கிடந்த ஞாழல் மலர்களை எடுத்து தழையாடை பின்னிக் கொண்டிருந்தான்.

அவ்வப்பொழுது அவர்களின் முன் கடற்கரை ஓரமாக, அலவன்கள் அங்குமிங்கும் ஓடுவதை எழிலரசி பார்த்து தனக்குள் சிரித்துக் கொண்-டிருந்தாள்.

அதை கவனித்த நற்புகழ்மணி, "எழிலரசி...!! நாம் அலவன் ஆட்-டம் விளையாடலாமா...?? சிறு வயதில் இதே மண்டபத்தில் உனக்-காக நானே பின்னிய தழையாடையை இடையில் கட்டி, அது குலுங்-கக் குலுங்க... நீயும் நானும் ஓடியாடி விளையாடியதைப் போல...???" என்றான்.

உடனே துள்ளிக் குதித்து எழுந்த எழிலரசி, "வாருங்கள்... போக-லாம்...!!" என்றாள்.

உடனே இவ்வளவு நேரமாக அவள் அறியாமல் பின்னிய தழை-யாடையை எடுத்துக் காண்பித்து, அவள் முல்லை கொடி இடையில் அணிவித்து, அதை மேலும் அலங்கரிக்க செங்கடம்ப மலர் கொடிக-ளைச் சிறிய துண்டுகளாக்கி அத்தழையாடையில் சேர்த்துக் கட்டினான்.

தழையாடை கட்டியதுடன், அவள் தலையில் செங்கடம்ப மலர் கொடிகள் பலவற்றை சேர்ந்து வட்ட வடிவிலான பூக்கிரீடத்தையும், அதன் மேல் ஞாழல் பூக்களை வைத்து அலங்கரித்து அவளுக்கு சூடி-னான்.

அதன் பின் அதே செங்கடம்ப மலர் கொடிகளை அவள் கைகளில் அணிவித்து, மலர் மாலையை செய்து அவள் கழுத்தில் போட எத்-தனித்த பொழுது அவள் தடுத்து, "நானே சூடிக் கொள்கிறேன், நீங்கள் எனக்கு மணவறையில் மாலை சூடுங்கள்....!!" என்றபடி அவன் தொடுத்த மாலையைத் தானே தன் கழுத்தில் அணிந்து, ஒருமுறை

ஆசையாய் அவனை கட்டியணைத்துக் கொண்டாள்.

கட்டி அணைத்த அடுத்த கணமே... பம்பரம் போல சுழன்று கடற்கரையை நோக்கி ஓடினாள். அவ்வாறு அவள் சுழன்றுக்கொண்டே செல்லும் பொழுது, அவன் அணிவித்த மாலை ஒரு வரியாகவும், இடையில் அணிவித்த ஐந்து அடுக்கு தழையாடை ஒவ்வொன்றாக அழகாக ஐந்து வரியாக சுழல.... அவள் அணிந்திருந்த மூன்று அடுக்கு பாவாடையின் மேல் அடுக்கிலிருந்த வர்ண கற்களை பதித்த பட்டு, நிலா வெளிச்சத்தில் வண்ணமயமாய் ரம்மியமாய் காட்சியளித்து, அவளுடன் சேர்ந்து சுழன்றது. அதன் கீழ் பருத்தியாலான பாவாடையின் உள்ளாடையும், மெல்ல சற்று உயர பறந்தது.

சிறு குழந்தையைப் போல் அவனிடமிருந்து துள்ளிக் குதித்து ஓடி, கடற்கரையில் மூச்சை வாங்கி கைகளை அவள் கால் முட்டியில் வைத்தபடி, தலையைத் தொங்கவிட்டு முகத்தை அவன் பக்கமாகத் திருப்பினாள்.

மலர்ந்த முகத்துடன், "வாருங்கள்...!!" என்று ஒரு கையை முட்டியிலிருந்து எடுத்து, மூச்சு வாங்கியபடி அழைத்தாள்.

நற்புகழ்மணி அருகிலிருந்த செங்கடம்ப மரத்தின் பூங்கொடிகள் சிலவற்றை பற்றி அவள் அருகில் சென்றதும், இருவரும் கைகோர்த்து ஆளுக்கொரு செங்கடம்ப மரத்தின் பூங்கொடியை பற்றி கைகோர்த்தபடியே... கடற்கரையில் திரிந்த ஞெண்டுகளைத் தன் கூண்டிற்குள் செல்லவிடாமல் அங்குமிங்குமாக அலைய விட்டு விளையாடினர்.

இருவரும் ஒரு நாழிகையாக விளையாடியதில், எழிலரசியின் தழையாடை முழுதும் கடற்கரை மணலால் சூழ்ந்திருந்தது.

"சரி எழிலரசி...!! நான் வந்து வெகு நேரமாகிறது, ஏன் உன் தங்கைகள் இன்னும் இங்கு வரவில்லை...??" என்றான்.

"ஆம்..!! நானும் தங்களுடன் இருந்ததில், அவர்களைப் பற்றி மறந்துவிட்டேன்...!!" என்றாள்.

"இருவரும் கவலை கொள்ள வேண்டாம், நாங்கள் இங்கே தான் வெகு நேரமாக இருக்கிறோம்...!!" என்று நான்கு குரல்கள் ஒருசேர பதிலளித்தன.

குரல் வந்த திசையை இருவரும் நோக்க, அங்கு எழிலரசியின் தங்கைகள் தாமரையும் இலக்கியாவும் இவர்களை நோக்கி வந்தனர்.

ஆனால் அவர்களின் பின்னே இரண்டு ஆடவர் வருகிறார்களே.... அவர்கள் யாரென்று நற்புகழ்மணி ஊற்று நோக்கினான்.

எழிலரசியின் சகோதரிகளின் பின் வந்த இருவரையும் கண்ட நற்புகழ்மணி, சற்றே திகைத்து... இது என்ன கதிரவனும் முருகையனும் அதுவும் இந்த இருவருடன்...?? என்று சிந்தித்துக் கொண்டே தன் உடையை சரி செய்து கொண்டிருந்தான்.

விரைந்து வந்த ஆடவர் இருவரும் நற்புகழ்மணியைத் தூக்கி கடலில் வீசினர்.

"அடேய்..!! அடேய்..!! விடுங்களடா.... விடுங்கள்...!!" என்று கத்தினான் நற்புகழ்மணி.

"அரசே....!! எங்களை மன்னிக்க வேண்டும். நாங்கள் அந்த பேதைப் பெண்ணைக் காப்பாற்றவே, தங்களை யாரோ அப்பெண்ணை அபகரிக்க வந்த பாதகன் என்று நினைத்து, கடலில் தள்ளினோம்...!!" என்றார்கள்.

உடனே நற்புகழ்மணி அவர்கள் இருவரையும் ஒன்றாக கடலில் தள்ளினான். கடலில் இருந்து எழுந்து வந்த பிறகு, இருவரையும் கட்டியணைத்துக் கொண்டு, "வாருங்கள்...!! அந்த மண்டபத்திற்கு சென்று மற்றதைப் பேசுவோம்...!!" என்றான்.

அனைவரும் மண்டபத்திற்கு சென்று அமர்ந்தனர். "தாமரை.... இலக்கியா...!! நீங்கள் ஏன் இந்த இருவருடன் உலாவுகிறீர்கள்...??" என்றான் நற்புகழ்மணி.

"மாமா..!! தாங்கள் ஏன் என் அக்கா உடனிருந்தீர்கள்...??" என்றாள் கடைக்குட்டி இலக்கியா.

"நீ சரியான வாயாடி....!! உன்னிடம் பேசுவதில் பயனில்லை. தாமரை....!! நீ சொல்லம்மா..!!" என்று தாமரையைக் கேட்டான்.

அவள் நற்புகழ்மணி முன் வந்து பணிவுடன், "மாமா..!! இல்லை....!! இல்லை....!! அரசே....!! தாங்கள் இங்கு என் தமக்கையுடன் என்ன செய்தீர்களோ.... அதையே தான் நாங்களும் அங்கு சற்று தூரமாக சென்று செய்தோம்...!!" என்று வேடிக்கையாய் முகம் காட்டி விட்டு ஓடிச் சென்றாள்.

உடனே கதிரவன் பக்கம் திரும்பினான்.

முருகையன் முன் வந்து, "நண்பா....!! நாங்கள் கடந்த ஆறு மாதங்களாய் காதலிக்கிறோம். அதுமட்டுமின்றி உங்களுக்கும் எழிலரசிக்கும் இடையே உள்ள அந்தரத்தை அறிந்து கொள்ள உங்களை வேவு பார்த்தோம்.

நாங்கள் தீட்டிய திட்டத்தில், இருவரும் இன்று தான் சிக்கினீர்கள்....!!" என்றான்.

"இது உங்கள் திட்டமா....??" என்றான் நற்புகழ்மணி.

கதிரவன் முன் வந்து, "ஆம் நண்பா....!! உன்னையும் எழிலரசியையும் சந்திக்க வைக்கவே நாங்கள் பல நாட்களாக இந்த மண்டபத்துக்கு வருகிறோம். நீயும் ஒவ்வொரு முறை நகர் வலம் வரும் பொழுதும், இவ்விடத்திற்கு வந்து சிறிது நேரம் கழித்து தான் செல்கிறாய். அந்த நேரத்தை பயன்படுத்துவது தான் எங்கள் திட்டம்....!!" என்றான்.

"மிக்க நன்றி நண்பர்களே....!! உங்களால் எனக்கு நான் காதலித்த பெண்ணே கிடைத்து விட்டாள். ஆனால் உங்கள் நிலை தான் சற்று வருத்தமளிக்கிறது. இந்த இரு வாயாடிகளுடன் நீங்கள் எப்படித் தான் காலம் கழிக்கப் போகிறீர்களோ....??" என்றதும்,

தாமரையும் இலக்கியாவும் அருகில் கிடந்த பூக்களையும் இலைகளையும் எடுத்து நற்புகழ்மணி மேல் வீசினர்.

"சரி வாருங்கள்.... நாம் வெகு நேரமாய் இங்கு கழித்து விட்டோம். அரண்மனையில் இவர்களைத் தேடுவார்கள்....!!" என்றான் நற்புகழ்மணி.

ஆண்கள் தங்களின் குதிரையிலும், பெண்கள் தங்களின் ரதத்திலும் ஏற.... இலக்கியா ரதத்தை செலுத்த முன்வந்து அமர்ந்தாள்.

உடனே குறுக்கிட்ட நற்புகழ்மணி, "இலக்கியா....!! நீ ஏன் ரதத்தை செலுத்துகிறாய்.... ரதசாரதி எங்கே....??" என்றான்.

"மாமா....!! பல ஆண்டுகளாய் இந்த ரதத்தை நானே தான் ஓட்டுகிறேன், இது தலைநகரில் அனைவருக்குமே தெரியும். தாங்கள் தான் தேசத்தை நிர்மாணிப்பதிலேயே காலங் கழித்து விட்டதால், இதை அறிந்திருக்க மாட்டீர்கள்....!!" என்றாள்.

"அம்மணி....!!! தாங்கள் மேலே செல்லுங்கள். இனி உன்னிடம் நான் ஏதும் பேச முடியாது....!!" என்று தன் குதிரையை விலக்கி வழிவிட்டான் நற்புகழ்மணி.

நற்புகழ்மணி விலகியதும், ரதம் வீதியில் சீறிப் பாய்ந்து, புழுதியைக் கிளப்பிக் கொண்டே அரண்மனையை அடைந்தது.

ரதம் புறப்பட்டதும், மூவரும் தங்களின் குதிரையில் அரண்மனையை அடைந்து, அன்று இரவு நற்புகழ்மணி கதிரவன் முருகையனும் நற்பு- கழ்மணி அரண்மனையிலே உறங்கினர்.

மறுநாள் காலை விடிந்ததும் வழக்கம் போல அரசவையை முடித்து, தங்களின் அரண்மனைக்கு திரும்புகையில் ஏகாம்பரத்தார், மூவரையும் இன்று மாலை தன் அரண்மனைக்கு வர அழைப்பு விடுத்தார்.

மாலையில் மூவரும் முதல் நாள் போல் கடற்கரைக்குச் செல்லத் திட்டமிட்டிருந்தனர். ஆனால் ஏகாம்பரத்தாரின் அழைப்பைத் தட்ட முடியாததால், "சரி வருகிறோம், ஐயா...!!" என்றான் நற்புகழ்மணி.

அவர்களைக் கண்டு புன்முறுவலிட்டு ஏகாம்பரத்தார் தன் அரண்- மனை நோக்கி நடந்தார்.

மாலை வந்ததும் செவ்வானத்தின் ஆதவன் மறையத் தொடங்கிய- தும், மூவரும் ஏகாம்பரத்தாரின் அரண்மனையை அடையவும் ஆதவன் முழுமையாக மறைந்திருந்தான். அரண்மனையில் விளக்குகள் ஏற்றத் தொடங்கி இருந்தனர்.

மூவரும் ஏகாம்பரத்தாரின் அரண்மனை ஆலோசனை அறையை அடைந்து, கதவைத் தட்டினர். "உள்ளே வாருங்கள்...!!" என்றார் ஏகாம்பரத்தார்.

உள்ளே சென்ற மூவரும் ஏகாம்பரத்தாரின் காலில் விழுந்து ஆசி பெற்று, அங்கிருந்த நற்புகழ்மணியின் அத்தையான எழிலரசியின் அன்- னையின் காலிலும் விழுந்து ஆசி பெற்றனர்.

அனைவரும் அமர்ந்த பின் ஏகாம்பரத்தார் நற்புகழ்மணியிடமும் முருகையனிடமும், "நாம் ஓர் புதிய உயரமான முருகன் கோயிலைக் கட்ட வேண்டும். நீ ஆட்சிப் பொறுப்பேற்ற ஐந்தாம் ஆண்டின் நினை- வாக அக்கோயிலைக் கட்டி, குடமுழக்கு விழா எடுக்க நினைக்கி- றோம்...!!" என்றார்.

"ஐயா..!! எப்படி இந்த ஓர் ஆண்டிற்குள் நாம் கட்டி முடிக்க முடி- யும்...??" என்றான் நற்புகழ்மணி.

"அதைப் பற்றி நீ கவலை பட வேண்டாம், அப்பணியை நானே ஏற்று செய்கிறேன்...!!" என்றார்.

"சரி ஐயா...!! அனைத்து தங்களின் பொறுப்பு...!!" என்ற நற்பு-கழ்மணி, "ப)நாங்கள் புறப்படலாமா...??" என்றான்.

"புறப்படலாம். ஆனால் அதற்கு முன் எனக்கு புகார் ஒன்று வந்-துள்ளது. அதாவது நம் தேசத்தில் சிலர், பல உயிர்களை வதைப்பதாக புகார் வந்துள்ளது...!!" என்றார் ஏகாம்பரத்தார்.

"எங்கு ஐயா...?? நம் ஆட்சியிலா... மக்கள் வதைப்படுவதா...??" என்று சீறினான் நற்புகழ்மணி. அவனோடு கதிரவனும் முருகையனும் கோபத்துடன், "எங்கே என்று மட்டும் கூறுங்கள், ஐயா...!! இரவோடு இரவாக அவர்களுக்கு நாங்கள் முடிவு கட்டுகிறோம்...!!" என்றார்கள்.

"உங்களுக்கு அந்த சிரமம் வேண்டாம், அதற்கு நானே முடிவெடுத்-துள்ளேன்...!!" என்றார்.

"தங்களின் முடிவு என்றுமே நீதியின் பக்கம் தானிருக்கும். இருந்-தாலும் நாங்களும் அந்த புகாரைப் பற்றி அறிந்து கொள்ள விரும்புகி-றோம்...!!" என்றான் நற்புகழ்மணி.

ஏகாம்பரத்தார் தனக்குள் நகைத்து விட்டு, "மூவரும் கோபப்படாமல் கேளுங்கள். யாரோ சிலர் நமது தலைநகரின் தென் கிழக்கு கடற்கரைப் பகுதியில், அதுவும் மாலை நேரங்களில்... அலவன்களை தன் கூண்-டிற்குள் செல்ல விடாமல் தடுப்பதாகவும், மரங்களில் இருந்து பூக்களைப் பறிப்பதாவும் தான் புகார்...!!" என்றார்.

இதைக் கேட்ட மூவரும், "எங்களை மன்னிக்க வேண்டும், ஐயா...!! தங்களிடம் சொல்லத் தான் தகுந்த நேரம் வரட்டுமென்று காத்திருந்-தோம்...!!" என்றார்கள்.

"குழந்தைகளே...!! நீங்கள் இப்பருவத்தில் விளையாடாமல், எப்-பொழுது விளையாடப் போகிறீர்கள்... இந்நாட்டின் கண்மணிகளே..??" என்றார் ஏகாம்பரத்தார்.

உடனே அருகிலிருந்த திரைச்சீலைகளின் பின், இவ்வளவு நேரம் மறைந்திருந்த எழிலரசி, தாமரை மற்றும் இலக்கியாவும் வெளிப்பட்டனர்.

"இனி நீங்கள் தனித்தனியே செல்ல வேண்டாம். அனைவரும் இணைந்தே செல்லுங்கள்...!!" என்றார் ஏகாம்பரத்தார்.

இத்தனை நேரம் அமைதியாயிருந்த நற்புகழ்மணியின் அத்தை, "ஐயா...!! திருமணத்திற்கு முன் ஒன்றாக வெளியில் சென்றால், நாட்-டில் தவறாகப் பேசக்கூடும்...!!" என்றாள்.

"அத்தை...!! கவலை வேண்டாம், நாங்கள் வெளியில் உலாவுவது யாருக்கும் தெரியாமல் நான் பார்த்துக் கொள்கிறேன். மேலும் நாங்கள் நம் கலாச்சார மரபுக்கு மாறாக எதுவும் செய்ய மாட்டோம்....!!" என்பதையும் அழுத்தமாகக் கூறினான் நற்புகழ்மணி.

அமைதியாக அவன் சொன்ன சொற்களின் அர்த்தத்தைப் புரிந்து கொண்ட அந்த மாதரசி, "சரி குழந்தைகளே...!! சென்று வாருங்கள். ஆனால் யாருமறியாமல் சென்று, விரைவாக வந்து விடுங்கள்...!!" என்றாள்.

சில நாட்களுக்கு பிறகு ஓர் இரவு, அதே ஏகாம்பரத்தார் ஆலோ- சனை அறையில் அனைவரும் ஒன்று கூடினர். ஏகாம்பரத்தார் பேச்சைத் தொடங்கியதுமே, "உங்கள் மூவருக்கும் உடனடியாகத் திருமணம் செய்து வைக்க நாங்கள் முடிவெடுத்துள்ளோம்....!!" என்றார்.

"ஐயா...!! தாங்கள் சொல்வது சரி தான். எத்தனை நாட்களுக்கு தான் நாங்களும் மக்கள் அறியாமல் செல்வது வருவதுமாக இருக்க முடியும்...?? மேலும் அவ்வாறு செல்வது நல்லதன்றும் கூட. எங்கள் மூவருக்கும் திருமணத்திற்கு சம்மதம்.

ஆனால் எங்கள் திருமணத்திற்கு என் உடன் பிறந்த தமையன் மகிழ்நன்னை அழைக்க வேண்டும்...!!" என்றான்.

"நற்புகழ்மணி...!! உன் எண்ணம் எனக்கு புலப்படுகிறது. ஆனால் உன் அண்ணனை அந்த கிடையரையன் விட வேண்டுமே...??" என்- றான்.

இதற்கிடையில் குறுக்கிட்ட நற்புகழ்மணியின் அத்தை, "ஐயா...!! நான் புறப்படுகிறேன். நீங்கள் ராஜரீக முடிவுகளை பெண்களை வைத்து எடுப்பது நல்லதன்று என்பதனால், நான் விடைபெற்றுக் கொள்கி- றேன்...!!" என்று அனைவரிடமும் விடைபெற்று சென்றாள்.

அதன் பின் நால்வரும் மட்டும் அறையில் இருக்க, நீண்ட நேரமாக ஆலோசித்தனர்.

மறுநாள் அரசவை கூடியதும், ஏகாம்பரத்தார் மூவரின் திருமணச் செய்தியை அவையோருக்கும் மக்களுக்கும் வெளிப்படுத்தினார்.

அதன் பின் நற்புகழ்மணி அரச தூதுவனை அழைத்து, அவனிடம் நிறைய பொன்னும் பொருட்களையும் கொடுத்து வட காந்தள் தேசத்திற்- குச் சென்று தன் தமையனைச் சந்திக்க அனுப்பினான்.

நற்புகழ்மணியின் தூதுவன் காந்தளூர் கோநகரை நோக்கி, தன் பயணத்தை கீழ்முனைப்பாடியிலிருந்து இனிதே துவங்கினான்.

முருகையனின் மதியால் உருவான விரைவுக் கலத்தில் அனைத்து பொருட்களுடன் மறுநாள் காலை, காந்தளூர் கோநகரின் துறைமுகத்தை தூதுவன் அடைந்தான்.

துறைமுகத்திலிருந்து பணம் கொடுத்து, பார வண்டிகளில் பொருட்-களை ஏற்றி கோட்டையை அடைந்தான். கோட்டை வாயிலில் இருந்த கோட்டை காவலரிடம் தான் தென் காந்தள் தேசத்தின் தூதுவன் என்-றும், எங்கள் மன்னர் நற்புகழ்மணியிடமிருந்து வட காந்தள் தேசத்து மன்னர் மகிழ்நன் பொருமானுக்கு செய்தி கொண்டு வந்துள்ளேன் என்-றான் தூதுவன்.

"உன் புராணத்தை நிறுத்து, எங்கள் தேசத்தில் மன்னரென்று யாரு-மில்லை. மகிழ்நன் அவர்கள், இந்நாட்டின் ஆளுநர் தான்..!!" என்று அலட்சியமாக கூறிவிட்டு, "அது இருக்கட்டும். நீ கொண்டு வந்துள்ள பொருட்களையும், ஓலையையும் என்னிடம் கொடுத்துவிட்டு, ஊர் போய் சேர். எங்கள் ஆளுநரிடம் சேர்பித்து மறு ஓலை அனுப்புகிறோம்..!!" என்றான் திமிராய்.

"ஐயா..!! நான் தங்களின் ஆளுநரை நேரில் கண்டு, ஓலையைச் சேர்ப்பிக்க விரும்புகிறேன், இது எங்கள் மன்னரின் கட்டளை. அதனால் சற்று கருணை காட்ட வேண்டும்...!!" என்றான் தூதுவன்.

"சரி..!! இங்கே இரு, நான் சென்று எங்கள் துணை ஆளுநர் கிடை-யரையன் அவர்களிடம் கேட்டு வருகிறேன்...!!" என்று கதவை மூடி-னான்.

அவன் சென்றதும், தூதுவன் பின்னாலிருந்த சில வண்டிகளின் வண்டிகாரர்கள் சத்தம் போட தொடங்கினர். "அடேய்! யாருயா அது..?? வண்டிய வாயிலின் நடுவில் நிறுத்தி இருக்கிறான். போய் ஓரமாக நிறுத்து...!!" என்றன பல குரல்கள்.

அதனால் தூதுவனும் அவனுடன் வந்த பொருட்களும் கோட்டை வாயிலின் ஓரமாக நிறுத்தப்பட்டது. ஓரமாக நின்றதும் பின்னாலிருந்த வண்டிகள் முன்னே சென்று, வாயிலில் காவலரிடம் சில வெள்ளி செப்பு நாணயங்களைக் கொடுக்க கதவு உடனே திறந்தது. அதன் பின் அந்த வண்டிகள், எந்த தங்கு தடையுமின்றி உள்ளே சென்றது.

உடனே தூதுவனின் வண்டிக்காரன் வந்து, ''ஐயா...!! வணக்கம். நமது மாமன்னர் நலமாக உள்ளாரா...?? தாங்கள் தென் காந்தள் தேசத்தார் என்று ஏன் எங்களிடம் முதலிலே சொல்லவில்லை..?? அவ்-வாறு முன்பே கூறி இருந்தால், இவர்களைப் போல் நாமும் பணம் கொடுத்து சுலபமாக சென்றிருக்கலாமே..??'' என்றான்.

''ஐயா! நமது சொந்த நாட்டில் நாமே பணம் கொடுத்து பழகினால், பிற்காலத்தில் பணம் தான் நம் தேசத்தை ஆளுமே தவிர.... நீதியும் நெறியுமில்லை....!!'' என்று பேசிக் கொண்டிருக்கையில் கோட்டை காவலன் தூதுவனை நோக்கி வந்து, ''ஐயா! வாருங்கள்... நீங்கள் உள்ளே செல்லலாம்...!!'' என்றதும், தூதுவனின் பார வண்டிகளும் கோட்டையின் வாயிலை அணுகியது.

கோட்டையின் கதவு திறந்ததும் கோட்டை காவலன் தூதுவனையும் பார வண்டிகளையும் உள்ளே செல்ல அனுமதித்து, அவன் ஆள் ஒருவனை அவனுடன் அனுப்பி, கிடையரையனின் அரண்மனைக்கு அழைத்துச் செல்ல கட்டளையிட்டான்.

கிடையரையனின் அரண்மனையை அடைந்ததும், வெளியிலிருந்த தாழ்வாரத்தின் இருக்கையில் அமரச் செய்து, அங்கிருந்த பணியாட்களி-டம் தெரிவித்து காவல் வீரன் புறப்பட்டான். இரண்டு நாழிகை கழித்து, சேவகன் ஒருவன் வந்து உள்ளே அழைத்தான்.

அரண்மனையின் மன்றத்தை அடந்த தூதுவன், அங்கிருந்த பழைய அரசவையில் அரசரின் அரியாசனத்தில் கிடையரையன் வீற்றிருந்ததைப் பார்த்து சற்றே கொதிப்படைந்த தூதுவன், தன் உள்ளக் கொதிப்பை வெளிக்காட்டிக் கொள்ளாமல், முகம் மலர வணங்கினான்.

தூதுவனை கண்ட கிடையரையன் ஏளன சிரிப்புடன், ''தென் காந்-தள் தேசத்து தூதுவரே... வாருங்கள்...!! வணக்கம் தூதரே...!! இன்-னும் உங்கள் தேசமிருக்கிறதா...?? இருக்கட்டும், இருக்கட்டும்...!!'' என்றான்.

''சரி என்ன... இவ்வளவு தூரம்...?? மீண்டும் தங்கள் தேசத்திற்கு ஏதாவது உதவி வேண்டி உங்கள் மன்னர் பிச்சை கேட்டு, தூது அனுப்பி இருக்காரா என்ன...??'' என்றான் கிடையரையன்.

இதைக் கேட்ட அவையோர் அனைவரும் கலகலவென சிரித்தனர்.

அந்த சிரிப்பின் ஒலி தூதுவனின் உள்ளக் கொதிப்பை மேலும் மேலும் அதிகரிக்கச் செய்தது. இருப்பினும் அனைத்தையும் அடக்கிக் கொண்டு, "ஐயா...!! தங்கள் தேசத்து ஆளுநர் மகிழ்நன் அவர்களைக் காண அவர் தம்பியும், எங்கள் தென் காந்தள் தேசத்தின் மன்னருமான நற்புகழ்மணி அவர்களின் ஓலையுடன், சில செய்திகளையும் கொண்டு வந்துள்ளேன்...!!" என்றான்.

"ஓலையையும் செய்தியும் என்னிடம் சொன்னால் போதாதா...?? அது என்ன... நீ அவரை நேரில் கண்டு ஓலையைக் கொடுத்து செய்-தியைச் சொன்னால் தான், திரும்பிப் போவீர்கள் என்று கூறினீர்க-ளாமே...??" என்றார்.

"ஆம் ஐயா...!! அவ்வாறு எனக்கு கட்டளையிட்டிருக்கிறார், எங்-கள் மன்னர்...!!"

"இவ்வாறான கட்டளைகள் இருக்கக் கூடாது என்று தான், மக்-களாட்சி வேண்டுமென்று நாங்கள் விரும்பி செயல்படுத்தி இருக்கி-றோமே... பார்த்தீர்களா.... எங்கள் தேசத்தை...?? எவ்வளவு சுதந்தி-ரமாக மக்களிருக்கிறார்கள்...??" என்று சிரித்தான் கிடையரையன்.

"ஆனால் என்ன பயன்... நீங்கள் எல்லாம் இன்னும் மன்னர் என்ற ஒருவனிருக்கும் வரை என்றென்றும் அடிமைகளாகத் தானிருக்க வேண்-டும்...!!" என்றான்.

"ஐயா..!! நாங்கள் இன்றும்... என்றும்.... அடிமைகளாகவே இருக்கிறோம். தாங்கள் உத்தரவு கொடுத்தால் தான், நான் உங்கள் ஆளுநரைக் காண முடியும் என்றார்கள். அதனால் தாங்கள் எனக்கு கருணையுடன் மகிழ்நன் அவர்களைக் காண அனுமதியுங்கள்...!!" என்று பணிந்தான் தூதுவன்.

"செய்தி என்ன என்று சொன்னால், அனுமதிப்பதைப் பற்றி நான் சிந்திக்கிறேன்...!!" என்றான் கிடையரையன்.

தூதுவன் செய்தியைக் கூறியதும் கலகலவென சிரித்த கிடையரை-யன், ஓலையை வாங்கியபடி, "நீங்கள் செல்லுங்கள். நான் எங்கள் ஆளுநரிடம் செய்தியைச் சொல்லி ஓலையைக் கொடுக்கிறேன்...!!" என்றான்.

"யார் அங்கே...??" என்றான் கிடையரையன். உடனே மன்றத்தி-னுள்ளே ஏவலாள் ஓடி வந்தான். அவனிடம், "வெளியில் நிற்கும் பார

வண்டிகளை நமது அரண்மனை பொக்கிசத்திற்கு கொண்டு செல், மற்-
றதை நான் வந்து பார்த்துக் கொள்கிறேன்....!!" என்றான்.

பிறகு தூதுவனைப் பார்த்த கிடையரையன், "நீ இன்னும் போகவில்-
லையா....??" என்றான்.

"ஐயா....!! நான்..." என்று தடுமாறினான் தூதுவன். "அது தான்
பொருட்களை ஒப்படைத்து விட்டீர்கள், ஓலையும் கொடுத்தாகி விட்டது.
பின் ஏன்... கற்சிலை போல் இங்கே நிற்கிறீர்கள்....?? செல்லுங்கள்
மற்றதை மகிழ்நன் அவர்கள் முடிவெடுத்தும், மறு ஓலையை அனுப்புகி-
றோம்....!!" என்றான்.

அதன் பின் அங்கு நின்று அவமானப்படுவதில் பயனில்லை என்-
பதை உணர்ந்து, அரண்மனையை விட்டு வெளியேறினான் தூதுவன்.

அரண்மனையின் வெளியில் வந்ததும் சற்றே திகைத்துப் போனான்.
அவன் வந்த சொகுசு வண்டியும் அங்கு இல்லை, பரிசு பொருட்களை
ஏற்றி வந்த பார வண்டிகளையும் காணவில்லை.

வண்டிகளின் உரிமையாளர்கள் மட்டும், அரண்மனை அதிகாரிகளின்
காலில் விழுந்து, வண்டிகளைத் திருப்பித் தரும்படி வேண்டிக் கொண்டி-
ருந்தனர்.

அரண்மனை அதிகாரி அவர்களை அடித்தும் காலால் உதைத்தும்
தள்ளினான். அதைக் கண்டு பொறுத்துக் கொள்ள முடியாத தூதுவன்
அவர்களைத் தாங்கிப் பிடித்து, "வாருங்கள். நாம் செல்லலாம்....!!"
என்றான்.

"இதோ வந்துவிட்டார், வள்ளல். அவர் உங்களுக்கு புதிய வண்டி
வாங்கிக் கொடுப்பார், போங்கடா....!!" என்று கையிலிருந்த சாட்டை-
யால் வண்டிகாரர்களை ஒரு அடி அடித்தான் அந்த அதிகாரி.

வலியால் துடித்த வண்டிக்காரனைப் பற்றி இழுத்துக் கொண்டு அவ்-
விடத்தை விட்டு கோட்டை வாயிலை அணுகி, கோட்டையை விட்டு
வெளியே வந்தனர்.

"தங்களையும் தங்களின் பொருட்களையும் ஏற்றியதால், அவர்கள்
எங்கள் வண்டிகளையும் எடுத்துக் கொண்டனர்....!!" என்றான் ஒரு
வண்டியின் உரிமையாளன்.

கோட்டையை விட்டு வெளி வந்ததும், ஒரு மருத்துவ சாலைக்கு
சென்று வண்டிக்காரர்களுக்கு முதலுதவி செய்து, நல்ல உணவகத்தில்

உணவை முடித்தனர்.

வண்டிகளை இழந்தவர்களுக்கு புதிய வண்டிகளை வாங்கிக் கொடுத்து, அவ்வண்டியிலே இரவு வரை அவர்களுடன் வட காந்தள் தேசத்தின் நிலையை சுற்றிப் பார்த்து அறிந்து கொண்டு, அவர்களுடனே இரவு உணவையும் முடித்த பின் தூதுவன் துறைமுகத்திற்கு சென்றான்.

துறைமுகத்தை அடைந்ததும், துறைமுக வாயிலில் வண்டிக்காரர்க-ளுக்கு விடை கொடுத்து, தன் கலத்தில் ஏறி தென் காந்தள் தேசம் நோக்கிய தன் பயணத்தைத் தொடங்கினான் தூதுவன்.

மறுநாள் காலை தென் காந்தள் தேசத்தின் தலைநகர் கீழ்முனைப்-பாடி துறைமுகத்தை தூதுவன் அடைந்தான்.

தூதுவன் மன்னர் நற்புகழ்மணியைக் காண அரண்மனைக்குச் சென்-றான். அங்கு அவர் அரசவையில் அமைச்சர்களுடன் ஆலோசனையில் இருந்ததால், அரசவை முடியும் வரை வெளியிலேயே காத்திருந்தான்.

அரசவை முடிந்த பின் அங்கிருந்த அனைவரும் வெளியேறியதும், நற்புகழ்மணி ஏகாம்பரத்தார் கதிரவன் முருகையனும் மட்டும் இருந்ததை அறிந்து உள்ளே சென்ற தூதுவன், அனைவருக்கும் தன் பணிவான வணக்கத்தைத் தெரிவித்தான்.

"வாருங்கள் தூதரே…!! சென்ற காரியம் சுபம் தானே…?? என் தமையன் நலமாக உள்ளாரா…??" என்றான் நற்புகழ்மணி.

"அரசே…!! என்னை மன்னிக்க வேண்டும். நான் தங்களின் தமை-யனும் வட காந்தள் தேசத்தின் ஆளுநருமான மகிழ்நன் பெருமானைக் காண முடியவில்லை. அவரைக் காண துணை ஆளுநர் கிடையரை-யனும் அனுமதிக்கவில்லை…!!" என்று அங்கு நடந்த அனைத்தையும் கூறினான்.

இதனை கேட்டு நற்புகழ்மணி பொங்கி எழுந்து சீறினான், கதிரவனும் முருகையனும் கோபத்தை அடக்க முடியாமல் உடை வாளை உருவி, "அரசே…!! ஆணையிடுங்கள். ஒரு வாரத்தில் நம் படைகளுடன் சென்று அவர்களை அழித்து விடுகிறோம்…!!" என்றான்.

"சற்று அமைதியாயிருங்கள்.. நமது ஒற்றர்கள் பலரும் வட காந்தள் மக்களும் இரு தேசம் உருவான ஆறு மாதத்திலிருந்தே நமது மகிழ்-நன்னைக் கண்டதில்லை என்று கூறுகிறார்கள்…!!" என்றார் ஏகாம்ப-ரத்தார்.

"ஏதோ ஒன்றை கிடையரையன் இத்தனை காலமாய் மறைத்துக் கொண்டிருக்கிறான். நாம் அங்கிருந்து வெளியேறிய ஆறு மாத காலத்-திலேயே…. அதாவது அவனை என் தமையன் துணை ஆளுநராகச் செய்த நாள் முதல், என் தமையனும் மக்களின் முன் தோன்றக்கூட இல்லை என்பதையும் என் ஒற்றர்கள் மூலம் அறிந்து கொண்டோம்…!!" என்றான் நற்புகழ்மணி.

"சரி…!! தங்களுக்கு நேர்ந்த அவமானத்திற்கு, என்னை மன்னியுங்-கள்…!! என்றான் நற்புகழ்மணி தூதுவனை நோக்கி.

"அரசே! இது என் கடமை மற்றும் தங்களை மன்னிக்க எனக்கு தகுதியுமில்லை, அவசியமுமில்லை. நான் வருகிறேன்…!!" என்று அனைவரிடமும் விடைபெற்று அவ்விடத்தை விட்டு தூதுவன் வெளி-யேறினான்.

தூதுவன் சென்ற பிறகு நால்வரும் நற்புகழ்மணியின் அந்தரங்க ஆலோசனை அறைக்கு சென்று, மூன்று சாமமாக ஆலோசனை செய்-தனர்.

அன்று இரவே நற்புகழ்மணி, கதிரவன் மற்றும் முருகையனும் ஏகாம்பரத்தாரிடம் விடைபெற்று, மாறுவேடம் தரித்து வட காந்தள் நோக்கி பயணித்தனர்.

மறுநாள் காலையில் வட காந்தள் தேசத்தின் துறைமுகத்தை அடைந்ததும், மூவரும் எந்தியவு தேசத்து வணிகர்கள் போல கலத்தை விட்டு இறங்க, கலத்தின் அருகில் அதிகாரி ஒருவர் வந்து நின்று மூவ-ரையும் விசாரித்து, கலத்தை நிறுத்த வழக்கமான வரியைப் பெற்றுக் கொண்டு, லஞ்சமாக ஒரு தொகையையும் தவறாமல் பெற்றுக் கொண்-டான்.

துறைமுகத்தின் சுங்கத்துறையினர் மூவரின் மூட்டைகளைப் பிரித்துப் பார்த்து, ஒரு தொகை வரி விதித்து தங்களுக்கும் ஒரு தொகையை எந்த கூச்சமும் வெட்கமுமின்றி கேட்டே பெற்றனர்.

வீதியில் எங்கு பார்த்தாலும் கேளிக்கை கொண்டாட்டங்களும், மதுக்-கடைகளுமாகவே காட்சியளித்தது.

துறைமுகத்தின் அருகிலே அதுவும் விடியற் காலையிலே விபச்சார விடுதிகள் மிகச் சுறுசுறுப்பாக இயங்கின.

அவர்கள் அங்கு கவனிக்க வேண்டிய ஒன்றாக அங்கிருந்த அனைத்து அதிகாரிகளும் வேற்று தேசத்தார்கள், அனைத்து கேளிக்கை விபச்சார விடுதிகளுடன் மற்றும் சுற்றுலா விடுதிகளுக்கும் வெளி தேசத்-தாரே உரிமையாளர்களாய் இருந்தனர்.

காந்தள் தேசத்தார் யாவரும் அவர்களின் கீழ் பணியாட்களாவே இருந்தனர் என்பதை அவர்கள் கண்டு வருந்தினர். அனைத்தையும் சகித்துக் கொண்டு மூவரும் காந்தளூர் கோநகரின் வீதிகளின் வழியே தங்களின் குதிரையை மெல்லமாக செலுத்திக் கொண்டு சென்றனர்.

காலை முதல் கோட்டையைச் சுற்றி இருந்த அனைத்து வீதிகளை-யும் நோட்டமிட்டு, உள்ளே செல்லத் தகுந்த வழியைப் பார்த்து வைத்துக் கொண்டனர்.

ஆதவன் மறைந்து இருள் சூழ்ந்த வேளையில், மூவரும் பகலில் பார்த்து வைத்த வழியிலே கோட்டையின் உள்ளே நுழைந்து நந்த-வனத்தை அடைந்தனர்.

கடந்த நான்கு ஆண்டுகளில் காந்தளூர் கோநகரமும், கோட்டையும் அரண்மனைகளும் நிறைய மாற்றத்தைக் கண்டிருந்தது.

எப்படியோ ஒரு வழியாக மகிழ்நன்னின் அரண்மனையைக் கண்டுபி-டித்து, உள்ளே சென்று தேடினர். எங்கும் மகிழ்நன்னைக் காணவில்லை. ஒவ்வொரு அரண்மனையாகத் தேடிப் பார்த்தனர், எங்கும் இல்லை.

மூவரும் இருளில் ஓர் பெரிய ஆலமரத்தின் விழுதுகளினிடையே ஒதுங்கிய போது, மரத்தின் விழுதைப் பிடித்தபடி தலைகீழாய் ஓர் கரு-மையான உருவம் நற்புகழ்மணியின் பின்புறத்தில் மேலிருந்து தலைகீழாய் தொங்கிக் கிடந்தது.

அவ்வுருவத்தை வெகு நேரமாக விடாமல் பார்த்த கதிரவன், அது அவ்வப்பொழுது விழுதிலிருந்து மெல்லமாக கீழே ஊர்ந்து வருவதைக் கண்டதும் நற்புகழ்மணியைத் தன் பக்கமாக இழுத்தான்.

பிறகு முழுதும் கீழே இறங்கிய அந்த உருவத்தை, ஒரே தாவாகத் தாவிப் பிடித்து இறுக்கினான் கதிரவன். கதிரவனின் பிடியிலிருந்து லாவ-கமாக நழுவ முயன்ற அந்த உருவத்தைப் பிடித்து தரையில் அமுக்கி-னான்.

இதற்குள் முருகையனும் அம்மனிதனைத் தாக்க முற்பட்ட போது, அந்த மர்ம மனிதன் தன் வேடம் கலைந்தது கூட தெரியாமல் தெட்டுத்-டுமாறி எழுந்தவன், நற்புகழ்மணியைக் கண்டதும் தரையில் மண்டியிட்டு

வணங்கினான். அவனை நோக்கி தன் வாளால் குத்த வந்த முருகை-
யனை தடுத்த நற்புகழ்மணி,

"எழுந்திரு அண்ணா....!! என்று கை அசைத்தான். அதோடு வந்-
தவன் தன் வேடம் கலைந்ததை அறிந்து, மீண்டும் வேடமிட்டுக் கொண்-
டான்.

"நண்பர்களே...!! இவர் நமது காந்தள் தேசத்தின் தென் திசை
தளபதி. இவர் கீழ்முனைப்பாடியை சேர்ந்தவர். என் தமையனின் சிறுவ-
யது அந்தரங்க நண்பர் கணபதி...!!" என்றான் நற்புகழ்மணி.

எழுந்து நின்ற கணபதி, மூவரையும் தன்னுடன் வர வேண்டினான்.
அவ்வாறே மூவருமாக கோட்டையை விட்டு கணபதியுடன் வெளி வந்-
தனர்.

கோட்டையை விட்டு வெளியேறியதும், கணபதி ஊரின் நடுப் பகு-
தியிலிருந்த ஒர் பழைய மண்டபத்திற்கு மூவரையும் அழைத்துச் சென்-
றனர். உள்ளே சென்றதும், "அரசே...!! தாங்கள் இங்கு என்ன செய்-
கிறீர்கள்...??" என்றான்.

"கணபதி அண்ணா...!! என் தமையனுக்கு என்ன ஆனது..??
அவரை மக்களும், என் ஒற்றர்களும் கண்டு நான்கு ஆண்டுகளுக்கும்
மேலாகிறதே...??" என்று நேராகக் கேட்டான் நற்புகழ்மணி.

"ஆம்.. காந்தள் தேசம் பிளவுட்ட ஐந்து ஆறு மாதத்திலே நமது
இளவரசன், மன்னிக்கவும் நமது அரசன் மகிழ்நன்னுக்கு கிடையரையன்
அதிகமாக போதைப் பொருட்களைக் கொடுத்து தன் அடிமையாக்கி-
னான்.

இதற்கிடையில் மகிழ்நன் ஒருமுறை நயக்கிதி தேசம் சென்று வந்-
தான். அதன் பின் ஆறாம் மாதத்தில் அரசவையில் நம் அரசர் மகிழ்-
நன்னே அவையோருக்கு இனி என்னுடைய அனைத்து பணிகளை-
யும் கிடையரையனே பார்ப்பார் என்று சாசனம் எழுதிக் கொடுத்ததாக
ஓலையைக் காண்பித்து தனக்குத் தானே துணை ஆளுநராக அறிவித்-
துக் கொண்டான்.

அதன் பின் அவரை யாரும் காணவில்லை. நானும் அவரை பார்க்-
கவில்லை, முயன்றும் முடியவில்லை.

நான் ஒருமுறை தலைநகரை நோக்கி அரசரைக் காண வேண்டி,
என் தலைமையில் சிறிய படையுடன் வந்தேன். ஆனால் இந்த பாத-

கர்கள் நான் வருவதை முன்னமே அறிந்து, வழியிலேயே என்னுடைய வீரர்களைக் கொன்று என்னை கைது செய்தனர்.

நான் சிறையில் கிடையரையனுக்கு எதிராக கோஷம் போட்டேன். அதனால் என்னைப் பாதாள சிறைக்கு மாற்றி, "இதோ பார்... இவன் யார் தெரிகிறதா...??" என்று ஒருவனைக் காண்பித்தனர்.

அவன் காண்பித்த மனிதரை உற்றுப் பார்த்தேன். பார்த்த இடத்திலேயே கதறிக் கதறி அழுதேன். "ஐயோ அரசே...!!" என்றேன். உடனே என்னை ஒருவன் அடித்து, "இவன் அரசனில்லை, கைதி...!!" என்றான்.

அதன் பின் சில முறை அரசர் மகிழ்நன்னிடம் பேசினேன். அவர் என்னிடம், "நீ சென்று என் தம்பியிடம் இங்கு நடந்ததைச் சொல்லி, வட காந்தள் மீது உடனடியாக போர் தொடுத்து, மீண்டும் இவ்விரு தேசத்தை ஒன்றாக இணைத்து ஒரு தேசமாக ஆள வேண்டுமென்று சொல்.. என்றார்.

மேலும் அவர் சிறையிலிருந்து தப்ப வேண்டும் என்றும், அதற்கு என்னை உதவி செய்யவும் வேண்டிக் கேட்டுக் கொண்டார். நானும் கடந்த திங்கள் சிறையிலிருந்து தப்பினேன்.

கடந்த ஒரு திங்களாக நானே ஒரு சுரங்கத்தைத் தோண்டியுள்ளேன். இன்னும் ஐந்து நாட்கள் தோண்டினால் போதும், மகிழ்நன்னின் அறைக்குள் சென்றுவிடலாம்...!!" என்றான் கணபதி.

"நாளை இரவு நாங்களும் உங்களுடன் வருகிறோம்...!!" என்றான் நற்புகழ்மணி.

"வேண்டாம், நீங்கள் சென்று கீழ்முனைப்பாடியிலிருந்து அனைத்து படைகளையும் வடக்கு நோக்கி நகர்த்துங்கள். ஏனென்றால் கிடைய-ரையன் நயக்கிதி தேசத்தின் படைகளை வரவழைத்து, தென் காந்தள் தேசத்தின் மீது போர் தொடுக்க வெகு காலமாய் திட்டம் தீட்டுகிறான்.

இத்தருணத்தில் மகிழ்நன்னும் சிறையிலிருந்து தப்பித்த செய்தி தெரிந்தால், உடனடியாக போரைத் தொடங்கிவிடுவான்.

நயக்கிதி படைகள் இங்கு வந்து கிடையரையனின் படையுடன் இணைந்து பலமாவதற்கு முன், நாம் அவன் மீது போர் தொடுத்தால் அவன் பலவினமாகி விடுவான். படைகளையும் இடம் மாற்றம் செய்ய வேண்டும்.

அவன் ஓர் போர் வீரனில்லை...., அவன் ஓர் வணிகன் தான் என்-பதை நாம் நம் நினைவில் கொள்ள வேண்டும். அவனுடனிருக்கும் சில கை தேர்ந்த தளபதிகள் மூலமே போருக்கு வியூகம் அமைக்க முற்-படுவான். அதற்குள் நாம் அவன் படை அமைப்பை சீர்குலைத்தால், அவர்கள் ஒன்று கூடித் திட்டமிடும் வரை நமக்கு கால அவகாசம் கிடைக்கும்...!!" என்றான் கணபதி.

ஒருவேளை நாம் போரில் வென்றாலும், போரின் முடிவில் அவனே மன்னர் மகிழ்நன்னைக் கொன்று அந்த பழியையும் தங்களின் மீது சுமத்த திட்டம் தீட்டி இருக்கிறான்...!!" என்றான்.

"போரைப் பற்றி நமக்கு கவலை வேண்டாம், நாங்கள் இங்கு புறப்ப-டும் முன்பே படைகளை வடக்கு நோக்கி நகர்த்த, கட்டளையிட்டு தான் வந்துள்ளோம்...!!" என்றான் நற்புகழ்மணி.

"நல்லது அரசே...!! இப்பொழுது நாம் மகிழ்நன்னை வெளியில் கொண்டு வந்த பின் தான், அடுத்த கட்ட திட்டத்தைப் பற்றி சிந்திக்க வேண்டும்.

ஒருவேளை அவர்கள் மகிழ்நன்னை வேறு இடத்திற்கு மாற்றினால், நமக்கு சோதனைக் காலம் தான்...!!" என்றான் கணபதி.

நால்வரும் மறுநாள் இரவு கோட்டையின் உள்ளே சென்று, கணபதி ஏற்படுத்திய சுரங்கத்தை விரைவாகத் தோண்டி முடித்தனர்.

சிறையினுள் நுழைந்த நால்வரையும் அங்கிருந்த ஓர் காவல் வீரன் பார்த்ததைக் கண்ட கணபதி, அவனைக் கொல்ல வாளை எடுத்து நீட்-டினான். ஆனால் அந்த வீரன் தன் வாளை கீழே வீசிவிட்டு, தன் கையை அகல விரித்துக் கொண்டே கணபதியை நோக்கி நடந்தான். அருகில் சென்று, "கணபதி..!! நீ அரசரை வெளியில் கொண்டு செல்-லத் தானே வந்தாய்...??" என்றான்.

"ஆம்...!! என்றான் கணபதி.

"இந்தா... இந்த திறவுகோலைப் பயன்படுத்தி அரசரை இங்கிருந்து அழைத்துச் செல்....!!" என்றவன் நற்புகழ்மணியைக் கண்டு,

"சிறிய இளவரசருக்கு வணக்கம்...! மன்னிக்கவும்... அரசருக்கு வணக்கம்....!!" என்று வணங்கினான் அந்த வீரன். "அண்ணா...!!" என்று அவனைக் கட்டி அணைத்துக் கொண்டான் நற்புகழ்மணி.

பாசத்தோடு அவனும் நற்புகழ்மணியைக் கட்டிக் கொண்டான்.

"அண்ணா... இங்கு நீங்கள் எப்படி...??" என்றான் நற்புகழ்மணி.

"தம்பி... நீ சென்ற பிறகு மாதுவாலும் மதுவாலும் சீரழிந்து கொண்-டிருந்த மகிழ்நன்னின் உதவியாளாக கிடையரையன் என்னையே நிய-மித்தான்.

ஒருநாள் கிடையரையனின் ஆட்கள் மகிழ்நன்னுக்கு மதுக்குவளை-களைக் கொடுப்பதைத் தடுத்தேன். அதனை அறிந்த கிடையரையன், என் குடும்பத்தையே அழித்து விடுவேன் என்று என்னை மிரட்டினான்.

மூன்று மாதம் கழித்து மகிழ்நன் நயக்கிதி தேசம் சென்று, அடுத்த இரண்டு மாதம் கழித்து அங்கிருந்து வந்தான்.

ஆனால் அம்முறை முற்றிலுமாக மாறி இருந்தான் மகிழ்நன். அவன் திரும்பி வந்த பொழுது கிடையரையன் நாட்டில் இல்லை, மேற்கு தேசத்-துக்குச் சென்றிருந்தான்.

நயக்கிதி தேசத்திலிருந்து வந்ததும் அரண்மனையை அடைந்து, அங்கிருந்த பெண்களை எல்லாம் வெளியேற்றினான். பின் அனைத்து மதுக் குவளைகளையும் உடைத்து வெளியே எறியக் கட்டளையிட்டான்.

வந்த அன்றே கிடையரையனுக்கு தெரியாமல் சில அமைச்சர்களை அழைத்து, தென் காந்தள் தேசத்திற்கு தூதுவர்களாகச் செல்ல ஒரு குழுவை அமைத்து ஓர் ஓலையை எழுதி, புறப்பட வேண்டிய ஏற்பாட்-டைச் செய்ய சொன்னார்.

ஆனால் அந்த பாவிகள் இந்த ஐந்து மாதத்தில் கிடையரையனின் ஆட்களாக மாறியது, மகிழ்நன்னுக்கு தெரியாது. செய்தி அனுப்பிய பின் என்னை அழைத்து, "அண்ணா...!! நம் தேசம் மீண்டும் ஒன்றாக இணையப் போகிறது. என் தம்பியை காந்தள் தேசத்தின் செங்கோலை ஏற்கச் செய்து, நான் நயக்கிதி தேசம் சென்று...." என்று ஏதோ கூறு-கையில் அமைச்சர் ஒருவன் உள்ளே வந்ததால் அத்துடன் நிறுத்தினார்.

அதன் பின் அன்று இரவே மேற்கு திசை பயணத்தை முடித்த கிடையரையன், கோட்டையை வந்தடைந்திருந்தான். அதனை அறியாத மகிழ்நன், தான் ஏற்கனவே பேசிய தூதுக் குழு அமைச்சர்களிடம் தென் காந்தள் தேசத்திற்கு செல்ல வேண்டியதன் ஏற்பாடுகளைப் பற்றி கேட்-டான்.

ஆனால் அந்த அமைச்சர்கள் தான் கிடையரையனிடம் அனைத்து செய்திகளையும் கூறினார்கள் என்பதை அறியவில்லை மகிழ்நன்.

அவர்கள் சென்ற சில கணங்களில் கிடையரையன் மகிழ்நனிடம் சென்று, அமைச்சரிடம் கேட்டறிந்த செய்தியை உறுதிப்படுத்திக் கொண்டு அமைதியாய் சென்று விட்டான்.

மறுநாள் சில மாதங்களுக்கு பின் மகிழ்நன் அரசவைக்கு சென்றான். அவை தொடங்கியதுமே கிடையரையன் மகிழ்நனின் தென் காந்தள் தேசத்து பயணத்தைப் பற்றி கூறினான்.

"அவையோருக்கு இதன் மூலம் தெரிவிப்பது என்னவென்றால், நமது ஆளுநர் மீண்டும் வெளி தேசம் பயணிப்பாதாகவும், அதுவும் தென் காந்தள் தேசத்திற்கு செல்லவிருப்பதால், அமைச்சர்களும் அதிகாரிக-ளும் தங்கள் அவசர அலுவல் பணிகளை இன்றே முடித்துக் கொள்ள-வும்....!!" என்றான்.

உடனே காந்தளூர் கோநகரின் மண்டலாதிபதி முன்வந்து, "ஐயா...!! தாங்கள் தற்பொழுது தான் நயக்கிதி தேசத்திலிருந்து வந்தீர்கள், மீண்டும் இன்னும் ஓர் தேசத்திற்கு பயணித்தால், நிலுவையில் இருக்கும் உயர் பணிகளை யார் முடிவெடுத்து ஒப்புதல் வழங்குவர்...??

இப்பணிகளுக்காக தாங்கள் விரும்பினால், கிடையரையரையே தற்-காலிக ஆளுநராக நியமித்துச் செல்லுங்கள். இதனால் நீங்கள் திரும்பி வரும் வரை எந்த பணிகளும் பாதிக்கப்படாமல் இருக்கும்...!!" என்றார்.

அவரைத் தொடர்ந்து மற்ற சில மண்டலாதிபதிகளும் அமைச்சர்-களும் அப்படியே குரல் கொடுக்க மகிழ்நன், "அவ்வாறே செய்யுங்-கள்...!!" என்றபடி அவையை விட்டு வெளியேறினான்.

அரசவையிலிருந்து வெளியேறி நேரே தன் அரண்மனைக்கு சென்ற மகிழ்நன், அங்கு அவனுக்காக புதிதாக காத்திருந்த பெண்களை வெளி-யில் அனுப்பி, மீண்டும் மதுக்குவளைகளை தன் அரண்மனையில் இருப்பதைக் கண்டு, அனைத்தையும் உடைத்து வீசினான்.

என்னை அழைத்து, "அண்ணா....!! நீங்கள் உடனடியாகத் தங்கள் குடும்பத்துடன் வாருங்கள்...!!" என்றார்.

அதன் பின் நான் வெளியேறினேன், அப்பொழுது கிடையரையன் என்னைக் கடந்து உள்ளே சென்றான்.

நான் என் குடும்பத்துடன் அரண்மனையை அடைந்ததும், கிடைய-ரையனின் ஆட்கள் என்னோடு என் குடும்பத்தையும் சிறை பிடித்தனர்.

அன்று முதல், சிறையிலிருக்கும் மகிழ்நன்னுக்கு வேண்டியதை செய்வதே என் கடமையானது.

ஒருமுறை மகிழ்நன் வெளியேற நான் உதவியதால், என் குடும்பத்-தையே கொன்றுவிட்டு மகிழ்நன்னையும் அடித்து மதுவை ஊற்றினர்.

என்னை மிரட்டி இனி மகிழ்நன்னுக்கு அடியும் மதுவும் அளிக்க வேண்டாமென்றால், அதுபோன்ற செயல்களை மீண்டும் செய்யாமலிருக்க வேண்டுமென்றனர்.

என் குடும்பத்தையே இழந்து, இன்று வரை மகிழ்நனுக்காகவே நான் வாழ்ந்து கொண்டிருக்கிறேன்…!!" என்று முடித்தார்.

சிறையிலிருந்த மகிழ்நன்னை கணபதி வெளியில் அழைத்து வந்த போது, யாரோ சிலர் வரும் சத்தம் கேட்க, "தம்பி…!! நான் அவர்க-ளைப் பார்த்துக் கொள்கிறேன், நீங்கள் மகிழ்நன்னை அழைத்துச் செல்-லுங்கள்…!!" என்று பதறினார்.

மற்ற அனைவரும் சுரங்கத்தில் இறங்கினர். நற்புகழ்மணி மட்டும் இறுதியாக இறங்கும் பொழுது, அந்த மனிதர் தன் வாளை எடுத்து, தன் கழுத்தைத் தானே அறுத்துக் கொண்டார்.

கண்ணில் நீருடன் சுரங்கத்தின் வழியே… நற்புகழ்மணி அனைவ-ரையும் பின் தொடர்ந்து வெளியேறினான்.

மகிழ்நன்னை மீட்டு கணபதி பதுங்கியிருந்த பழைய மண்டபத்திற்கு அழைத்து வந்து, முகத்திலிருந்த முடிகளை அகற்றி புதிய உடைகளை உடுக்கச் செய்தான் கணபதி.

அதுவரை தன்னைச் சுற்றி இருந்த நால்வரில் கணபதியை மட்டுமே தான் அறிந்திருந்தான் மகிழ்நன். மற்ற மூவரும் யாரென்று தெரியாமல், "கணபதி யார் இவர்கள்…??" என்றான் மகிழ்நன்.

"அரசே…!! இவர்கள் என் நண்பர்கள்…!!" என்றதும்,

"மிக்க நன்றி நண்பர்களே…!!" என்றான் மகிழ்நன்.

மாறுவேடத்தில் இருந்ததால், மகிழ்நனுக்கு தன் தம்பி உட்பட யாரையும் அடையாளமே தெரியவில்லை.

நற்புகழ்மணி கணபதியை நோக்கி, "அண்ணா…!! நாம் உடனடியாக தலைநகரை விட்டு வெளியேற வேண்டும். வாருங்கள், அனைவரும் துறைமுகத்திற்கு சென்று கலத்தில் ஏறியதும் மற்றதை பேசிக் கொள்ள-லாம்…!!" என்றான்.

"சரி.. அதுவும் நல்லது தான். இனி நாம் இங்கிருப்பது நன்-றன்று....!!" என்று அனைவரும் துறைமுகத்திற்கு சென்று கலத்திலேறி இரண்டு கலங்களையும் துறைமுகத்திலிருந்து கிளப்பினர்.

கலம் கடலில் சற்று தூரம் சென்றதும் மகிழ்நன் மேலும் பேசுகையில், "கணபதி....!! நீ எனக்கு இன்னும் இரண்டு உதவிகள் செய்ய வேண்டும். ஒன்று உன் நண்பர்களில் ஒருவரை அனுப்பி, என் தம்பி நற்புகழ்-மணி...." என்றதும் அவன்கண்களில் நீர் மல்கியது. அதை துடைத்-துக் கொண்டு, "என் தம்பி நற்புகழ்மணியிடம் உடனடியாக நான் தரும் ஓலையைக் கொடுத்து, வட காந்தள் மீதும் போர் தொடுத்து பழையபடி ஒற்றை காந்தள் தேசமாக அவனே மூடிசூட்டிக் கொண்டு ஆள வேண்-டுமென்பது இந்த தமையனின் கட்டளை என்று சொல்லுங்கள்....!!" என்றான்.

"மேலும் கணபதி....!! நீ மட்டும் என்னோடு நயக்கிதி தேசத்திற்கு வருகிறாயா....?? என்னை நம்பி அங்கு அவள் காத்திருப்பாள். அதோடு நான் வந்து தான் நயக்கிதி தேசத்தை மீட்டெடுப்பேன் என்று கடந்த நான்கு ஆண்டுகளுக்கும் மேலாகக் காத்திருந்திருப்பாள்....!!" என்றான் மகிழ்நன்.

தன்னை அறியாமல், "அண்ணா....!! என்ற நற்புகழ்மணி, தன் வேடத்தை கலைத்துக் கொண்டு, கண்களில் பாசக் கண்ணீர் மழையாகப் பொழிய மகிழ்நன்னை நோக்க.... நற்புகழ்மணியைக் கண்டதும், "தம்பி....!!" என்று அவனைக் கட்டி அணைத்துக் கொண்டான் மகிழ்-நன்.

"அண்ணா..!! இனிமேலாவது உன் பெயரிலிருக்கும் மகிழ்ச்சி, என்-றுமே உன்னிடமிருக்க வேண்டும். அதனால் என்னுடன் வா.. கீழ்மு-னைப்பாடியில் கொஞ்ச காலமிருந்து, நீயே படைக்கு தலைமை ஏற்று இவர்களுடன் போரிட்டு, காந்தள் தேசத்தின் மன்னனாக முடி சூட்டிக் கொள்....!!" என்றான் நற்புகழ்மணி.

"தம்பி....!! நீ தான் இனி இந்த காந்தள் தேசத்தின் அரசன், அதை யாராலும் மாற்ற முடியாது, மாற்றவும் விடமாட்டேன். மேலும் நீ சிறு வயது முதல் காதல் கொண்டிருக்கும் எழிலரசியைத் திருமணம் செய்து கொண்டு, இருவருமாக நம் காந்தள் தேசத்தை ஆள வேண்டும்.

நான் உடனடியாக நயக்கிதி தேசம் புறப்பட்டுச் சென்று, உன் அண்ணியைப் பார்த்து அவளுக்காக அந்த நயக்கிதி தேசத்தை இந்த பாதகர்களிடமிருந்து மீட்டு, அவளை ராணியாக முடி சூட்டிய பின், அவளை நான் திருமணம் செய்து கொள்ளப் போகிறேன்...!!" என்றான் மகிழ்நன்.

"அவளைத் திருமணம் செய்த பின், உன் உதவியுடன் அழிவை நோக்கி செல்லும் எந்தியவு தேசத்தையும் இவர்களிடமிருந்து மீட்டு நானே மன்னனாக ஆளப் போகிறேன்...!!" என்றான் மகிழ்நன்.

நற்புகழ்மணி சிரித்துக் கொண்டே, "எப்படி இருக்கும்... அண்ணி மேற்கு திசையில்... அண்ணன் கிழக்கு திசையில் ஆள... நான் தென் திசையில் ஆளுவது...??" என்றதும் அனைவரும் சிரித்தனர்.

"அண்ணா....!! எப்படி நயக்கிதி இளவரசியார் நந்திதாவனி அவர்களை சந்தித்தீர்கள்...?? எப்படி உங்கள் இருவருக்கும் காதல் மலர்ந்தது...??" என்றான் நற்புகழ்மணி.

"தம்பி...!! நான் நயக்கிதி தேசத்து பெண்களுடன் இருப்பதையே விரும்பி இவர்களுக்கு அடிமையாக இருந்த காலத்தில், அது தான் நம் காந்தள் தேசம் பிரிந்த இரண்டு மாதம் கழித்து, நான் நயக்கிதி தேசத்தின் அரண்மனையில் பெண்களுடனிருந்த பொழுது அங்கே ஒரு அழகிய பெண் அறையையச் சுற்றி சுற்றி வருவதைக் கண்டேன்.

ஐந்து ஆறு நாட்களாக அவள் நான் இருந்த அறையே சுற்றி சுற்றி வந்தாள். ஒரு நாள் அவளை பின் தொடர்ந்து சென்று ஒரு பாதாளத்தில் சிக்கிக் கொண்டேன், இல்லை... அவள் தான் என்னைத் திட்டமிட்டு அப்பாதாள அறையில் சிக்க வைத்தாள்.

இறுதியாக முழிப்பு வந்து விழித்து பார்த்தால், அவள் என்னை கட்டி வைத்திருந்தாள். நான் விழித்ததைக் கண்டதும், "வணக்கம் அரசே...!! தங்களுக்கு சிரமம் கொடுத்தமைக்கு என்னை மன்னிக்கவும்...!!" என்றாள்.

"யார் நீ...?? என்னை இப்படி கட்டியது அந்திவர்டனுக்கு தெரிந்தால், உன் உயிர் உடலை விட்டுப் பிரிந்து சென்று விடும்...!!" என்றேன்.

அவளோ கல கலவென சிரித்தாள். அவள் சிரிப்பு என் கோபத்தை அதிகரித்தது. ஆனால் அவள் மீண்டும் தன் மெல்லிய குரலில்,

"அரசே....!! நான் சொல்வதை சற்று நிதானமாகக் கேளுங்கள். நான் இந்நாட்டின் இளவரசி நந்திதாவனி .என் தாய், தந்தை, தம்பியை இந்த அந்திவர்டன் கொன்று, என்னை தன் வசப்படுத்தி திருமணம் செய்து கொள்ளப் பார்த்தான்.

ஆனால் நான் எப்படியோ அவனிடமிருந்து தப்பித்து விட்டேன். அன்று முதல் இன்று வரை இவர்கள் கோட்டையிலே சுற்றித் திரியும் என்னை கோட்டைக்கு வெளியில் தேடி வருகிறான். தேடட்டும்...!!!! தேடட்டும்....!!!!" என்று மீண்டும் கல கலவென சிரித்தாள்.

"எங்கள் தேசத்தின் அரச குலத்தை அழித்து, இப்பொழுது உங்கள் தேசத்தையும் அழித்து சர்வாதிகார ஆட்சி செய்கிறான் என்பதைத் தாங்-கள் உணர வேண்டும்.

இவன் இப்பொழுது எந்தியவு தேசத்தின் மீது தன் மக்களாட்சி என்-னும் ஆயுதத்தை உபயோகிக்க ஆரம்பித்துள்ளான்.

நீங்கள் உங்கள் வாழ்வில் இதுவரை செய்த நல்ல காரியம் என்றால், அது உங்கள் காந்தள் தேசத்தை இரண்டாகப் பிரித்து தங்கள் தம்பிக்கும் பங்கிட்டது தான்.

சற்று சிந்தியுங்கள், அரசே....!! உங்கள் தேசத்து மக்களின் நிலை நாளுக்கு நாள் மிகவும் கொடுமையாகிக் கொண்டே போகிறது. செல்-வந்தர்கள் பன்மடங்கு செல்வந்தர்களாகிறார்கள், ஏழைகள் உண்ண உணவின்றி கை ஏந்துகின்றனர்.

இன்பம் தரும் எங்களைப் போன்ற பாவம் செய்த பெண் ஜன்மங்க-ளால், வீரனான உங்களை கோழையாக்குகிறார்கள்."

நந்திதாவனியின் பேச்சிக்கிடையில் என் மூளைக்குள் ஆயிரம் ஆயிரம் மீன்னல் கீற்றுகள் வந்து தாக்கின. கால்களும் கைகளும் மதம் கொள்ளும் யானையைப் போல் முறுக்கின. கண்கள் பிதுங்கி வாய் கோணல்மானலாக மாறி, தலைகளும் பார்வையும் எங்கெங்கோ திரும்-பின.

தன் உடல் மாற்றத்தின் நடுவில் அவ்வறையே அதிரும்படியாக, "நிறுத்து... உன் பேச்சை...!!" என்று சத்தமிட்டு,

"ஏய்..!! எனக்கு பானம் வேண்டும்...!!
எங்கே குவளை....? அடியே பாதகி...!!
மது கொண்டு வா! கொண்டு வாடி...!!

மது! மது! மது! மது! மதுதுதுது உ உ உ உ உ உ " என்றபடியே ஓங்கி எழுந்த என் குரல் மங்கி மயங்கி விட்டேன்.

ஒரு நாழிகைக்கு குறைவான நேரத்திலே மயக்கத்திலிருந்து மெது-வாக விழித்துக் கொண்டிருந்த என் முன், ஏதோ மூன்று தேவலோக பெண்மணிகளான ரம்பை ஊர்வசி மேனகையின் ஒன்றை வடிவான ஓர் கன்னி என் எதிரில் தோன்றினாள்.

"வா! வா!" என்று அவளை நோக்கினேன். அவள் கையில் ஏதோ ஒரு சிறு குவளையை வைத்திருந்தாள். அதைக் கண்டு, "அந்தக் குவ-ளையில் காமதேவன் அருந்தும் காம பானமா அல்லது தேவலோக மதுவா அல்லது நஞ்சா...??? எதுவானாலும் பரவாயில்லை, வா...!! என் அருகில் வா...!!" என்றேன்.

அவளும் என் அருகில் மெதுவாக வந்து கையில் வைத்திருந்த சிறு குவளையை என் வாயின் அருகில் கொண்டு வந்து, என் தலையைப் பற்றி சற்று உயர்த்தி குவளையிலிருந்த பானத்தை என் வாயில் ஊற்றி-னாள்.

நானும் அது தேவலோகத்து அமிர்தம் என்று நினைத்து ஆவலாய் அருந்தினேன். ஆனால் அப்பானம் மிகவும் கசப்பாயிருந்தது. ஆனாலும் அவளின் ஒளிர்ந்த முகமும், கண்களின் ஒளிக்கீற்றும் என்னை செய்-லிழக்க வைத்து, அப்பானத்தையே தேவ அமிர்தமாக கருதிக் குடித்து, மீண்டும் மயங்கினேன்.

வெகு நேரம் கழித்து விழித்துப் பார்த்தால், நான் நயக்கிதி அரண்-மனையில் என் அறையில் கிடந்தேன். அவ்வப்பொழுது யாரோ ஒருவள் என் அருகில் வந்து, "அரசே...!! இதைச் சாப்பிடுங்கள்....!!" என்று ஒரு குவளையில் ஏதோ.... இல்லை அதே கஷாயம் தான், வந்திருப்-பவளும் அவளே தான். மீண்டும் மீண்டும் நான் ஏதும் பேசாமல் அதைக் குடித்துக் குடித்து மயங்கினேன்.

இப்படியாக பத்து நாட்கள் கடந்தது. அதன் பின் மதுவையும் மற்ற மாதுகளையும் எனக்கு பிடிக்கவில்லை, மாறாக அந்த பெண்ணையே நினைத்து நினைத்து உருகினேன்.

பத்து நாட்களாய் அவளை சுயநினைவில் காணாமலும், மதுவைக் குடிக்காமலும் என் சித்தம் இயல்பான நிலையில் அவள் சொன்னதையே நினைத்துக் கொண்டிருந்தது.

அந்த பத்து நாட்களாக என் அறையிலிருந்த அனைத்து பெண்களும் ஒரு ஓரமாக படுத்துறங்கி, நாட்களைக் கழித்தனர். அந்த காலக்கட்டத்தில் அவர்களும் என்னை அணுகவில்லை மேலும் வெளியிலுள்ளவர்களுக்கும் அறையில் நிகழ்ந்ததை ஏதும் வெளிப்படுத்தாமல், அமைதி காத்தனர். நானும் அவர்களை ஏதும் கேட்காமல், நந்திதாவனி கூறியதையே மீண்டும் மீண்டும் நினைத்துக் கொண்டிருந்தேன்.

மீண்டும் ஒரு பௌர்ணமி நாளென்று... நானிருந்த மாளிகை நந்தவனத்தில் தனித்து, அவளைப் பற்றியும் அவள் சொன்னதைப் பற்றியும் யோசித்திருக்கையில் என் அருகில் வந்து, "அரசே...!! இப்பொழுது எப்படி இருக்கிறீர்கள்...??" என்றது ஒரு குரல், இல்லை... இல்லை.. அவள் குரல் தான்.

உடனே திரும்பிய நான், "வந்துவிட்டாயா மாய மோகினி...?? இந்தப் பாதகர்களின் சிறையிலிருந்து என்னை மீட்டதற்கு என் நன்றி. மேலும் உன்னைப் போன்ற ஒருவள் எனக்கு முன்பே கிடைந்திருந்தால், நான் என் தேசத்தையும், மக்களையும், தாய் தந்தையையும் இழந்திருக்க மாட்டேன். என் உயிரினும் மேலான என் தம்பிக்கும் துரோகம் செய்திருக்க மாட்டேன்...!!" என்றேன்.

"அரசே...!! தாங்கள் மனம் மாறியதில் எனக்கும் மிக்க மகிழ்ச்சி. நான் கூறியது உங்களுக்கு நினைவிருக்கிறதா...?? அப்படி நினைவிருந்தால், தயவுசெய்து உடனடியாக உங்கள் தேசத்திற்கு சென்று ஆட்சி உரிமையை மீட்டு, மன்னர் ஆட்சியின் செங்கோலை ஏந்தி, மக்களுக்காக நல்லாட்சி புரிய வேண்டுகிறேன்....!!" என்று அவ்விடத்தை விட்டு நகர்ந்தாள்.

உடனே அவள் கரத்தை பற்றி இழுத்தேன், "நந்திதாவனி...!! நான் என் தேசம் செல்லத் தான் போகிறேன். ஆனால் அங்கு சென்று மக்களாட்சி என்ற பெயரில் சர்வாதிகாரம் செய்யும் செல்வந்தர்களைக் கொன்று, முடியாட்சியை மீண்டும் நிலைநாட்ட வேண்டுமென்றால், நீ என்னுடன் இருந்தால் மட்டுமே சாத்தியம்...!!" என்றேன்.

அவ்வளவு நேரம் அவள் முகத்தைப் பாராமல் பேசியவன், அவள் திரும்பியதும் முதல் முறையாக அப்பொழுது தான் அவள் முகத்தை, முழு நிலவைப் போல் கண்டான்.

அமர்ந்தபடி மேல் நோக்கி அவளைக் கண்டதால், வானில் இரண்டு சந்திரன் இருப்பது போல் அவன் கண்களுக்கு தோன்றியது... இல்லை.... இல்லை.. ஒன்று நிலவு மற்றும் இவள் முகம், நிலவின் அழகையும் தோற்கடிக்கும் அழகுடைய முகம்... இது பாற்கடலின் நில-வாக இருக்கும்.

அவ்வளவு பிரகாசமாய் இருந்த அவள் முகத்தில் மீன்களைப் போன்ற இரண்டு கண்களும் சிறிதாகவுமில்லாமல், பெரிதாகவுமில்லாமல் நடுநிலையான கருமை நிறக் கலம் போல் கருவிழியில் என் உருவத்-தையும் நோக்கினேன். அதற்கு சற்று கீழே கூரிய மூக்குடனும், அதன் கீழ் செந்தாமரை இதழ்களை விட மென்மையான அவள் இதழ்களையும் கண்டு, "ஐயோ...!!! இதை வண்டுகள் கண்டால், தேனெடுக்கத் துடிக்-குமே....??

ஆ! அது என்ன... நெற்றியில் ஊதா வர்ண மயில் திலகம்...?? ஒரு மயிலே மயில் திலகமிட்டிருக்கிறதே...!!! ஆனால், என்ன விந்தை... அந்த அழகிய மயில் திலகத்தின் கீழ்... வீரவாள்கள் வரையப்பட்டிருக்கிறது, இல்லை.... இல்லை.... அவை இரு புருவங்-கள்....!!" என்று என் மனம் அவள் அழகை வர்ணித்துக் கொண்டே சென்றது.

இத்தனை நேரமும் அவள் மெதுவாக என் பிடியிலிருந்து, தப்பிக்க முயற்சித்தாள், ஆனால் அவள் முயற்சி பயனற்றே போயிற்று.

"அரசே...!!" என்றாள். அவள் குரலோ என் செவிகளில் உலகின் அனைத்து இசைக்கருவிகளும் ஒருசேரப் பண்ணிசைத்தது போலிருந்தது.

மீண்டும் அவள், "அரசே...!!" என்று முழு பலத்தையும் பயன்ப-டுத்தி தன் கையை அவன் பிடியிலிருந்து உதறினாள். இம்முறை கற்-பனை உலகில் இருந்து விழுத்தெழுந்த நான், "என்னை மன்னிக்கவும், இளவரசி...!!" என்றேன்.

"நந்திதாவனி....!! இத்தனை நாளாய் நீ கூறியதை நினைத்துப் பார்த்தேன். நான் செய்த தவறால் என் மக்களை கடும் பாதாளத்தில் அழுத்தி, பெரும் துன்பத்திற்கு ஆளாக்கி விட்டேன். இனி நான் செய்ய வேண்டியதை முடிவெடுத்து விட்டேன்...!!" என்றேன்.

இருவரும் பேசிக் கொண்டிருக்கையில் யாரோ நந்தவனத்தை நோக்கி வருவதைக் கண்டு, அத்திசையை நோக்கித் திரும்பிய போது,

அங்கே அந்திவர்டன் இவர்களிருக்கும் இடத்தை நோக்கி வந்து கொண்-
டிருந்தான்.

அங்கே அந்திவர்டன் வருவதைக் கண்டதும், நந்திதாவனியை அவ்-
விடத்தை விட்டுப் போகச் சொல்ல திரும்பினான். ஆனால் என்ன
மாயமோ.. மந்திரமோ... அவளை அங்கு காணவில்லை என்றதும், என்
மனம் சற்றே ஆறுதலாயிற்றது. உடனே அருகில் வைத்திருந்த மதுக்
குவளைகளை எடுத்துக் குடிப்பது போல நடித்தேன். நான்,

"வாருங்கள், அந்திவர்டரே....!!" என்றதும், "வணக்கம் மகிழ்-
நன்....!!" அனைத்தும் நலம் தானா...??" என்றான் அந்திவர்டன்.

"என் வசதிக்கு என்ன கவலை... தாங்களிருக்கும் வரை...??"
என்றேன்.

"மகிழ்நன்....!! இப்பொழுது எல்லாம் தாங்கள் சற்று மாறியுள்ளதாகத்
தோன்றுகிறது. மற்றும் மதுக்குவளைகள் அப்படியே இருக்கின்றன. அது
மட்டுமின்றி, இப்பொழுது எல்லாம் புதிய பெண்கள் வேண்டுமென்று
கேட்கவுமில்லையே...??" என்றான் அந்திவர்டன்.

"ஐயா....!! வந்தது முதல் பெண்களுடனே இருந்ததில், என் முதுகு
வலிவிழந்து விட்டிருக்கிறது போலும். அதனால் தான் இப்பொழுதிற்கு
புதிய பெண்கள் வேண்டாமென்று, இருக்கும் பெண்களுடனே இருக்கி-
றேன். அதிக மாற்றம் அதிக வலியைத் தருகிறது...!!" என்றேன்.

சற்று சிந்தித்த அந்திவர்டன், "மகிழ்நன்....!! அதிக மாற்றம் நமக்கு
ஆபத்து..!!" என்றான்.

"அதிக மாற்றம் என்றும் ஆபத்து தான். ஆனால் சில காலம்
தானே...?? எப்பொழுதும் ஒரே மதுவைப் பருகுவதும், ஒரே பஞ்சணை-
யில் பெண்களுடன் கழிப்பதும் மகிழ்ச்சியளிக்கவில்லை.

அதனால் தான் சிறிது காலத்திற்கு அவர்களை விடுத்து, வெளியில்
சென்று வரலாமென்று தீர்மானிக்கிறேன்....!!" என்றேன்.

"சரி மகிழ்நன்....!! நான் இவ்வழியே நகர்வலம் சென்றேன்.
அதனால் அப்படியே வந்து தங்களை பார்த்துச் செல்லாமென்று வந்-
தேன். நான் விடைபெற்றுக் கொள்ளட்டுமா...??"

"ஏன் அந்திவர்டரே....!! இன்னும் சற்று நேரம் என்னுடன் இருந்து,
உணவை முடித்துச் செல்லலாமே...??" என்றேன்.

"இல்லை மகிழ்நன்...!! நான் ஓர் அவசர நிமித்தமாக இப்பொழுதே செல்ல வேண்டும். பணிகள் தலைக்கு மேலிருக்கிறதே... என்ன செய்ய...??" என்று அவ்விடத்தை விட்டு அந்திவர்டன் சென்றான்.

அவன் சென்ற பின் சிறிது நேரம் நந்தவனத்தில் சுற்றி, அவளைத் தேடிப் பார்த்து அவள் நந்தவனத்தில் எங்குமில்லை என்பதை அறிந்து, ஏமாற்றத்துடன் அங்கேயே சிறிது நேரம் கழித்து மாளிகைக்குள் சென்று என் அறையை அடைந்தேன்.

மறுநாள் அவள் மீண்டும் வந்தாள், இருவரும் நீண்ட நேரம் காந்-தள், நயக்கிதி மற்றும் எந்தியவு தேசங்களின் அரசியலைப் பற்றி பேசி-னோம்.

"நந்திதா...!! எப்பொழுது வந்தாலும் அரசியலைப் பற்றியே பேசுகி-றாயே..?? நான் உன் மீது வைத்திருக்கும் காதலையும், சற்று மனதில் வைத்துக் கொள். நாம் பேசும் நேரத்தில், கொஞ்ச நேரமாவது... தனி-மையில் வாடும் என்னிடம் ஆசையாய் பேசக் கூடாதா...??"

மெல்லமாக கல கலவென சிரித்தாள் நந்திதாவனி.

சிரித்து விட்டு, "அரசே...!! நான் எப்பொழுது தங்களைக் காத-லிப்பதாகச் சொன்னேன்....?? தாங்கள் எதையோ கற்பனை செய்து கொண்டால், அதற்கு நான் என்ன செய்ய முடியும்...??" என்று திரும்-பினாள்.

"நீ என்னைக் காதலிப்பதாக நான் எப்பொழுதும் கூறவில்லை. நான் தான் உன்னைக் காதலிக்கிறேன், அதனால் நீ என்னுடன், என மனத்தை மகிழ்விக்க... என் காதலியைப் போல் ஆசையாய் பேசி-னால்.... எனக்கு மகிழ்ச்சியாயிருக்கும் என்று தான் கூறினேன்.

நீ எனக்கு இணையாகாவிட்டாலும் பரவாயில்லை, என் மனதை மகிழ்விக்கவாவது பேசு... அல்லது....

நான் மீண்டும் அந்திவர்டனிடம் கூறினால், இந்த அரண்மனை முழுவதையும் மதுவால் நிரப்பி, பல ஆசை நாயகிகளை ஆசையாய் என்னைக் கொஞ்சவும் கெஞ்சவும் அனுப்பி வைப்பார். நான் அவர்க-ளுடன் என் வாழ்வை இன்பமாய் அழிக்கிறேன்.

நீ இங்கிருந்து செல்...!!" என்று கூறியபடி, "அந்திவர்டரே...!! அந்திவர்டரே...!!" என்றபடி அவ்விடத்தை விட்டு எழுந்தேன்.

உடனே என் கையைப் பிடித்து கீழே இழுத்தாள், நந்திதாவனி.

அவள் இழுத்த இழுப்பில் சற்றே தடுமாறி அவள் மேல் விழுந்தேன்.

"இளவரசிக்கு என் மீது காதலில்லையே...?? பின் ஏன் என்னைப் பிடித்து இழுத்தீர்கள்...?? பாருங்கள் இளவரசி... தங்களின் வசிகரப் பார்வையால், நான் உங்கள் பக்கம் விழுந்தேன் என்றேன். ஆனால் நீங்கள் அதை மறுத்து விட்டீர்கள். இப்பொழுது உங்கள் உடல் வலி- மையைக் காண்பித்து, என்னைத் தாங்களாகவே உங்கள் பக்கம் இழுத்து அணைத்துக் கொண்டு விட்டீர்களே....??" என்று அவள் மேல் படுத்- தபடி அவள் தலை முடியை வருடினான்.

"அரசே....!! உங்களைக் காதலிக்க மறுத்ததால், இந்த பெண்- பிள்ளை மீது உங்களின் தேகத்தை வைத்து, என் மூச்சையே நிறுத்தப் பார்க்கிறீர்களா...??" என்று மகிழ்நன்னை கீழே தள்ளிவிட்டு, சற்று நகர்ந்து கால்களை நீட்டி அமர்ந்தாள்.

நந்திதாவனி தள்ளியதால், இரண்டு மூன்று முறை உருண்டு சென்ற மகிழ்நன் மீண்டும் அவள் பக்கமாகவே உருண்டு வந்து, அவள் காலில் அணிந்திருந்த கொலுசைக் கண்டு, அதனை வருடுவதைப் போல் அவள் காலை வருடினான்.

நந்திதாவனியின் காலை வருடிக்கொண்டே மெல்ல மேலெழுந்து அவள் அருகில் அமர்ந்த மகிழ்நன், "ஏன் நந்திதா... என் மீது இவ்- வளவு பிரியம் வைத்து விட்டு ஏதோ பிரியமில்லாதவள் போல் ஒதுங்கிச் செல்கிறாய்...??"

"அரசே....!! என் நிலைமை அவ்வாறு இருக்கிறது. நயக்கிதி தேசத்தை இவர்களிடம் இருந்து மீட்கும் வரை, என் வாழ்வில் எந்த நல்ல நிகழ்வுக்கும் இடமளிக்க மாட்டேன் என்று முருகப் பெருமானின் சன்னதியில் சத்தியம் செய்திருக்கிறேன்.

ஆனால் என்ன செய்வது... நானும் ஓர் பெண் தானே...?? தங்- களை முதன் முதலில் மற்ற பெண்களுடன் படுக்கையில் கண்டாலும், ஏதோ என் மனதிற்குள் தங்கள் மீது இணை பிரியாத உணர்வு ஏற்பட்- டது.

எனக்குள் தோன்றிய அனைத்து உணர்வுகளையும் கட்டுப்படுத்தி, என் சத்தியத்தை நினைவில் கொண்டு தங்களை எங்களின் பாதைக்கு மாற்றினேன். ஆனால் இறுதியில், நான் உங்களின் மனதில் விழுந்து என் சத்தியத்தைப் புறம் தள்ளிவிட்டேன்....!!" என்று விம்மி அழுத்

தொடங்கினாள்.

"நந்திதாவனி…!! இத்தருணம் முதல் உன் கடமையும், என் கடமையும் வேறல்ல… இரண்டும் ஒன்றே…!!" என்று அவள் தோளை பிடித்ததும் நந்திதாவனி தன்னை மறந்து அவன் தோளில் சாய்ந்தாள்.

"நந்திதாவனி…!! எனக்கு உன் திட்டத்தைப் பற்றி விவரித்தால், அதற்கு ஏற்றார் போல் நானும் என் திட்டத்தை மாற்றி அமைத்து, இரு- வருமாக ஒரே கோணத்தில் திட்டமிடலாம்…!!" என்றான்.

"சரி… நாளை காலை எந்தியவு தேசத்தின் எல்லையின் ஒரு கிரா- மத்திற்கு வர முடியுமா…?? அதுவும் யாரையும் துணைக்கு அழைக்கா- மல் வர வேண்டும்.

அவ்வாறு தாங்கள் தனியாக வந்து என்னைப் பார்த்தால், நான் என்னைப் பற்றியும், என்னுடைய ஆட்களைப் பற்றியும் உங்களுக்கு வெளிப்படுத்துவேன்…!!" என்றாள்.

மறுநாள் காலையில் அவள் சொன்ன கிராமத்திற்கு சென்றான் மகிழ்நன். கிராமத்தை அடைந்ததும் எங்கு செல்வது என்று தெரியாமல், அருகிலிருந்த ஓர் பூவரச மரத்தின் நிழலில் குதிரையை நிறுத்தினான்.

மாறுவேடத்தில் எங்கிருந்தோ வந்த நந்திதாவனி, மகிழ்நன்னைப் பார்த்து, "என்னைப் பின் தொடருங்கள்…!!" என்றபடி குதிரையில் விரைந்தாள்.

மகிழ்நன்னும் தன் குதிரையில், அவள் குதிரையைப் பின் தொடர்ந்து விரைவாகச் சென்றான். குதிரைகள் எந்தியவு தேசத்தின் எல்லைப் பகு- தியில் இருந்த அடர்ந்த காட்டுக்குள் சீறிப் பாய்ந்து சென்றன. ஒரு நாழிகை நேரப் பயணத்தில் அடைந்த இடத்தில், சிலர் நின்று கொண்- டிருந்தனர்.

நந்திதாவனி, அங்கு நின்றிருந்த தன் ஆதரவாளர்களை மகிழ்நன்- னுக்கு அறிமுகப்படுத்தினாள்.

அதன் பின் அவள் ஆதரவாளர்களுடன் சிறிது நேரம் ஆலோசித்து விட்டு, இருவரும் தனித்து பேசினார்கள். "அரசே…!! தாங்கள் உடன- டியாக விரைந்து சென்று, உங்கள் காந்தள் தேசத்தை மீட்டெடுத்து உங்- கள் கடமையை நிறைவேற்றுங்கள். அதே போல் நானும் என் தேசத்தை மீட்டெடுத்த பின், நமது எதிர்கால வாழ்வைப் பற்றி சிந்திக்கலாம்…!!" என்றாள்.

"ஒருவகையில் இருவருமே நாட்டை இழந்து, வீதியில் இருக்கிறோம். ஆமாம், நான் காந்தள் தேசத்தை ஒன்றிணைத்தால், யார் முடி சூட்டிக் கொள்வது.... நானா...?? என் தம்பியா...??" என்றான்.

"அரசே...!! தாங்கள் சித்தம் என்னவோ... யான் அறியேன். என் நீதிப்படி தாங்கள் காந்தள் தேசத்தின் செங்கோலை ஏந்தக்கூடாது. தாங்கள் தம்பி நற்புகழ்மணிக்கே காந்தள் தேசத்தின் அரசனாக முடிசூட்டி, செங்கோலைக் கொடுத்துவிட வேண்டும். மக்களுக்கு இழைத்த பிழைக்கு அந்த அரியாசனத்தில் தாங்கள் ஏறுவது நீதியுமல்ல, தர்மமுமில்லை. அதற்கான தகுதியையும் தாங்கள் இழந்துவிட்டீர்கள்.

எதிர்காலத்தை யார் சொல்லையாவது நம்பி மதி இழந்து தாங்கள் மீண்டும் அத்தீய திசையில் எந்நேரத்திலும் செல்லலாம் என்று மக்களுக்கு ஐயம் வர வாய்ப்புள்ளது தானே...?? அதனால் தான், தாங்கள் காந்தள் தேசத்தின் செங்கோலை ஏந்தக் கூடாது என்கிறேன்.

அவள் கையை பிடித்து தன் மார்பில் வைத்து, "மிக்க மகிழ்ச்சி நந்திதாவனி...!! நானும் அதைத் தான் நினைத்தேன். இருந்தாலும் நீ முன்பு கூறியதைப் போல் நீயும் ஒரு பெண் தானே... அதுவும் நாட்டை யும் அதிகாரத்தையும் இழந்த ஒருவள். தனக்கு ஒரு அரசன் கிடைக்கி றான் என்றால், அவனைத் திருமணம் செய்து அவன் தேசத்து சிம்மா சனத்தில் வீற்றிருக்க ஆசை கொள்வாய்.... அப்படி இல்லை என்றால், அவனை வைத்து தன் நாட்டை மீட்டெடுக்க திட்டமிடுவாய் என்று நினைத்தேன்.

ஆனால் நீயோ... அவ்வாறு இல்லாமல் நீதி நெறி தவறாமல், என்னை என் தேசத்து அரியாசனத்தில் ஏறக்கூடாது என்றும், செங்கோ லையும் ஏந்தக் கூடாது என்றும், காந்தள் நாட்டைக் கைப்பற்றி படை களுடன் வந்து என் தேசத்தை மீட்டு தாருங்கள் என்றும் கேட்காமல், நடுநிலையாய் இருக்கும் உன்னை என் வாழ்க்கை முழுதும் என்னுடனே என்னருகில் வைத்திருந்தால், என்னை விட இவ்வுலகில் புண்ணியம் செய்தவன் யாருமிருக்க முடியாது...!!" என்று பெருமிதம் கொண்டான்.

மகிழ்நன் நந்திதாவனியின் தலையின் மேல் ஆணையிட்டு வடகாந் தள் தேசத்தை மீட்டெடுத்து, பழைய பொலிவுடன் காந்தள் தேசமாக இணைத்து வெற்றிக்கொடி நாட்டி, என் தம்பி நற்புகழ்மணியை மன் னனாக முடிசூட்டிய பின், உன்னுடன் சேர்ந்து என் தம்பியின் உதவியு

டன் நயக்கிதி தேசத்தை மீட்டு, உன்னை நயக்கிதியின் அரியணையில் ஏற்றிய பின் தான் நான் உன்னை மணப்பேன் என்று சபதம் செய்தான்.

சபதமிட்டதும் அவள் முகத்தை பாராமல் அவ்விடத்தை விட்டு புறப்-பட்டு, தன் குதிரையில் நயக்கிதி தலைநகருக்கு விரைந்து காந்தள் தேசத்திற்கு புறப்பட்டான்.

"காந்தள் தேசத்திற்கு வந்ததும்....." என்று கூறும் பொழுது நற்-புகழ்மணி குறுக்கிட்டு, "அண்ணா....!! அதன் பின் நடந்ததை நமது செந்தில் அண்ணா கூறினார்." என்றான்.

நயக்கிதி தேசத்தில் நடந்த அனைத்தையும் தன் தம்பி நற்புகழ்ம-ணிக்கும் மற்ற மூவருக்கும் கூறிவிட்டு, "இதற்காகத் தான் தம்பி... நான் இப்பொழுது நயக்கிதி தேசம் சென்று, அவள் நிலையை அறிந்த வர விரும்புகிறேன்....!!" என்றான் மகிழ்நன்.

"அண்ணா....!! மிக்க மகிழ்ச்சி. ஆனால் தாங்கள் ஏற வேண்டிய நம் பழம்பெரும் காந்தள் தேசத்து அரியாசனத்தில் நான் என்றும் ஏறமாட்டேன்....!!" என்றான் நற்புகழ்மணி.

"தம்பி...!! உனக்கு கவலை வேண்டாம், எனக்கு பல அரியணை-கள் காத்திருக்கின்றன.

நான் முதலில் நயக்கிதி தேசத்தை மீட்டெடுத்த பின், அதன் மேற்கி-லிருக்கும் மழிவந்தன தேசத்தின் அரச குலத்தார் முற்றிலுமாக இறந்து-விட்டதால், அத்தேசத்தின் முதன் மந்திரியும், மற்ற அரச விசுவாசிகளும் ஒன்றிணைந்து, என்னை அந்நாட்டை மீட்டு முடிசூட வேண்டி இருக்கி-றார்கள்....!!" என்றான் மகிழ்நன்.

"எனக்கு பல தேசங்களிருக்கிறது, தம்பி...!! அப்படியே இல்லை என்றாலும் பாதகமில்லை. நம் தேசத்து மக்களுக்கு நான் இழைத்த அநீ-திக்கு பதிலாக, நானும் மக்களோடு மக்களாக வாழ்ந்து விடுகிறேன்....!!" என்றான் மகிழ்நன்.

"ஆனால் தம்பி...!! நாளை ஒருவேளை நான் நயக்கிதி தேசத்தை மீட்டெடுத்தாலும், நான் ஒரு பொழுதும் நயக்கிதி தேசத்தின் மன்னனாக முடிசூட்டிக் கொள்ள மாட்டேன், நந்திதாவெனியே தான் ஆள வேண்டும். நான் அவ்வப்பொழுது அவளுக்கு வேண்டிய இடத்தில், ஒரு நல்ல கணவனாக உதவலாமே தவிர ஆளக்கூடாது, ஆளவும் மாட்டேன். அது மரபுமல்ல, முறையுமல்ல....!!" என்றான் மகிழ்நன்.

"சரி அண்ணா....!! நீங்கள் சென்று அண்ணியைக் கண்டபின், கணபதி அண்ணினிடம் செய்தி அனுப்புங்கள். அதற்குள் நான் இவர்களை அழித்து, நம் முன்னோர்கள் நிலைநாட்டிய செங்கோலை மீட்டு வைத்திருக்கிறேன்....!!" என்றான் நற்புகழ்மணி.

"அப்படியே செய்யலாம், தம்பி...!! எனக்கு கொஞ்சம் பொன்னும், மாற்று உடைகளும் கொடு...!!" என்றான் மகிழ்நன்.

கண்ணில் நீர் தழும்ப சொல்வதறியாமல் கண்ணீர் விட்டு அழுதான் நற்புகழ்மணி.

"அரசே..!! நாம் இரண்டு கலத்தில் வந்துள்ளோம். ஒன்றை நீங்கள் எடுத்துக் கொண்டு விரைவாக நயக்கிதி தேசம் சென்று, இளவரசியை சந்தியுங்கள்.

கலத்தில் உங்களுக்கு வேண்டிய அனைத்து பொன்னும், பொருட்களும் குறைவின்றி இருக்கிறது....!!" என்றான் முருகையன்.

"ஆம் தம்பி... இவர்கள்....??" என்று கதிரவனையும் முருகையனையும் நோக்கினான் மகிழ்நன்.

உடனே முருகையன் குறுக்கிட்டு, "அரசே....!! நான் முருகையன், தென் காந்தள் தேசத்தின் கடற்படை தளபதி...!!" என்றான்.

"நன்று தளபதி...!! தக்க சமயத்தில் நல்ல யோசனை தந்தீர்கள்...!!" என்று விரைவாக மகிழ்நன்னும் கணபதியும் மற்றுமோர் கலத்திற்கு சென்றனர்.

அதன் பின் ஒரு கலத்தில் மகிழ்நன்னும் கணபதியும் நயக்கிதி தேசம் நோக்கி வடக்கில் பயணிக்க, மறுபுறம் நற்புகழ்மணி, கதிரவன் மற்றும் முருகையனும் மற்றொரு கலத்தில் ஏறி தென் திசையில் கீழ்முனைப்பாடி நோக்கி பயணித்தனர்.

மறுநாள் காலையில் கீழ்முனைப்பாடியை அடைந்த நற்புகழ்மணியும் நண்பர்களும் ஏகாம்பரத்தாரை சந்தித்து, காந்தளூர் கோநகரில் நடந்ததைக் கூறிவிட்டு, நால்வரும் மாலை வரை ஆலோசனையில் ஈடுபட்டனர்.

ஆலோசனை முடிவில், உடனடியாக வட காந்தள் மீது போர் தொடுக்க முடிவெடுக்கப்பட்டது. ஆனால், உணவு அருந்துகையில் முருகையன், "நாம் இப்பொழுது போர் புரிய வேண்டாம்...!!" என்று முன் பொழிந்தான்.

அனைவருக்கும் முருகையனின் திட்டம் புரியாமல், "ஏன் முருகையா....??" என்றான் கதிரவன்.

"ஆம் கதிரவா...!! உணவு முடிந்ததும் அனைவரைக்கும் என் திட்டத்தை விவரிக்கிறேன்...!!" என்றான் முருகையன்.

விரைவாக நால்வரும் உணவை முடித்து, முருகையனின் திட்டத்தை அறிய ஆவலாயிருந்தனர். அவர்களின் ஆவலை அறிந்த முருகையன், தன் திட்டத்தை மெதுவாக தெளிவுபடுத்தினான்.

திட்டத்தை முழுமையாகக் கேட்டறிந்த ஏகாம்பரத்தார், "மிக அருமை முருகையா...!! நீ இவ்வளவு விரைவாக ராஜ தந்திரங்களையும், போரியலையும் கற்றுக் கொண்டு விட்டாயே...?? வாழ்த்துக்கள்...!!" என்றார்.

நற்புகழ்மணியும், கதிரவனும் ஒன்றாக முருகையனைக் கட்டி அணைத்துக் கொண்டனர்.

"சரி... நாம் இப்பொழுது முருகையனின் திட்டத்தையே செயல்படுத்தலாம். அதற்கு வேண்டியதை உடனடியாகத் தயார் செய்ய வேண்டும். அதுவும் மிக இரகசியமாய் செய்ய வேண்டும்....!!" என்றார் ஏகாம்பரத்தார்.

காந்தளூர் கோநகரிலிருந்து முன்னிரவு மற்றுமோர் கலத்தில் நயக்கிதி தேசத்திற்கு பயணித்த மகிழ்நன்னும், கணபதியும் மறுநாள் காலை நயக்கிதி தேசத்திற்கும், எந்தியவு தேசத்திற்குமான எல்லையோர கிராமத்தின் சிறிய துறைமுகத்தில் கலத்தை நிறுத்தினர்.

கலத்தை நிறுத்தி இருவரும் ஊரின் வீதிகளின் வழியே நடக்கையில், மக்கள் கூட்டங்களை எங்கும் காண முடியவில்லை. மாறாக ஆங்காங்கே படையினர் குவிக்கப்பட்டிருந்தனர்.

வழமையாக இப்படி இவ்வளவு படையினர் இருப்பதில்லையே என்ற சந்தேகம் எழுந்ததால், அருகிலிருந்த ஓர் உணவு விடுதியில் உணவை முடித்து விசாரிக்கையில், கடந்து ஒரு வாரமாய் படையினர் இங்கே குவிந்த வண்ணமாக இருப்பதை அறிந்து கொண்டனர்.

நயக்கிதி தேசம், மழிவந்தன தேசம், வட காந்தள் தேசமென மூன்று தேசத்து படை வீரர்களை இருவரும் அங்கே பார்த்து சற்றே அஞ்சித் தான் போயினர்.

"இவர்கள் ஏதோ பெரிய திட்டம் தீட்டியுள்ளனர். ஒரே சமயத்தில் எந்தியவு தேசத்தின் மீதும் தென் காந்தள் தேசத்தின் மீதும் படையெடுக்கப் போகிறார்கள் என்று யுகிக்கிறேன்....!!" என்றான் மகிழ்நன்.

கணபதியும், "நானும் அப்படித் தான் நினைக்கிறேன்....!!" என்றான்.

"ஆனால் வட காந்தள் வீரர்கள் இங்கிருக்கையில், அவர்கள் எப்படி தென் காந்தள் மீது போர் தொடுப்பார்கள்....?? ஒருவேளை பழையபடி நயக்கிதி வீரர்கள் அங்கு சென்றிருக்கலாம்....!!" என்றான் மகிழ்நன்.

ஒரு வழியாக அன்று நண்பகலுக்குள் மகிழ்நன் இதற்கு முன் அதாவது நான்கு ஆண்டுகளுக்கு முன் நந்திதாவனியைச் சந்தித்த அந்த எல்லைப்புற கிராமத்தின் வீதியை அடைந்தான்.

அதே பூவரசன் மரத்தின் நிழலில் மகிழ்நன்னும், கணபதியும் நின்றனர்.

இரண்டு நாழிகை நேரமாய் யாரையும் காணாததால், இருவரும் அந்த கிராமத்தின் அனைத்து வீதிகளிலும் தேடியதிலும் அவளையோ அவள் ஆதரவாளர்களையோ எங்கும் காணவில்லை என்பதை அறிந்து ஏமாற்றமடைந்தான்.

ஏமாற்றத்துடன் கிராமத்தின் வீதிகளுக்குச் சென்று விசாரித்தான், அதனால் பயன் ஒன்றுமில்லை.

தான் வெகு காலம் கடந்து வந்திருக்கிறோம் என்று உணர்ந்து, அக்கிராமத்திலே நண்பகல் உணவு உட்கொள்கையில், ஒருவன் வந்து அவர்களிடம் பேச்சுக் கொடுத்தான்.

இருவரும் அவனைத் தொடர்ந்து வேறு ஒரு கிராமத்தை அடைந்து ஒரு வீட்டினுள் சென்றதும், அவர்களை உள்ளே இருக்கச் செய்து கதவை மூடிய அம்மனிதன் வெளியில் நின்றான்.

கதவு மூடியதும் திடுக்கிட்டு இருவரும் கதவை நோக்கி திரும்பியதும், வீட்டுனுளிருந்து வளையல் கொலுசு சத்தத்துடன் ஒரு பெண் ஓடி வந்து மகிழ்நன்னை கட்டி அணைத்தாள்.

"நந்திதாவனி....!! என்ன இது... என் வீர மங்கை, எப்பொழுது இப்படி கோழையைப் போல் கண்ணீர் விடத் தொடங்கினாய்....??" என்றான் மகிழ்நன்.

அங்கு அரங்கேறிய காதல் நிகழ்வைக் காண விரும்பாத கணபதி, அங்கிருந்து வெளியில் செல்ல கதவை அணுகினான்.

காலடி எடுத்து வைப்பதற்குள், அவனைத் தடுத்த மகிழ்நன், "இரு நண்பா...!!" என்றான். சூழ்நிலையை உணர்ந்த நந்திதாவனி, "மன்னி-யுங்கள்...!! நான் சற்று உணர்ச்சி வசப்பட்டு விட்டேன்...!!" என்று மகிழ்நன்னை விட்டு சற்று விலகி நின்றாள்.

"சரி... உன் ஆட்கள் எங்கே நந்திதாவனி...??"

கண்களை துடைத்துவிட்டு, மகிழ்நன்னை விட்டுப் பிரிந்ததிலிருந்து அவர்கள் சந்தித்ததை இன்னல்களைக் கூறலானாள்.

அனைத்தையும் கேட்ட பிறகு, "இப்பொழுது எந்தியவு தேசத்து அரச குடும்பத்தார் எங்கே இருக்கிறார்கள்...??" என்றான் மகிழ்நன்.

"அவர்களின் நிலை என்ன என்பது எங்கள் யாருக்குமே தெரிய-வில்லை. கடந்த நான்கு ஆண்டுகளாக நானும் மழிவந்தன அரசரின் முதன் மந்திர்களும், எந்தியவு அரசருமாக முயற்சித்து தர்மேந்திரன், அந்திவர்டன், கிடையரையன் மற்றும் சில செல்வந்தர்களின் சதியை முறியடித்தோம்.

இதில் எந்தியவு தேசத்தின் அரச குலத்தினரையும் அவரின் மகன் மற்றும் சில குலத்தினரை வைத்து சமாளித்தோம். பயன் ஒன்றுமில்லை, எப்படியும் இம்முறை அவர்கள் வெற்றி பெற்று விடுவார்கள். மேலும் கடந்த இரு மாதங்களாக எந்தியவு இளவரசரையும் அவரைச் சார்ந்த-வர்களையும் நாங்கள் சந்திக்க முடியவில்லை, அதனால் அவர்களுக்கு என்ன ஆயிற்று என்றும் எங்களுக்குத் தெரியாது.

இனி எங்களுக்கு உதவ இவ்வுலகில் யாருமில்லை என்று நினைக்-கையில், தாங்கள் இங்கு வந்தது புத்துயிர் அளிக்கிறது.

இந்த வாரத்திலோ அல்லது அடுத்த வாரத்திலோ இங்கு போர் தொடங்கிவிடும். அதனால் நாங்கள் நயக்கிதி தேசத்தின் காடுகளை நோக்கிப் பயணிக்கத் திட்டம் தீட்டியுள்ளோம்.

இங்குள்ள மக்கள் எந்தியவு இளவரசருக்கு எதிராக போர் கொடி ஏந்தியுள்ளனர். அதனால் இங்கிருந்து எதுவும் செய்ய முடியாது மேலும் இப்பொழுது நயக்கிதி மக்கள் அந்திவர்டனுக்கு எதிராக மாறியுள்ளனர்.

அதுமட்டுமின்றி மற்றும் ஒரு செல்வந்தன், வட நயக்கிதியில் இச்-சூழலைத் தனக்கு சாதகமாக்கி மக்களுக்கு ஆதரவாக செயல்படத்

தொடங்கியுள்ளான்.

அவனைக் கொல்லவும் அந்திவர்டன் தன் ஆட்களை ஏவியுள்ளான். அவன் நயக்கிதி தேசத்தின் வடபகுதியைத் தனி தேசமாக அறிவித்துள்-ளான் என்றும் செய்திகள் கிடைத்துள்ளது." என்றாள் நந்திதாவனி.

"நான் ஒரு திட்டம் வகுக்கிறேன், அதற்கு உனக்கு சம்மதமென்றால் அவ்வாறு செய்யலாம்...!!" என்றான் மகிழ்நன்.

"அந்த முதன் மந்திரி மற்றும் தளபதிகளை வைத்து முடிவெடுப்-போம்....!!" என்றாள் நந்திதாவனி.

"சரி... அதுவும் நல்லது தான், பிற்காலத்தில் உன் பெயரில் பழிச்-சொல் வராமல் இருக்கும்."

நந்திதாவனி வெளியில் சென்று மகிழ்நன்னை அழைத்து வந்த வீரனிடம், "மற்ற அனைவரையும் நாம் வழமையாக ஒன்று கூடுமிடத்-திற்கு அழைத்து வா....!!" என்றாள். அவனும் மிகப்பணிவுடன் அவளி-டம் பணிந்து விடைபெற்று சென்றான்.

அவன் சென்றவுடன் நந்திதாவனி, மகிழ்நன்னையும் கணபதியையும் அழைத்துக் கொண்டு அக்கிராமத்தின் அருகிலிருந்த அடர்ந்த காடுக-ளுக்குள் புகுந்து சென்றாள்.

காட்டினுள் ஒரு நாழிகை சென்றதும் ஓர் அடர்ந்த புதரின் அருகில் நின்று, வித்தியாசமான மெல்லிய ஒலியை எழுப்பினாள். உடனே அப்-புதர் தானாக அகன்று ஓர் வழி ஏற்பட்டது.

இருபுறங்களிலும் செடிகளால் சூழப்பட்ட அவ்வழியே மூவரும் சென்-றனர். அவர்கள் செல்லச் செல்ல... பின்னே மீண்டும் இருபுறமிருந்த செடிகள் இணைந்து வந்த வழியை அடைத்து, மீண்டும் அடர்ந்த புத-ராக மாற்றியது.

சில நூறு அடிகள் இவ்வாறு சென்றதும், ஓர் பெரிய நகரம் அவர்-களுக்கு முன்னே காட்சியளித்தது. எப்படியும் ஐந்தாயிரத்திற்கு மேற்பட்ட மக்கள் அவ்விட்த்தில் இருப்பார்கள்.

நந்திதாவனியை கண்டவுடன் அனைவரும் மகிழ்ச்சியில் மரியாதை செய்து வணங்கினர். அவள் பெரிய புன்னகையுடன் அவ்விடத்தின் நடு-விலிருந்த ஒரு வட்ட வடிவிலான மேடையை விரைந்து அடைந்தாள்,

உடனே எங்கோயிருந்து சில ஆட்கள் ஓர் சிறிய அரியாசனத்தைக் கொண்டு வந்து வைத்தனர்.

ஆனால் அவள் அதில் அமர ஆர்வம் காட்டாமல், அனைவரையும் ஒன்று சேர்க்க கட்டளையிட்டாள்.

ஒரு நாழிகைக்குள் அனைவரும் ஒன்று சேர்ந்தனர். ஏறக்குறைய பத்தாயிரத்திற்கும் மேற்பட்ட மக்கள் அக்காட்டில் அவர்களுக்கு முன் கூடினர்.

"எம் மக்களே...!! அனைவருக்கும் எமது வணக்கம்...!!" என்றபடி, தன் அருகில் நின்ற மகிழ்நன்னை காண்பித்து, "இவர் தான் காந்தள் தேசத்தின் முன்னால் யுவராசன், பின் அந்திவர்டனின் சூழ்ச்சியால் தன் தேசத்தை இரண்டாகப் பிரித்து வட காந்தள் தேசத்தை இவர் தலை- மையின் கீழ் மக்களாட்சியாக மாற்றினார்.

ஆனால் அது வழக்கம் போல், வெகு காலத்திற்கு நிலைக்கவில்லை. இவர் வஞ்சகத்தால் சிறையில் அடைத்து கொல்லப்படுவதற்குள், அவரது தம்பியான தற்போதைய தென் காந்தள் தேசத்து மன்னர் நற்பு- கழ்மணியாலும், அருகில் நின்ற கணபதியை சுட்டிக்காட்டி இந்த தளப- தியாலும் சிறையிலிருந்து வெளிக்கு கொண்டு வரப்பட்டார்.

நாங்கள் இருவரும் நான்கு ஆண்டுகளுக்கு முன் சந்தித்த முதல் காதல் கொண்டுள்ளோம். ஆனால் நாங்கள் அப்பொழுதும் இப்பொழு- தும் உடனடியாக திருமணம் செய்ய விரும்பவில்லை, மாறாக நம் நயக்- கிதி தேசம் மீட்கப்பட்டு முடியாட்சியாக மீண்டும் மலர்ந்த பின் தான் என்றுளோம்.

இவர் தற்பொழுது தன் தம்பியை வட காந்தள் தேசத்தின் மீது போர் தொடுக்க கட்டளையிட்டு, நான் இவரிடம் முன் கூறியது போல நம் நயக்கிதி தேசத்தை மீட்கும் நம் கனவையும் நிறைவேற்ற ஒரு திட்டத்- துடன் வந்துள்ளார்.

நான் இவரை முழுமையாக நம்புகிறேன். அதற்காக உங்களையும் இவரை நம்புங்கள் என்று கேட்கவில்லை. மாறாக இவர் சொல்லும் திட்- டத்தை கேட்டு, அது உங்களுக்கும் நமது நயக்கிதி தேசத்திற்கும் நன்- மையாக முடியும் என்று கருதினால், அதை நாம் பின்பற்றலாம். இல்லை என்றால், நாம் நமது வழியில் செல்வோம், இவர் தனது வழியில் செல்- லட்டும்...!!" என்றாள்.

மகிழ்நன் தன் திட்டத்தின் கருவை மட்டும் மக்களிடம் கூற, அதனை மக்கள் ஏற்றுக் கொண்டதன் அடையாளமாய், "வெற்றி நமதே! வெற்றி

நமதே!” என்று அங்கிருந்த அனைவரும் முழக்கமிட்டனர்.

அதன் பின் மகிழ்நன், நந்திதாவனி, கணபதி மற்றும் நந்திதாவனி-யின் முதன் மந்திரியும் தளபதிகள் சிலருமாகத் தனித்து ஆலோசனை-யைத் தொடங்கினர்.

மூன்று சாமமாக நடந்த ஆலோசனையில் மகிழ்நன் தன் முழு திட்-டத்தையும் அவர்களுக்கு விவரித்தான், மேலும் திட்டத்திலிருந்த சந்தே-கங்களை கேட்டவருக்கு தெளிவு செய்தான்.

ஆலோசனையை முடித்து விட்டு, நந்திதாவனி மற்றும் அவள் ஆட்களிடமிருந்து விடைபெற்று மகிழ்நன்னும் கணபதியும் தாங்கள் வந்த கலத்தில் ஏறி கீழ்முனைப்பாடி துறைமுகத்தை நோக்கிய தங்களின் பயணத்தைத் தொடர்ந்தனர்.

முன்னிரவு மகிழ்நன் சிறையிலிருந்து தப்பித்ததும், அங்கு வந்த காவலர்கள் கழுத்து அறுத்துக் கிடந்த செந்திலைக் கண்டதும் செய்வது அறியாமல் சிறையின் உள்ளே பார்த்தனர்.

சிறையில் மகிழ்நன் காணவில்லை என்பதை அறிந்த காவலர்கள், தங்களின் தலைவரிடம் செய்தியைத் தெரிவித்தனர்.

தலைமை காவலன் மகிழ்நன் சிறையிலிருந்து தப்பித்த செய்தியை கேட்டு, தலைநகரின் காவலைப் படையினரின் கட்டுப்பாட்டில் கொண்-டுவரக் கட்டளையிட்டான்.

மற்றும் வீரர்களின் எண்ணிக்கையை அனைத்து எல்லையிலும் துறைமுகத்திலும் அதிகரிக்க கட்டளையிட்டான்.

கிடையரையனின் படையினர் தலைநகரிலும் துறைமுகத்திலும் காவற் படையை அதிகரிக்கவும், மகிழ்நன்னும் நற்புகழ்மணி மற்றும் மூவரும் இரண்டு கலங்களில் ஆழ்கடலை அடைந்திருந்தனர்.

இரவு முழுவதும் தலைநகரையும் கோட்டையையும் ஆராய்ந்து விட்ட கிடையரையனின் படையினர், காலையில் ஏமாற்றத்துடனே கிடையரையனை சந்தித்து தோல்வியை ஒப்புக் கொண்டனர்,

அடுத்து என்ன செய்வது என்று தெரியாமல் கிடையரையன் தன் படைகளைத் தென் காந்தள் தேசத்தின் எல்லையில் நிலைநிறுத்தக் கட்-டளையிட்டு, கலங்களில் ஏறி நயக்கிதி நோக்கிப் புறப்பட்டான்.

மறுநாள் காலையில் கீழ்முனைப்பாடியை அடந்த மகிழ்நன்னும், கணபதியும் மாறுவேடமிட்டு முருகையனைச் சந்தித்து அரண்மனையி-னுள் பிரவேசித்தனர்.

முருகையன் அனுப்பிய தகவலால், மகிழ்நன் அரண்மனைக்கு வரு-வதை அறிந்த ஏகாம்பரத்தார், கதிரவன், நற்புகழ்மணி என அனைவரும் மகிழ்நன்னின் வருகைக்காக நற்புகழ்மணியின் அரண்மனையின் ஆலோசனை அறையில் காத்திருந்தனர்.

ஆலோசனை அறையினுள் மகிழ்நன் நுழைந்ததும், ஏகாம்பரத்தாரின் காலில் நெடுஞ்சான் கிடையாக விழுந்து வணங்கி ஆசி பெற்றான்.

மேலெழுந்து, "ஐயா...!! என்னை மன்னித்து விடுங்கள்...!!" என்-றும் வேண்டினான் மகிழ்நன்.

"மகிழ்நா...!! நீ எதற்கும் என்னிடம் மன்னிப்பு கேட்க வேண்டிய-தில்லை. நீ இப்பொழுது ஏற்றிருக்கும் பணி இவ்வுலகில் யாரும் ஏற்றி-யதில்லை, அதில் நீ வெற்றி பெற்று மேலும் மேலும் பல வெற்றிகளைச் சூட என் வாழ்த்துக்கள்...!!" என்று வாழ்த்தினார்.

"மேலும் நந்திதாவனி நலம் தானே...??" என்றார் ஏகாம்பரத்தார்.

"ஆம்..!! நலம் தான் ஐயா..!! ஆனால் அவள் மிகவும் தெளிவாக உள்ளாள், மன அழுத்தம் மிகுந்தவள். அதற்காகவே நான் அவளை நயக்கிதி நாட்டின் அரியாசனத்தில் ஏற்ற விரும்புகிறேன்..!!" என்றான்.

"ஐயா...!! என்னை மன்னிக்கவும், நேரம் குறைவாக உள்ளதால் நான் வந்த வேலையை சொல்லி விடுகிறேன். தம்பி...!! கிடையரை-யனின் படைகள் மீது போர் தொடுத்து விட்டாயா...??" என்று நற்பு-கழ்மணியை நோக்கினான்.

"இல்லை அண்ணா...!! நமது முருகையன் ஓர் புதிய திட்டத்தைக் கூறினான். அத்திட்டம் மிகவும் சிறந்தாக இருந்தது. ஆனாலும் அவன் தாங்கள் மீண்டும் வந்தவுடன் அனைவருமாக கலந்து ஆலோசனை செய்த பின் முடிவெடுப்போம் என்றான். அதனால் தான் நாங்கள் எது-வும் செய்யாமலிருக்கிறோம்." என்றபடி புதிய திட்டத்தை விவரித்தான்.

"நல்லதையே செய்திருக்கிறீர்கள். முருகையா...!! உனக்கு என் பாராட்டுக்கள்...!! என்று அருகிலிருந்த ஆசனத்தில் அமர்ந்து நயக்கிதி தேசத்தின் மீதான தன் திட்டத்தையும் முழுமையாக வெளிப்படுத்தினான்.

நண்பகல் வரையில் அனைவரும் என்னென்ன செய்ய வேண்டும் என்பதை எந்த சந்தேகமுமின்றி முடிவெடுத்து, படைகளையும் வீரர்-களின் எண்ணிக்கை தளவாடங்களின் எண்ணிக்கை உணவு மருந்து என அனைத்தையும் எப்பொழுது... எங்கே.... எத்தருணத்தில் எவ்வ-

எவு கொண்டு வர வேண்டுமென்று துல்லியமாக வகுத்து முடிவெடுத்து, இறுதியான... உறுதியான... அனைவரும் ஒரே கோணத்தில் செயல்ப-டும் வகையில் திட்டத்தை வகுத்து முடித்தனர்.

மேலும் அந்த முதல் திட்டத்தில் ஏதேனும் குழப்பம் நேரிட்டால், அதற்கு மாற்றாக ஐந்து மாற்று திட்டங்களையும் வகுத்து, அனைத்து பிரிவினரும் எவ்வாறு செயல்பட வேண்டுமென்ற திட்டத்தையும் வகுத்து முடித்தனர்.

திட்டத்தை வகுத்த பின் கதிரவனும் முருகையனும் தளபதிகளுக்கு படைகளைப் படை நடுவப் பணியகத்தில் அணிவகுக்க கட்டளையிட்ட பின், அனைவருமாக ஒன்றாக உணவை அருந்தினர். உணவு அருந்து-கையில்,

"அண்ணா...!! தாங்கள் அனுமதித்தால் அத்தையாரை அழைக்கி-றேன். அவர்கள் உங்களைப் பற்றி கேட்காத நாளே இல்லை...!!" என்-றான் நற்புகழ்மணி.

"எனக்கும் அனைவரையும் சந்திக்க ஆசையாய் தான் இருக்கிறது, தம்பி...!! ஆனால் நான் இதுவரை ஒரு நல்ல மனிதனாக எதையும் சாதிக்கவில்லையே...?? அனைவருக்கும் துன்பத்தையே அளித்துள்-ளேன்.

அதனால், இந்நேரத்தில் அவர்களைச் சந்திக்க அவமானமாய் இருக்கிறது, தம்பி. நான் நயக்கிதி தேசத்தை மீட்டெடுத்து நந்திதாவனி-யுடன் வந்து நம் அத்தையை சந்தித்து ஆசி பெறுகிறேன்..!!" என்றான்.

அனைவரும் மகிழ்நன்னின் மனதை அறிந்து, பேச்சை மாற்றி உணவை முடித்தனர்.

நண்பகல் உணவு முடிந்ததும் அனைவரும் படை நடுவப் பணியகத்-திற்கு சென்று, படைகளை தங்களின் திட்டத்திற்கு ஏற்ப பிரித்து நிறுத்-தினர்.

படைகளைத் துறைமுகத்திற்கு செல்லக் கட்டளையிட்டு, உணவு மருத்தவ மற்றும் போருக்கு வேண்டிய பார வண்டிகளையும் ஆய்வு செய்த பின் அனைவரும் துறைமுகத்திற்கு சென்றனர்.

துறைமுகத்திற்கு சென்று அங்கும் கலங்களை மீண்டும் ஒருமுறை ஆய்வு செய்து படைகளை கலத்தில் ஏற்றும் பணியைப் பார்வையிட்டு அரண்மனைக்கு திரும்பினர்.

மாலையில் அனைத்து பணிகளையும் செம்மையாக முடித்து முரு-கையனின் தளபதி வந்து சொன்னதும், மீண்டும் அனைவரும் ஒன்றாக இரவு உணவை முடித்தனர். உணவு முடிந்ததும் நற்புகழ்மணி மட்டும் வெளியில் சென்று ஒரு நாழிகையில் மீண்டும் அரண்மனைக்கு வந்-தான்.

அனைவரையும் தன் அரண்மனையின் நந்தவனத்திற்கு அழைத்துச் சென்றான். நந்தவனத்தின் அருகில் செல்லச் செல்ல.... அங்கு ஓர் சிறிய படைக்குழு நிற்பது அனைவருக்கும் தெரிய... அங்கு நின்று கொண்டிருந்த வீரர்களும் இவர்களேயே ஊற்றுப் பார்த்தனர்.

அருகில் வந்ததும், "இளவரசன் மகிழ்நன் வாழ்க! மன்னர் மகிழ்நன் வாழ்க!" என்று அங்கிருந்த வீரர்கள் கோஷித்தனர், நற்புகழ்மணி கையை உயர்த்தி அனைவரையும் அமைதி காக்க வேண்டினான்.

நற்புகழ்மணி அப்படையின் தலைவனை அழைத்து அவனிடம் ஏதோ இரசியமாக சொல்ல, அவன் சென்று ஒரு தங்கத்தட்டில் சிறந்த வேலைப்பாடுகள் செய்த வாளையும் அதன் உறையையும் கொண்டு வந்-தான்.

அந்த வாளை எடுத்து மகிழ்நன் கையில் கொடுத்து, "அண்ணா....!! இந்த வாளைத் தங்கள் கையால் கணபதி அண்ணனுக்கு கொடுங்-கள்...!!" என்றான்.

"மேலும் இச்சிறிய படைக்குழுவை தங்களின் அந்தரங்க வேளக்-காரப் படையாக நான் ஏற்பாடு செய்திருக்கிறேன். இவர்களை நீங்கள் என்னை விட மேலாக நம்பலாம்..!!" என்றான் நற்புகழ்மணி.

வாளை கையில் எடுத்த மகிழ்நன், அதனை தன் நண்பன் கணபதி கையில் கொடுத்து, "உன் கையில் இந்த வாளிருக்கும் வரை இவ்வுல-கில் என்னை அழிப்பார் யாருமில்லை...!!" என்றான்.

அதனை மிகப் பணிவுடன் பெற்றுக் கொண்ட கணபதி, "வெற்றி வேல்! வீர வேல்!" என்று முழங்கினான்.

கணபதியின் முழக்கத்தோடு அருகில் நின்ற வேளக்கார படையின-ரும், "எங்கள் அரசர் மகிழ்நன்னை என்றும் கண் இமை போல் காப்-போம்...!!" என்றனர்.

"அண்ணா....!! நீங்கள் இன்னும் சிறிது காலத்திற்கு மாறுவேட-மிட்டே படைகளுக்கு தலைமை ஏற்றுச் செல்லுங்கள். மற்றதை இவர்கள்

பார்த்துக் கொள்வார்கள். போரிலும் மாறு வேடத்துடனேயே இருங்கள். காலம் கனியும்.. அப்போது வேடம் கலைவோம்...!!" என்றான் நற்பு-கழ்மணி.

"தம்பி...!! அனைவருக்கும் வாள் கொடுத்தாய். எனக்கு எங்கே வாள்...??" என்றதும் புன்னகைத்த நற்புகழ்மணி, "அண்ணா...!! தங்-களுக்கான ஓர் வாளையும் நான் வைத்துள்ளேன்..!!" என்று மீண்டும் அந்த வேளக்காரப் படைத் தலைவனை நோக்க, அவன் மீண்டும் சென்று ஓர் பெட்டியை எடுத்து வந்தான்.

காந்தள் தேசத்தின் சின்னமான காந்தள் பூ வடிவத்தை அழகாய் தங்க தகட்டில் பொறித்து, அதனை மேலும் அழகுபடுத்த ஆங்காங்கே வைரம், மாணிக்கம், மகரம், பவழம் மற்றும் வெண் முத்துக்கள் பதிக்-கப்பட்ட பெட்டியை நற்புகழ்மணி அருகில் கொண்டு வந்தான்.

நற்புகழ்மணி ஏகாம்பரத்தாரை நோக்கி, "ஐயா...!! தாங்கள் தான் என் தமையனுக்கு இவ்வாளை வழங்கி, ஆசி கூற வேண்டும்...!!" என்றான்.

தன் கிழட்டு கையால் எந்த ஒரு நடுக்கமுமின்றி அந்த பெட்டியைத் திறந்து, அதிலிருந்த வாளை எடுத்து மகிழ்நன்னுக்கு வழங்க, ஒரு காலைத் தரையில் மண்டியிட்டபடி மிகுந்த பணிவுடன் ஏகாம்பரத்தாரின் கையிலிருந்து மகிழ்நன் பெற்றுக் கொண்டான்.

வாள் எங்கும் காந்தள் பூக்கள் பொறிக்கப்பட்டிருந்தன, கைப்பிடி உலகின் விலை உயர்ந்த சிறந்த கற்களால் அழகிய வேலைப்பாடுகளு-டன் வடிவமைக்கப்பட்டிருந்தது.

வாளை உயர்த்தி, "வெற்றி வேல்! வீர வேல்!" என்று மகிழ்நன் முழங்கினான். அவனைத் தொடர்ந்து அங்கிருந்த அனைவரும் தங்-களின் வாட்களையும் வானை நோக்கி உயர்த்தி, "வெற்றி வேல்! வீர வேல்!" என்று முழங்கினர்.

மகிழ்ச்சியுடன் வாளை பெற்றுக் கொண்டு தனது புதிய ஐம்பது பேர் கொண்ட வேளக்கார படையுடன், மாறுவேடம் தரித்தவாறே கோட்-டையை விட்டு துறைமுகத்தை நோக்கிச் சென்ற மகிழ்நன்னுடன் அனைவரும் சென்றனர்.

துறைமுகத்தை அடைந்ததும், ஏற்கனவே தீட்டிய திட்டத்தின் படி, தன் படைகளின் கலத்தைப் பார்வையிட்டு நற்புகழ்மணியிடமும் ஏகாம்-

பரத்தாருடனும் கதிரவன் முருகையனுடனும் விடைபெற்று, தன் படை-களுடன் கலத்திலேறி நயக்கிதி தேசத்தை மீட்க தன் பயணத்தைத் தொடங்கினான் மகிழ்நன்.

மகிழ்நன் போருக்கு தயாரான அந்த வேளையில், அவன் சிறையி-லிருந்து தப்பித்த செய்தியுடன் நயக்கிதி சென்று அந்திவர்டனை சந்தித்து செய்தியை சொன்ன கிடையரையன் மீது, மிகுந்த கோபம் கொண்டெ-ழுந்து, சீறிப் பாய்ந்து கடிந்து கொண்டான் அந்திவர்டன்.

தன் மீது சீறியபடி கேள்வி கேட்கும் அந்திவர்டனை நேரே பகைத்-துக் கொண்ட கிடையரையன், "அந்திவர்டா..!! நீ யார் என்னைக் கேள்வி கேட்க...?? வட காந்தள் தேசம் என் தேசம், என் படைகளி-ருக்க ஏன் நான் உன்னை நாட வேண்டும்.

நீ உன் நாட்டை காப்பாற்றப் பார். நான் சென்று என் தேசத்தைக் காத்துக் கொள்கிறேன்...!!" என்று அந்திவர்டனைப் பகைத்துக் கொண்டு நயக்கிதி அரண்மனையை விட்டு புறப்பட்டான் கிடையரை-யன்.

"கிடையரையா...!! நீ தவறு செய்கிறாய், இத்தருணத்தில் நாம் ஒன்றாக இருக்க வேண்டுமென்பதை நினைவில் கொள். நானின்றி உன்-னால் வட காந்தள் தேசத்தை காப்பாற்ற முடியாது...!!" என்றான் அந்-திவர்டன்.

கோபத்தால் கிடையரையனின் செவிகள், அந்திவர்டனின் சொற்-களை கேட்கும் திறனை இழந்திருந்தது.

அந்திவர்டன் பேச்சிற்கு சிறிதும் செவி சாய்க்காமல் நயக்கிதியின் அரண்மனையை விட்டு வெளியேறிய கிடையரையனைப் பற்றி இழுத்து, "நண்பா...!! உனக்கு என்ன ஆயிற்று...?? நான் சொல்வது உனக்கு கேட்கவில்லையா...??" என்றான் அந்திவர்டன்.

"நண்பா...!!" என்ற சொல் புண்படடிருந்த கிடையரையனின் செவி-களின் வழியே சென்று, அவன் மனதைச் சாந்தபடுத்தியது.

அதன் பின் இருவருமாக ஆலோசித்து முடித்து, கிடையரையன் காந்தளூர் கோநகரை நோக்கி மிகவும் மகிழ்ச்சியுடன் அந்திவர்டனிடமி-ருந்து விடைபெற்று சென்றான்.

காந்தள் கோநகருக்கு கிடையரையனுடன், நயக்கிதி தேசத்தின் ஒரு பகுதிப் படையை அந்திவர்டன் அவனுக்கு உதவியாய் அனுப்பி வைத்-

தான்.

இரண்டு நாட்களுக்கு முன் நந்திதாவனியிடம் மகிழ்நன் தன் திட்-டத்தை விவரித்து காந்தள் தேசத்திற்கு பயணம் தொடங்கியதுமே, நந்தி-தாவனி தன் ஆதரவு ஆட்களுடன் தனது சிறிய படைகளை நாயக்கிதி தேசத் தலைநகரின் வடகிழக்கு பகுதியிலிருந்த மலைக் காட்டை நோக்கி நகரத் தொடங்கினாள்.

நந்திதாவனி தன் படையை சிறு குழுக்களாகப் பிரித்து, பல திசை-யில் அனுப்பினாள். அனைத்து குழுக்களும் ஒரு வார பயணத்தில் நயக்கிதி தலைநகரின் வடகிழக்கு திசையில் இருந்த சிறிய மலையை அடைந்த தன் சிறிய படையை அம்மலைக் காட்டிலே மறைந்திருக்கச் செய்தாள்.

நாட்கள் கழிந்தன. பதினைந்து நாட்களுக்கு பிறகு அந்திவர்டனின் தலைமையிலான படைகள், எந்தியவு தேசத்தின் மீது போர் தொடங்கின.

அதே நேரத்தில் கிடையரையன் தலைமையில் தென் காந்தள் தேசத்தின் மீது வட காந்தள் படையுடன், மழிவந்தன மற்றும் நயக்கிதி தேசப் படைகளும் இணைந்து நடுமலை எல்லையில் போரைத் தொடங்-கின.

அவர்கள் போரைத் தொடங்கிய அதே தருணத்தில், அதுவரை நயக்கிதி தலைநகர் துறைமுகத்தின் அருகில் ஆழ்கடலிலே கலத்தில் காத்திருந்த மகிழ்நன்னின் படைகள், நயக்கிதியின் தலைநகர் துறைமு-கத்தை தனது சிறிய கடற்படை கொண்டு தாக்கினான்.

அந்த தாக்குதலை எதிர்பார்த்திடாத அந்திவர்டனின் தலைநகர் படைகள் சிதறின. அங்குமிங்கும் நாலா திசையிலும் மகிழ்நன்னின் படையை எதிர்க்க முனைந்தனர்.

தங்களை யார் தாக்குகிறார்கள் என்று தெரியாமல், அந்திவர்டனின் படைத் தளபதிகள் மிகுந்த குழப்பத்தில் என்ன செய்வது என்று தெரி-யாமல், எந்தியவு தேசத்து போர்களத்தில் இருக்கும் தங்களின் ஒற்றர்கள் மூலம் ஆளுநர் அந்திவர்டனுக்கு செய்தி அனுப்பினர்.

போர் தொடங்கிய மூன்றாம் சாமத்தில், நயக்கிதியின் துறைமுகம் மகிழ்நன் கையில் விழுந்தது. துறைமுகத்தை கைப்பற்றியதும் தன் படை-களைத் தரையிறக்கி போரை மேலும் வலுவாக்கி, தலைநகரின் கோட்-டையை நோக்கி முன்னேறினான்.

காந்தள் தீவில் கிடையரையன் தென் காந்தளுடன் போர் தொடங்-
கிய இரண்டாம் சாமத்தில், காந்தளூர் கோநகர் துறைமுகத்தில் வணிகக்
கலங்களைப் போல் நிறுத்தப்பட்டிருந்த போர் கலங்களிலிருந்து நற்புகழ்-
மணி தலைமையிலான படைகள், துறைமுகத்தைத் தாக்கிக் கைப்பற்றி
அதன் வாயிலாகவே தலைநகரின் வீதிகளில் புகுந்து, காந்தள் தேசத்தை
மீட்கும் போரைத் தொடங்கினர்.

நயக்கிதியின் தலைநகர் மீதான கடல் வழித் தாக்குதலை தன் தளப-
தியின் ஒற்றன் மூலம் அறிந்த அந்திவர்டன், மிகுந்த குழப்பத்தில் யார்
இவர்கள்...?? ஏன் நம் தேசத்தின் மீது தாக்குதல் நடத்த வேண்-
டும்...??

எவரும் நேரிடையாகத் தலைநகரின் மீது போர் தொடுப்பது வழமை-
யில்லை, அப்படிச் செய்ய துணிய மாட்டார்கள். அப்படியான ஓர்
போரை தொடங்க முடியவும் முடியாது என்ற எண்ணத்தாலும், சிறிதுகூட
எதிர்பாரா இத்தாக்குதலைச் சமாளிக்க.... தலைநகரில் கிழக்கில் ஓர்
கிராமத்தில் வைத்திருந்த தனது இரகசிய சிறிய படையை, மேற்கு
திசையில் தலைநகரை நோக்கி அனுப்ப அந்திவர்டன் கட்டளையிட்-
டான்.

மேற்கு நோக்கி வரும் அந்திவர்டனின் படைகளைப் பற்றி, தன்
வேவு படை வீரன் மூலம் அறிந்துக்கொண்ட நந்திதாவனி, தன் படை-
களை தலைநகரின் கிழக்கு எல்லையில் மறைவாக நிறுத்திக் காத்திருந்-
தாள்.

அந்திவர்டனின் அந்த இரகசியப் படைகள் தங்களை நெருங்கியதும்
நாலா திசையிலிருந்து வெளிப்பட்டு, தலைநகரை நோக்கி வந்த அந்-
திவர்டனின் படைகளின் மீது போர் தொடுத்து தாக்கி ஒரு சாமத்தில்
அந்திவர்டனின் அந்த சிறிய படையை முற்றிலுமாக அழித்தன.

தலைநகரை நோக்கி வந்த படைகளை அழித்த பின், மீண்டும் நந்-
திதாவனி தன் படைகளுடன் மலைக் காட்டினுள் சென்று பதுங்கினாள்.

இதற்கிடையில் நந்திதாவனியின் ஆட்களால், மகிழ்நன் திட்டத்தின்
ஒரு பகுதியாக... நந்திதாவனி உயிருடன் இருப்பதை ஒவ்வொரு
கிராமத்திலும் பரப்பினர். நந்திதாவனி உயிருடன் இருப்பதை அறிந்து
மகிழ்ச்சி அடைந்த மக்கள், அவள் படையுடன் காத்திருப்பதைக் கேட்-
டதும் நயக்கிதி தேசமெங்கும் மக்கள் கூட்டம் கூட்டமாக அவளுக்கு
ஆதரவு தெரிவித்து முழக்கமிட்டனர்.

அந்திவர்டனைப் போல் வட காந்தள் தேசத்தில் கிடையரையனும், நற்புகழ்மணியின் தலைநகர் தாக்குதலை அறிந்து செய்வது அறியாமல் இருக்கும் படைகளைக் காக்க, ஒழுங்கு படுத்தும் பணிகளை முடுக்கி-விட்டான்.

ஆதவன் மறைந்ததும் நயக்கிதியின் தலைநகரை கைப்பற்றும் போர் நிறுத்தப்பட்டது. ஆனால் காந்தளூரில் ஆதவன் மறைவதற்குளேயே காந்தளூர் கோநகரை நற்புகழ்மணி கைப்பற்றி விட்டான்.

காந்தளூர் கோநகரின் மக்கள் அனைவரும் மிகுந்த மகிழ்ச்சியுடன் நற்புகழ்மணியை அணுகி வாழ்த்தினர்.

தன் தேசத்தின் பழைய வீரர்களை மீண்டும் ஒன்று சேர்த்து, தலை-நகரின் அனைத்து எல்லைகளிலும் இரவோடு இரவாக காவல் அரண் அமைத்து, படைகளையும் நிலைநிறுத்தினான் நற்புகழ்மணி.

காந்தள் தேசத்து தலைநகர் தாக்குதல் போல், நயக்கிதி தேசத்தின் தலைநகர் தாக்குதலில் எதிர்பார்த்த வெற்றி கிடைக்கவில்லை. தற்பொ-ழுது துறைமுகமும் அதனைச் சுற்றி இருந்த சில வீதிகளுமே மகிழ்நன் வசமிருந்தது.

மகிழ்நன்னின் திட்டத்தின்படி, அன்றைய தினமே நந்திதாவனியின் படைகள் தன் படையுடன் சேர கிழக்கு மற்றும் வடகிழக்கு பகுதிகளைக் கைப்பற்றி இருவரும் ஒன்றாக சேர்ந்து, மறுநாள் போர் புரிவது தான். ஆனால் இன்று நிலைமை தலைகீழாய் மாறி இருந்தது.

நந்திதாவனியுக்கும் மகிழ்நன்னுக்கும் இடையே அந்திவர்டனின் ஆட்கள் பல அடுக்கு அரண் அமைத்து ஆந்தை போல் காத்து வந்-தனர்.

மகிழ்நன்னின் திட்டத்தின் படி, இருவரும் போர் தொடங்கிய அன்றே தங்களின் படைகளை ஒன்றாக இணைத்து, மறுநாள் ஒரே படையாகப் போர் புரிவது தான். ஆனால் எதிரிகள் பலமாக இருந்ததால், அத்திட்-டம் நிறைவேறவில்லை.

மகிழ்நன் ஒருவேளை கிழக்கு நோக்கி நகர்ந்தால், வடகிழக்கு திசை-யில் பலம் இழந்திருக்கும் நந்திதாவனியின் சிறிய படைகள் இருந்த இடம் தெரியாமல் அழிந்துவிடும். அதுவே தம் படைக்கும் அழிவாக மாறிவிட அதிக வாய்ப்புகள் உண்டு.

நாம் இப்பொழுது கைப்பற்றியிருக்கும் பகுதிகளையும் இழக்காமல் இருக்க வேண்டும். அதே சமயத்தில் அந்திவர்டனும் சும்மா இருக்க

மாட்டான். இத்துறைமுகத்தை மீட்க நிச்சயம் பெரும் கடற்படையுடன் இந்நேரம் புறப்பட்டிருப்பான்.

அவன் வருவதற்குள் தலைநகரை நாம் கைப்பற்றியாக வேண்டும் என்று சிந்திக்கையில், யாரோ ஒரு வீரன் தூரத்தில் தன்னை நோக்கி ஓடி வருவதைப் பார்த்தான், இல்லை.. இல்லை.... வருவது ஒரு-வனில்லை, ஒருவள். ஆம்... அவள் தான் நந்திதாவனி, தன்னை நோக்கி தான் வந்து கொண்டிருக்கிறாள்.

"வா! நந்திதாவனி...!! நீ எப்படி இங்கு வந்தாய்...??" என்றான்.

"தூரத்தில் வருவது நான் தான் என்று எப்படி கண்டுபிடித்தீர்-கள்...??"

"அது என்ன... அவ்வளவு பெரிய காரியமா...?? தன் மனத்தில் குடி கொண்டிருப்பவள் ஆயிரம் கல் தூரத்திலிருந்தாலும், ஒரு ஆண்ம-கன் கண்டு கொள்வான்....!!" என்றான்.

"ஐயா! தங்களுடன் சொற்போர் புரிய நான் இங்கு வரவில்லை, நாங்கள் இப்பொழுது என்ன செய்ய வேண்டும்...?? நமது திட்டம் இன்று நிறைவேறாமல் தோல்வியில் முடிந்து விட்டதே...!!"

"நாளை ஆதவன் எழுந்ததும், என் படையின் ஒரு பகுதியைக் கிழக்கு நோக்கி இவர்களின் கிழக்கு அரணைத் தாக்குகிறேன். நீயும் உன் படைகளும் இவர்கள் உங்களை மீறிச் செல்லாமல் தடுத்து, அழித்து விடுங்கள். அதன் பின் நமது இருபடைகளும் ஒன்றிணைந்து தலைநக-ரினுள் சென்றால், நகரம் முழுதும் நம் கைக்கு வந்துவிடும்.

எப்படியும் நாளை ஆதவன் மறைவிற்கு பிறகு தான், அந்திவர்-டனின் அடுத்த படைகள் தலைநகரின் கிழக்கு எல்லையை அடைய முடியும். அதுவரை அவன் கடற்படையால் தலைநகரத்தை சுற்றி வளைக்கத் தான் திட்டம் தீட்டுவான்.

அதனால் நாம் இப்பொழுது ஒன்றாக இணைவது தான் அவசியம். அதனால் நீ சென்று உன் பகுதியிலிருந்து இவர்களை அழித்து விட திட்டத்தை தீட்டு....!!" என்றான் மகிழ்நன்.

மகிழ்நன்னிடம் ஆலோசித்து விட்டு, நந்திதாவனி தன் ஆட்களுடன் குதிரையில் விரைந்து மறைந்தாள்.

காலை விடிந்தது. ஆதவன் உதித்த அடுத்த கணமே காந்தளூரில் இருந்த நற்புகழ்மணியின் படைகள், வட திசையிலிருந்து வட காந்தள்

நயக்கிதி மற்றும் மழிவந்தன தேசத்துக் கூட்டுப் படை வீரர்களைத் தாக்க.... தென் திசையிலிருந்து முருகையனின் தலைமையிலான படைகள் வடக்கு நோக்கி எதிரிகளைக் கொன்று குவிக்கத் தொடங்கினர். இந்த இருமுனைத் தாக்குதலை எதிர்பார்த்திடாத கிடையரையனின் படைகள் பின்வாங்கி சிதறி ஓடின.

கிடையரையன் மீதமிருந்த வீரர்களை ஒருங்கிணைத்து, வட கிழக்கிலிருந்த சிறிய துறைமுக கிராமத்திலிருந்து கலம் மூலம் தப்பித்து, காந்தள் தேசத்தை விட்டு வெளியேறினான்.

அன்று மாலைக்குள்.... அதாவது.... போர் தொடங்கிய இரண்டு நாள்களிலேயே காந்தள் தேசம் முழுதும் நற்புகழ்மணியின் கட்டுப்பாட்டிற்குள் வந்தது.

நயக்கிதி தேசத்தில் அன்று காலை விடிந்ததும், மகிழ்நன் வகுத்த திட்டத்தின் படி தன் படையின் ஒரு பகுதியை கிழக்கு நோக்கியும், ஒரு பகுதியை வடக்கு நோக்கியும் மற்றும் ஒரு பகுதியை மேற்கு நோக்கி நகர்த்தினான்.

காலைக்குள் அந்திவர்டனின் கிழக்குப் பகுதி அரண் படைகளை அழித்து, நந்திதாவனியின் படைகள் மகிழ்நன்னின் படைகளுடன் இணைந்தது கொண்டன.

அதன் பின் இரு தேசத்து வீரர்களும் சேர்ந்த ஒரு படையை, மகிழ்நன் நயக்கிதி தலைநகரின் கிழக்கு திசை நோக்கி நிலைநிறுத்தினான்.

மூன்றாம் நாளின் முடிவில், தலைநகரம் மகிழ்நன் கையில் வீழ்ந்தது.

ஆனால் அன்று மாலையில் யாரும் எதிர்பாரா விதமாய் வடக்கிலிருந்து நயக்கிதி தேசத்தின் செல்வந்தன் ஜதிக்கிதூரயானின் படைகளும், தெற்கிலிருந்து அந்திவர்டன் படைகளும் வந்து கொண்டிருக்கின்றன என்ற செய்தி அனைவரையும் கலக்கமடையச் செய்தது.

மேற்கிலிருக்கும் மழிவந்தன தேசத்தின் படைகளும், நயக்கிதி தலைநகரை நோக்கி வந்து கொண்டிருந்தன. ஆனால் இவர்கள் இருவரும் வருவதற்கு இன்னும் ஒரு மண்டலமோ அல்லது மூன்று நான்கு வாரமாகும். ஆனால் இன்னும் ஒரு வாரத்தில், அந்திவர்டனின் கடற்படைகள் தலைநகரை நோக்கி வந்து தாக்கி அழித்துவிடும்.

அப்படியே அந்திவர்டனின் படைகளிடமிருந்து தப்பித்தாலும், ஜதிக்கிதூரயனின் படைகள் நம்மை தாக்கிவிட வாய்ப்புள்ளது. அதே போல் மேற்கிலிருந்து வரும் அந்திவர்டனின் பெரும் படைகளும் நம்மை

சூழ்ந்து தாக்க வரும்.

காந்தள் தேசத்தின் நிலைமையும் நமக்கு தெரியாது. அங்கு போரின் நிலை என்ன என்பதை அறிந்த பின் தான், நாம் இப்போரின் அடுத்த கட்ட நகர்வைத் தீர்மானிக்க முடியும். அது மட்டுமின்றி இப்பொழுது நாம் யாராவது ஒருவரைத் தாமதப்படுத்த வேண்டும்.

நிச்சயம் அந்திவர்டனை அடக்க முடியாது, இந்த ஐதிக்கிதூரயானின் படைகளை நாம் பார்த்தது கூட இல்லை. அவர்களின் தாக்குதல் முறையையும் கவசத்தையும் நாமறியோம் என்று சிந்திக்கத் தொடங்கினான் மகிழ்நன்.

இதிற்கிடையில் என்ன செய்வது என யோசித்த நந்திதாவனி, "ஆ..! ஓர் திட்டம், நாம் அனைவரும் இரவோடு இரவாக தலைநகரை விட்டு வெளியேறி கிழக்கு திசையில் மறைந்திருக்கலாம்.

அப்படி நாம் சென்றால் ஐதிக்கிதூரயான் இங்கு வருவதற்குள், அந்திவர்டன் வந்து தன் படைகளால் தலைநகரை கைப்பற்றிவிடுவான். இருவருக்கும் போர் நடக்கும். போரின் முடிவில் ஒருவர் அழிய நேரிடும். அதன் பின் வலிவிழந்து மீதமிருக்கும் ஒருவனை நாம் எதிர் கொள்வது எளிது தானே...??" என்றாள் நந்திதாவனி.

"ஆம்..!! நாம் உடனடியாக வட கிழக்கு நோக்கி சென்று மறைந்து கொள்ளலாம். அந்திவர்டன் வந்த பின் நிலைமையை அறிந்த பின் என்ன செய்வது என்று முடிவெடுக்கலாம்...!!" என்றான் மகிழ்நன்.

இரவோடு இரவாக அனைவரையும் அழைத்துக் கொண்டு, நயக்கிதி தலைநகரை விட்டு மகிழ்நன்னும் நந்திதாவனியும் தம் படைகளுடன் வெளியேறினர்.

அதே நேரம், மகிழ்நன் கணபதியை மட்டும் தனியே கலத்தில் ஏற்றி, காந்தளூர் கோநகரின் நிலை என்ன என்று அறிந்து வர அனுப்பினான்.

"கணபதி...!! காந்தள் தேசத்தின் போர் முடிந்திருந்தால், நற்புகழ்மணியிடம் கூறி நம் படைகளை நயக்கிதி தலைநகரின் மேற்கில் தரையிறங்கி, மழிவந்தனப் படைகளைத் தடுத்து நிறுத்தச் சொல்.

அப்படி ஒருவேளை, நமது படைகள் வருவதற்குள் மழிவந்தனப் படைகள் நயக்கிதி தலைநகரை அடைந்திருந்தால், மேற்கில் முகாம் அமைத்து என்னிடமிருந்து அடுத்த கட்டளை வரும் வரை காத்திருக்கச் சொல்....!!" என்று கணபதியிடம் ஓர் ஓலையைக் கொடுத்து அனுப்பி

னான்.

கலங்கள் அனைத்தையும் காந்தள் தேசம் நோக்கி திருப்பி அனுப்பவும் மகிழ்நன் உத்தரவிட்டான். அங்கிருந்த சில பழைய போர் கலங்களையும் வணிகக் கலங்களையும் மட்டும் துறைமுகத்தில் நிறுத்தினான்.

கலத்தில் காந்தள் தேசம் நோக்கி சென்ற கணபதி, காந்தளூர் கோநகரில் நற்புகழ்மணியைக் கண்டு, நயக்கிதி போரின் நிலையையும் மகிழ்நன்னின் திட்டங்கள் அனைத்தையும் தெரிவித்து, மகிழ்நன் கொடுத்த ஓலையையும் சேர்பித்தான்.

கணபதியை அனுப்பி, அனைத்து படை முகாம்களிலும் காந்தள் தேசத்தின் தலைச்சிறந்த வீரர்களை தேர்ந்தெடுத்து வர நற்புகழ்மணி உத்தரவிட்டான்.

ஒரு வாரத்திற்கு பின் அந்திவர்டனின் படைகள், தலைநகரின் துறைமுகத்தை சூழ்ந்து அங்கிருந்த பழைய மற்றும் வணிகக் கலங்களைத் தாக்கினர்.

இதனை ஏற்கனவே எதிர்பார்த்திருந்த மகிழ்நன், தன் படையின் ஐநூறு வீரர்களைத் துறைமுகத்திலும் கோட்டையிலும் நிலைநிறுத்தி, அந்திவர்டன் வந்ததும் எதிர்த்து தாக்குதல் செய்ய வேண்டிய ஏற்பாட்டை செய்த பின், காட்டினுள் சென்று பதுங்கினான்.

அந்திவர்டனுக்காக காத்திருந்த அந்த ஐநூறு வீரர்கள் அந்திவர்டனின் கடற்படை தாக்குதலைப் பதுங்கி எதிர்கொண்டனர்.

துறைமுகத்திலிருந்த வந்த எதிர்தாக்குதலை சற்றே சிரமத்துடன் எதிர்கொண்டு முறியடித்து, அந்திவர்டன் நயக்கிதி தலைநகரை மீண்டும் தனது கட்டுப்பாட்டில் கொண்டு வந்தான்.

தலைநகரைக் கைப்பற்றியதும், அந்திவர்டனின் படைகள் தலைநகரைச் சுற்றியிருந்த அனைத்து ஊர்களிலும் தனது படைகளை அனுப்பி மகிழ்நனைத் தேட கட்டளையிட்டான்.

கட்டளையை ஏற்று நயக்கிதி வீரர்கள் தலைநகரைச் சுற்றிய ஊர்களையும், காடு, மேடு என்று எல்லா இடங்களிலும் சல்லடையிட்டு தேடினர்.

நாட்கள் கடந்தன, மகிழ்நன் எதிர்பார்த்ததைப் போல ஜதிக்கிதுரயான் தன் படைகளுடன் விரைவாகவே வந்து தலைநகரை முற்றுகையிட்டான்.

வந்தவன் போரைத் தொடங்கவில்லை, மாறாக தலைநகரைச் சுற்றி தன் படைகளுடன் முகாமிட்டான்.

மறுநாள் நண்பகல் வேளையில் கிழக்கு திசையில் எந்தியவு தேசத்து போரிலிருந்து வந்த அந்திவர்டனின் புதிய படைகள், தங்களின் முகாமை அமைத்தனர்.

நண்பகல் முடியும் நேரமானது, இருவருக்கும் அவர்கள் எதிர்பார்த்த போர் தொடங்க வில்லை. காரணம் தெரியாமல் திணறினான் மகிழ்நன், அவன் எடுத்த அனைத்தும் தோல்வியாகவே முடிகிறது என்று கோபம் கொண்டான்.

இறுதியாக ஓர் யுத்தியைக் கையாள நினைத்து, அதனை நந்திதா- வனியிடம் வெளிப்படுத்தினான்.

தன் ஆயிரம் வீரர்களுடன் வடக்கில் முகாமிட்டிருக்கும் ஐதிக்கிதூ- யானின் படைகளின் அருகில் சென்று போரைத் தொடங்கினான்.

வீரர்கள் ஓடிவருதைப் பார்த்த ஐதிக்கிதூயானின் படைகள், இவர்- களை எதிர்த்து தாக்குதல் நடத்தினர். அதேபோல் மகிழ்நன்னின் மற்- றுமோர் ஆயிரம் வீரர்கள் கிழக்கில் முகாம் அமைத்துக் கொண்டிருந்த அந்திவர்டனின் படைகளை நோக்கி நகர்ந்தனர்.

கிழக்கு நோக்கி வரும் படையை கண்ட ஐதிக்கிதூயானின் படைகள் தங்களை தாக்க வரும் படை என்று அவர்களை நோக்கி தன் படையை போரிடக் கட்டளையிட்டான்.

இந்நேரத்தில் கிழக்கில் முகாமிட்ட அந்திரவர்டனின் படைகளும் தங்களை நோக்கி வரும் படையை எதிர்கொள்ள வடக்கு நோக்கி முன்- னேறினர்.

இரு படையையும் ஒன்றோடு ஒன்று எதிர்த்து போரிடும் சூழல் ஏற்- பட்டது. அந்திவர்டனின் படைகள் ஐதிக்கிதூரானின் படைகளைத் தாக்க இருவருக்கும் போர் மூண்டது. இதற்கிடையே மகிழ்நன்னின் வீரர்கள் இருவரையும் தாக்கினர்.

இதற்கிடையில் கோட்டையினுளிருந்த அந்திவர்டனின் படைகளின் எரிகணைத் தாக்குதலால் ஐதிக்கிதூயானின் படைகள் பின் வாங்க நேரிட்டது. ஆனால் வடக்கு வாயிலிருந்து வெளிவந்த அந்திவர்டனின் மற்றுமோர் படை, தப்பிச் செல்லும் ஐதிக்கிதூயானைத் தாக்கியது.

மகிழ்நன்னின் இந்த ஏற்பாட்டின் முடிவில் ஐதிக்கிதூயானின் படை நிர்மூலமானது. அந்திவர்டனின் படையும் மிகுந்த இழப்பைச் சந்தித்தது. ஏறக்குறைய பாதிக்கும் மேல் படையை இழந்து நின்றான் அந்திவர்டன்.

இதில் மகிழ்நன்னின் இரண்டாயிரம் வீரர்களும் கூட வீரச் சொர்க்கம் அடைந்தனர்.

எஞ்சியிருந்த அந்திவர்டனின் படைகள், கோட்டைக்குள் சென்று அரணமைத்து காத்துக் கொண்டனர்.

இம்முறையும் தலைநகரம் அந்திவர்டனின் கையில் விழுந்தது.

இதற்கிடையில் நற்புகழ்மணியிடம் முருகையன் வந்து, ''நண்பா...!! எந்தியவு தேசம் அந்திவர்டனின் படைகளின் கட்டுப்பாட்டில் வந்துள்ள தாம் மற்றும் கிடையரையனும் அங்கு பாதுகாப்பாய் சென்று விட்டதாக தகவல் கிடைத்துள்ளது....!!'' என்றான்.

''முருகையா...!! நீ உடனே ஒரு கடற்படையுடன் சென்று அந்திவர்டனின் கடற்படையை அழித்துவிட்டு வா... மேலும் செல்வதற்கு முன் நமது கடலெல்லையில் காவலை அதிகரித்திவிட்டு செல்....!!'' என்றான் நற்புகழ்மணி.

இந்நேரத்தில் கணபதியும் நாடெங்குமிருந்த படை முகாம்களை பார்வையிட்டு, ஓர் பத்து லட்சம் வீரர்களை காந்தளூர் கோநகருக்கு அனுப்பி வைத்தான்.

அவ்வீரர்களின் ஒரு பகுதியை ஏற்றிக் கொண்டு, கணபதி நயக்கிதி தலைநகரின் கிழக்கு திசையை நோக்கி பல கலங்களின் புறப்பட்டான்.

நற்புகழ்மணியின் திட்டத்தின்படி, கதிரவனும் ஓர் படையுடன் கலத்திலேறி நயக்கிதியின் மேற்கு திசையை நோக்கிப் புறப்பட்டான்.

மூன்று நாட்களுக்கு பின் காலையில் ஆதவன் உதித்ததும், முருகையன் தலைமையிலான கடற்படை நயக்கிதி தலைநகரின் துறைமுகத்திலிருந்த போர் கலங்களுடன் கடற்போரில் ஈடுபட்டது.

இதனையும் எதிர்பார்த்திடாத அந்திவர்டனின் படைகள் கலக்கமடைந்தன. கலத்தில் இருந்த வீரர்கள் முடிந்த வரை போரிட்டு மடிந்தனர்.

போர் நடக்கும் பொழுதே கணபதி மகிழ்நன்னைச் சந்தித்து, நற்புகழ்மணி வகுத்த மாற்று திட்டத்தை எடுத்துக் கூறி நற்புகழ்மணியின் ஓலையையும் கொடுத்தான்.

''இதுவும் நல்லது தான். அவர்களின் கலங்களை அழித்துவிட்டால், பின் அந்திவர்டன் தரை வழியே தான் தப்பித்து செல்ல வேண்டும். அப்பொழுது நமது படைகளை எதிர்கொண்டு தான் ஆகவேண்டும்....!!''

என்றான் மகிழ்நன்.

இருவரும் பேசுகையில், கோட்டையில் போர் முரசு ஒலிக்கத் தொடங்கியது.

"இது என்ன... போர் முரசு ஒலிக்கிறது....?? அதுவும் கடற்ப-டையின் முரசு இல்லையே, தரைப் படையின் முரசு ஒலிக்கிறதே...?? யாருடன் போரிடப் போகிறார்கள்...??

நம்மை கண்டு விட்டார்களா என்ன...??

எதுவானாலும் சரி, எதற்கும் தயாராயிருங்கள்...!!" என்றான் மகிழ்-நன்.

அனைவரும் தயாராக இருந்தார்கள். ஆனால் அவர்கள் எதிர்பார்த்-தது நடந்தது, கோட்டையிலிருந்து வீரர்கள் வடக்கு வாயில் வழியே வெளிவந்தனர்.

ஆனால் வெளியில் வந்தவர்கள், உடனே மேற்கு நோக்கி நகர்ந்-தனர்.

இதனை அனைவரும் புரியாமல் பார்த்துக் கொண்டிருக்கையில் நந்-திதாவனியின் ஒற்றன் வந்து, "அரசி! மழிவந்தன படைகள் தலைநக-ரைத் தாக்குகின்றன...??" என்றான்.

அனைவருக்கும் இது மகிழ்ச்சியளித்தது. மேலும் ஒற்றன் வந்து, "அம்மா..! வடக்கு பதியில் சத்ருகணாந்தி என்ற செல்வந்தனின் தலை-மையில் ஆட்சி உருவாகியுள்ளதாக செய்திகள் கிடைத்துள்ளது மற்றும் அவன் நவி தேசத்து படைகளின் உதவியுடன், தங்களின் எல்லைகளில் பல அடுக்கு பாதுகாப்பு அரண்களை அமைத்து காத்து வருகின்-றனர்...!!" என்றான்.

"இது தான் மக்களாட்சி... ஒருவன் தன் வலிவை இழந்தால், எங்-கிருந்தோ வரும் எந்த தகுதியுமில்லாத ஒருவன்.... அதுவும் செல்வமோ ஆள்பலமோ...உள்ள ஒருவன் முளைத்து, தலைமை ஏற்கிறான்.

என்ன செய்வது நாடாள்வதற்கு என்று ஒரு தகுதி வேண்டும்....?? இம்மாதிரி செல்வந்தர்கள் கையில் விழுந்த தேசங்கள் தோறும் அடிக்கடி ஆட்சி கைமாறுவதும், போரில் தோல்வி அடைவதும் வழக்கமாகிவிட்-டது." என்றான் மகிழ்நன்.

இப்பொழுது புதிதாக தலைமை ஏற்றிருக்கும் சத்ருகணாந்தி ஐதிக்-கிதூரயானின் குடும்பத்தை வேரோடு கொன்றுவிட்டான் என்றும், அந்த

ஒற்றன் சொல்ல, "நயக்கிதி தேசத்தின் அடுத்த சத்ரு அவன் தான்...!!" என்று மகிழ்நன் கல கலவென் சிரித்தான்.

அவன் சிரிப்பு அங்கிருந்த யாருக்கும் மகிழ்ச்சியை அளிக்கவில்லை என்பது அவர்களின் முகத்தில் தெரிந்தது.

"சரி... நமது அடுத்த நடவடிக்கை என்ன...??" என்றாள் நந்தி-தாவனி.

"என்ன செய்வது... நாம் இவர்களின் கடற்படையை அழிக்க திட்-டம் தீட்டினால், இந்த மழிவந்தனத்து படைகள் வந்து நம் திட்டத்தை பாழாக்கிவிட்டார்களே. இன்று இவர்களின் போர் எங்கு முடிகிறது என்று பார்த்து தான், நமது அடுத்த நகர்வை முடிவெடுக்க முடியும்....!!" என்று அசட்டுதனமாகக் கூறினான் மகிழ்நன்.

போர் முரசு அடித்ததிலிருந்து மகிழ்நன்னின் செயல்கள் நந்திதா-வனிக்கு பிடிக்கவில்லை. சற்றே கோபத்துடன், "அரசே...!! நீங்கள் எங்களைக் காக்க வந்தீர்களா....? இல்லை, அழிக்க வந்தீர்களா...?? உங்களின் அனைத்து திட்டங்களும் தோல்வியில் தான் முடிகிறது...!!" என்று சீறினாள்.

நீங்கள் அந்திவர்டனின் ஆளா என்று கேட்டதும் அங்கிருந்த அனைவருக்கும் கோபம் பொங்கியது. அனைத்தையும் பார்த்த மகிழ்நன் அமைதியாய், "நந்திதாவனி...!! உனக்கு என் மேல் நம்பிக்கை இருந்-தால் என்னுடனிரு, இல்லை என்றால் இப்பொழுதே என்னை விட்டு சென்று தனித்து போரிடு. ஆனால் எனக்காக நாளை ஒரு நாள் மட்டும் என்னுடனிரு...!!" என்றான் மகிழ்நன்.

"நாளை ஒரு நாள் மட்டும் என்னுடனிரு" என்ற சொற்கள் நந்தி-தாவனியின் உள்ளக் கொந்தளிப்பை அணைத்து, சிவந்திருந்த கண்கள் வெண்மையானது.

"அரசே...!! நாங்கள் இப்பொழுது முழுதும் தங்களைத் தான் நம்பி-யுள்ளோம். எங்கள் தேசத்தைச் சுற்றிய அனைத்து தேசங்களும் பகைமை கொண்டு முற்றுகையிட்டிருக்கின்றனர்.

நயக்கிதி தேசம் எங்களின் தலைமையில் மீண்டு எழுந்தால் தான், மற்ற தேசங்களையும் காக்க முடியும். இல்லை என்றால், உலகமே செல்-வந்தர்களின் கையில் விழுந்து, மக்களை தங்களின் சுய லாபத்திற்கா-கவும் அதிகாரத்திற்காகவும் அடிமைகளாக்கி விடுவார்கள்...!!" என்று

குமுறினாள்.

அவள் தோளை பிடித்து, ''நந்திதாவனி...!! நான் உன்னை இன்னும் ஒருநாள் தான் காக்க வேண்டுகிறேன். நாளை ஆதவன் மறையும் வரை மட்டும் எனக்கு அவகாசம் கொடு. அதற்கு பிறகு நீ என்ன செய்ய நினைக்கிறாயோ... அதை செய்...!!'' என்றான் மகிழ்நன்.

''நந்தாவனி...!! நீ சென்று கொஞ்ச நேரம் தனிமையில் சிந்தித்து வா, அதுவரை நாங்கள் ஆலோசித்து விட்டு வருகிறோம்...!!'' என்றான். மகிழ்நன், கணபதி மற்றும் காந்தள் தேசத்தின் சில தளபதிகளு-டன் ஆலோசித்து பத்து வீரர்களை வெளியில் அனுப்பினான்.

ஆதவன் மறைந்துவிட்டான். அன்றைய போர் நின்று விட்டது. வீரர்கள் கோட்டைக்குள் செல்லாமல் கோட்டையின் வெளியிலேயே வடக்கு பகுதியில் முகாம்களை அமைத்துக் கொண்டிருந்தனர்.

நந்திதாவனி மகிழ்நன் அருகில் வந்து, ''அரசே...!! நம்மிடம் நாளை நண்பகலுக்கு மேல், நமது வீரர்களுக்கும் மக்களுக்கும் வேண்டிய உணவு பண்டங்கள் கிடையாது....!!'' என்றாள்.

''நானிருக்கும் வரை அதைப் பற்றிய கவலை வேண்டாம். கணபதி...!! நாளை நண்பகலில் அனைவருக்கும் வேண்டிய உணவு பண்டங்கள் கொண்டு வருவது உன் கடமை...!!'' என்றான். கணபதியும் புன்னகையுடன் விடைபெற்று, அருகில் ஓரிடத்தில் தன் வீரர்களுடன் ஆலோசனையில் இறங்கினான்.

அனைவரையும் அழைத்த மகிழ்நன், மறுநாள் காலை முடிவில் நமது அனைத்து படைகளும் தலைநகரின் வடக்குப் பகுதியைத் தாக்க வியூகம் வகுத்து தளபதிகளுக்கு தெளிவுபடுத்தினான்.

இரவு முழுவதும் தீப்பந்தங்களின் ஒளி இருந்தும், இருளாய் கழிந்தது நந்திதாவனிக்கு, சற்றே பதற்றமாகக் காணப்பட்டாள். இருப்பினும் அதனை வெளிக்காட்டிக் கொள்ளாமல் மக்களையும் வீரர்களையும் அணுகி, நல்ல முறையில் ஆறுதலாய் பேசினாள்.

காலை விடிந்ததும் வடக்கு பகுதியிலிருந்த அந்திவர்டனின் படை-கள், மேற்கு நோக்கி மழிவந்தன படைகளுடன் போர் புரிந்து கொண்டி-ருந்தது.

முன்றாம் சாமத்தில் மேற்கு பகுதியிலிருந்த மழிவந்தன படைகள் முற்றிலுமாக அழிந்தன, அந்திவர்டனின் படைகள் மேலும் மேற்கு

நோக்கி நகர்ந்தன.

அத்தருணத்தில் மகிழ்நன் தன் படைகளுடன் தலைநகரின் வடக்கு வாயிலைத் தாக்கினான் மற்றும் ஒரு பகுதி படையினரை மேற்கு நோக்கியும் நகர்ந்தினான்.

மேற்கு திசையில் வந்த அந்திவர்டனின் படைகளை, அங்கு கதிரவனின் தலைமையில் காத்திருந்த காந்தள் தேசத்துப் படைகள் தடுத்து போரிட்டனர்.

மகிழ்நன் தாக்கிய அதே சமயத்தில், மேற்கிலிருந்தும் கிழக்கிலுருந்தும் காந்தள் தேசத்துப் படைகள் நயக்கிதி தலைநகரைத் தாக்கின.

முத்திசைகளிலும் ஏற்பட்ட தாக்குதலை எதிர்பாராத அந்திவர்டன் மிகவும் அதிர்ந்து போய் நின்றான். என்ன செய்வது என்று தெரியாமல், தன் படைகள் அனைத்தையும் கோட்டைக்குள் பின் வாங்கச் செய்தான்.

காந்தள் தேசத்து வீரர்களின் வருகையை எதிர்பாராத நந்திதாவனி, மகிழ்நன்னின் வியூகத்தையும் திட்டத்தையும், புரிந்து கொள்ள முடியாமல் வியந்து திணறினாள்.

பின்வாங்கிய படைகள் முழுவதையும் கோட்டைக்குள் கொண்டு வந்து, அன்று இரவு முழுதும் கோட்டைக்குள்ளேயே அந்திவர்டன் இருந்தான். அடுத்து என்ன செய்வது என்று தன் தளபதிகளுடன் ஆலோசனையில் ஈடுபட்டுக் கொண்டிருந்தான்.

மறுநாள் விடிந்ததும், மகிழ்நன் பனையினர் கோட்டையின் வடக்கு வாயிலை மட்டும் கைப்பற்றி, தொடர்ந்து முன்னேறாமல் அதே இடத்திலே நின்றனர். நந்திதாவனிக்கு அவர் ஏன் மேலும் முன்னேறி கோட்டையைத் தாக்காமல், வாயிலில் காத்திருக்கிறார் என்று தெரியாமல் அமைதியாய் இருந்தாள்.

மாலை வரையிலுமே மகிழ்நன் படைகளைக் கோட்டை வாயிலிலேயே இருக்கச் செய்தான். ஆதவன் மறைந்து விட்டான். தலைநகரின் வெளிப்பகுதியும், கோட்டையின் வடக்குப் பகுதியும் மகிழ்நன் கையிலிருந்தது.

மேற்கிலுருந்தும் கிழக்கிலிருந்தும் வந்த காந்தள் தேசத்தின் படைகளின் இரண்டு படைப் பிரிவுகளைத் தன் படையோடு வடக்கில் இணைத்துக் கொண்டான்.

முதல் நாள் முதல் தன்னைவிட வலிமையாயுள்ள மகிழ்நன் ஏன் கோட்டையை தாக்காமல் வெளியிலே இருக்கிறான்....?? அவன் ஏதோ

ஒரு பெரிய திட்டத்துடன் தான் வந்துள்ளான் மற்றும் அவன் படைகளை வலிமைப்படுத்துகிறான் என்று இரவு முழுவதும் சிந்தித்த அந்திவர்டன், ஒவ்வொரு அரண்மனையின் சுரங்க வழியாகவும் வெளியேற முயற்சித்தான், அனைத்தும் பயனற்று போயின.

அந்திவர்டன் இறுதியாக சுரங்கத்தின் வழியே வெளியேற திட்டமிடுவான் என்று போர் நடக்கும் பொழுதே யூகித்த மகிழ்நன்னின் ஆட்கள், நந்திதாவனியின் உதவியுடன் கோட்டையின் அனைத்து சுரங்கங்களின் வெளிப்பகுதியையும் அடைத்திருந்தனர்.

அதனால் அந்திவர்டனுக்கு போர்க்களம் காணாமல் வெளியேற இருந்த வழிகளும் அடைப்பட்டது.

இனி போரிட்டு தான் வெளியேற முடியும் என்பதால், தன் அனைத்து படைகளையும் வடக்கு நோக்கி நகர்த்தி வைத்தான்.

காலை விடிந்ததும், கடற்படையுடன் துறைமுகத்தைக் கைப்பற்றி இருந்த முருகையன், தன் படைகளை துறைமுகத்தில் தரை இறக்கி மேலும் வரும் பெரும் படையை நகருக்குள் நுழைய வழி ஏற்படுத்தினான்.

முருகையன் ஏற்படுத்திய வழியே, நற்புகழ்மணி ஓர் பெரும் படையுடன் நயக்கிதி தலைநகரினுள் துறைமுகத்தின் வழியே புகுந்தான்.

இம்முறை துறைமுகத் தாக்குதலை எதிர்பார்த்திருந்த அந்திவர்டன், தன் திட்டத்தின் படியே படைகளை வடக்கு வாயிலை நோக்கி மகிழ்நன் படைகளை எதிர்த்தான்.

வடக்கில் போர் தொடங்கியதும், தெற்கிலிருந்து நற்புகழ்மணி தன் படைகளை முன்னேற்றினான். ஆனால் அதில் பயனில்லை, காரணம் அழிந்ததாக நினைத்த மழிவந்தன படைகள் அழியாமல் கோட்டையில் பாதுகாப்பாய் இருந்ததைக் கண்டு நற்புகழமணி மாற்று யுக்தி செய்ய வேண்டியதை உணர்ந்தான்.

மழிவந்தன படைகள் இவர்களை தாக்க முன்வரவில்லை. மாறாக, இவர்களை முன்னேறாமல் தடுத்து நிறுத்தும் பணியைத் தான் செய்து கொண்டிருந்தன.

மழிவந்தனப் படைகள் தங்களுடன் போரிட முன்வராததால், நற்புகழ்மணியும் மேலும் முன்னேறாமல் நின்று, வட திசையிலிருக்கும் தன் தலைமையனையும், மேற்கு திசையில் கதிரவனையும், கிழக்கு திசையிலிருக்கும் கணபதியையும் முன்னேறாமல் தங்களின் படைகளை இருக்-

கும் இடத்திலேயே நிறுத்தி வைத்து, அன்று இரவு காத்திருந்து மறுநாள் காலை விடிந்ததும் அனைவரும் ஒன்றாக.... ஒரே நேரத்தில்.... நான்கு திசையிலும் தாக்க வியூகம் அமைத்து ஓலை அனுப்பினான்.

நள்ளிரவு நேரத்தில், வீரர்களும் தளபதிகளும் உறங்கும் தருணத்தில் எதிர்பாராத விதமாய் அந்திவர்டனின் ஆட்கள், தென்கிழக்கு திசை அரணைத் தாக்கினர்.

இரவில் போரிடுதல் போரியல் மரபில்லை என்பதை அறிந்தும், அந்திவர்டன் தான் தப்பிக்க வேண்டி மரபை மீறி, ஆதவன் மறைந்த ஆறாம் சாமத்தின் இருளை பயன்படுத்தி தாக்குதலை மேற்கொண்டான்.

இத்தாக்குதலை எதிர்பார்த்திடாத நற்புகழ்மணி மற்றும் கணபதி தங்களின் படைகளைத் தென்கிழக்கு திசையில் நகர்த்தி தாக்க முனைந்தனர்.

ஆனால் படை நகர்வு பயனில்லை, ஏனெனில் இப்பொழுது அந்திவர்டனின் படைகள் எரி கற்களை நான்கு திசையிலும் எய்து கொண்டிருந்தன.

எரி கற்கள் படையினர் முகாமிட்டிருந்த கூடாரங்களின் மேல் வந்து விழ, கூடாரங்கள் தீப்பிடித்து எரியத் தொடங்கின. அதன் அருகிலிருக்கும் கூடாரங்களும் தீப்பிடிக்கத் தொடங்கின.

அதிகமான வீரர்கள் தீயில் எரிந்து சாம்பலாயினர், இதனைக் கண்டு பொறுத்துக் கொள்ள முடியாமல், மற்ற வீரர்கள் அவர்களின் மீது பதில் தாக்குதல் நடத்தினர்.

தமது வீரர்களின் பதில் தாக்குதலை நிறுத்த, மகிழ்நன் படையின் போர் நிறுத்த முரசு பலமாக ஒலித்தன. அதே நேரத்தில் நற்புகழ்மணியின் படையும் போர் நிறுத்த முரசை ஒலித்தது. அதன் பின் கிழக்கு மற்றும் மேற்கிலிருந்த கதிரவன் மற்றும் கணபதியும் போரை நிறுத்த முரசை ஒலித்தனர்.

முரசு ஒலி நின்றதும், அனைவரும் தகுந்த இடம் பார்த்து மறைந்து கொண்டனர். இந்த எரி கற்கள் நான்கு திசையில் பறந்ததை, நயக்கிதி துறைமுகத்தின் கடல் எல்லையில் அதிநவின தொழில்நுடபத்தால் உருவான கடற்படைக் கலத்திலிருந்த படியே.... நயக்கிதி தலைநகரில் ஏதோ வான வேடிக்கை நடப்பது போல் எரிகற்கள் வானை அழகுபடுத்தி அங்குமிங்குமாக சீறிப் பாய்ந்ததைப் பார்த்து வியந்து கொண்டிருந்தான் முருகையன்.

எரிகற்கள் வானில் பாய்ந்ததை கண்ட முருகையன், கலத்திலே நின்-றபடி தன் படையினரை அரண்களை அமைத்து விழிப்புடன் செயல்படக் கட்டளையிட்டான்.

"அந்திவர்டன் போர் மரபை மீறிப் போரிடுகிறான். அதனால் அவன் கடல் வழியாக தப்பிக்க ஏதேனும் திட்டம் தீட்டி இருக்கலாம். அதற்கு நாம் ஒரு பொழுதும் அனுமதிக்க கூடாது....!!" என்று தனது காவற் படகுகளைக் கலத்திலிருந்து கடலில் இறக்கி, சில வீரர்கள் மூலமாக ஆழமில்லாத பகுதிகளில் அந்த சிறிய படகை வைத்து, வேவு பார்க்க-வும் ஏற்பாடு செய்தான்.

இவ்வளவு நேரமாக விழுந்த எரிகற்களுடன், இப்பொழுது எண்ணெய் பந்துகளும் அதனைத் தொடர்ந்து தீ ஏந்திய அம்புகளும் வானிலிருந்து விழுந்தன.

பதுங்கி இருந்த வீரர்களின் பதுங்கு குழியிலும், பதுங்கிய வீடு மண்-டபம் மற்றும் சிறிய மாளிகைகளின் உள்ளும் இப்பொழுது வீசிய எண்-ணெய் பந்துகள் தரையில் மோதி, பதுங்கிய இடத்தின் வெளியிலும் உள்-ளேயும் வந்து விழுந்து தெளித்துப் படர்ந்தன.

சிதறிய எண்ணெயையைத் தொடர்ந்து தீ அம்புகள் அதில் விழுந்த-தும், கோட்டையே எரியத் தொடங்கியது. இம்முறை செய்த தாக்குதலி-லும் நிறைய வீரர்கள் மடிந்து விழுந்தனர்.

நயக்கிதி கோட்டையே இப்பொழுது எரிமலையாய் காட்சியளித்தது. இதனை கடலில் தன் கலத்திலிருந்து பார்த்த முருகையன், அந்திவர்டன் எண்ணெய் பந்துகளைப் பயன்படுத்துவதை அறிந்து, அதனைத் தடுக்க வேறுவழியை யோசித்தான்.

உடனே தன் தளபதிகளை அழைத்து, உடனடியாக பெரிய பெரிய பந்துகளைச் செய்து அதில் கடல் நீரையும் சிறிதளவு கடற்கரை மண்-ணையும் சேர்த்து, நமது படைகளிருக்கும் இடத்தில் எரியும் நெருப்பின் மீது துள்ளியமாக வீசக் கட்டளையிட்டான் மற்றும் அதிக பந்துகளில் கடற்கரை மண்ணை மட்டுமே நிரப்பியும் வீசக் கட்டளையிட்டான்.

கலத்திருந்து சில வீரர்கள் மணல் பந்துகளை வீசினர், அதே போல் கலத்திலிருந்தபடி நீர் பந்துகளையும் கோட்டையில் எரியும் பகுதிகளில் வீசத் தொடங்கினர்.

எண்ணெய் பந்துகள் வந்து விழுந்து இடங்களில் அதனை விட பெரிய பந்துகளும் வந்து விழுந்து பதுங்கிய இடங்களின் மேல் தெளித்-தது. ஆனால் இரண்டாவதாக விழுந்த பெரிய பந்துகளின் திரவம் எண்-ணெய் போல் வழ வழவென்று இல்லமல் சற்று நீரும் மணலும் கலந்து நர நரவென இருந்தது.

மேலும் மேலும் அந்திவர்டனின் எண்ணெய் பந்துகள் விழ, அதனைவிட அதிக அளவில் வந்து விழுந்தது அப்பெரிய நீர் மற்றும் மணல் பந்துகள். எண்ணெய் பந்துகள் விழுந்து இடத்தில் எரிந்த நெருப்பு, முருகையனின் நீர் மற்றும் மணல் பந்துகளால் பிசுபிசுவென எரிந்து அணைந்தன.

"ஆம்....!! இது நமது கடற்படையின் வேலை தான். முருகப் பெரு-மானின் உருவில் நம் முருகையனின் வீரர்கள் தான், நம்மை காத்துக் கொண்டிருக்கிறார்கள்....!!" என்று வீரர்களும் மகிழ்நன், நற்புகழ்மணி, கதிரவன், கணபதி என அனைவரும் அறிந்து உள்ளம் மகிழ்ந்தனர்.

அதன் பின் கோட்டையின் நடுப்பகுதியில், அதாவது அந்திவர்டன் இருக்கும் இடத்திலும், முருகையன் தன் பெரிய நீர் மற்றும் மணல் பந்-துகளை விசத் தொடங்கினான்.

முருகையனின் நீர் மற்றும் மணல் பந்துகளால், அந்திவர்டனின் எண்ணெய் சேமிப்பில் கடல் நீரும் கடல் மண்ணும் கலந்து, அவன் திட்டத்தை மேலும் செயல்படுத்த முடியாமல் போயின.

அந்திவர்டனிடமிருந்து அடுத்த தாக்குதல் வராததால், முருகையன் தன் ஆட்களை அமைதி காக்கவும் பதுங்கிய கலத்தில் ஏறி ஆழ்கட-லுக்கு சென்று காக்கவும் கட்டளையிட்டான்.

அவன் எதிர்பார்த்தது போல், கடற்கரைப் பகுதியை நோக்கி நிறைய அம்புகள் பாய்ந்தன. ஆனால் இதைப் பார்த்த முருகையனும் அவன் வீரர்களும் வானிலிருந்து பொழியும் அம்புகளைக் கண்டு தங்களின் கலத்தில் இருந்தபடி சிரித்தனர்.

மறுநாள் காலை விடிந்தது. ஆதவன் வழக்கம் போல், தன் செங்க-திரால் வானை பொன் வர்ணத்தால் நிரப்பியபடி உதித்தான்.

ஆதவன் உதித்த அடுத்த வினாடியில், நான்கு திசையிலிருந்தும் அந்திவர்டனின் படைகளைத் தாக்கினர். ஆனால் இம்முறை அம்புக-ளைப் பயன்படுத்தாமல் தாக்கினர்.

அம்புகளைப் பயன்படுத்தினால், எதிர் திசையில் முன்னேறி வரும் தங்களின் வீரர்களின் மீது பாய்ந்து மடிய நேரிடும் என்பதால், அம்புக-ளைப் பயன்படுத்தாமல் ஈட்டியும், வேலும், வாளும் மட்டுமே பயன்படுத்தி முன்னேறினர்.

காலை நான்காம் சாமம் வரை உக்கிரமாக போர் நடந்தது. அனைத்து படைகளும் ஒரிடத்தில் சந்திக்க நேரிட்டது. இப்பொழுது கிழக்கில் தன் தம்பி நற்புகழ்மணியையும், மேற்கில் கணபதி மற்றும் கதி-ரவனையும் மகிழ்நன் கண்டதும், போர் முடிவை நெருங்கியதை உணர்ந்-தான்.

இப்பொழுது போர் முடிவுக்கு வந்து விட்டது. அந்திவர்டனின் படை-கள் அனைத்தும் நான்கு திசையிலிருந்து வந்த படைகளுடனும் மோதி அழிந்தது.

அந்திவர்டன் மட்டும் தன் சிறிய அந்தரங்கப் படையுடன் நிராயுத-பாணியாக என்ன செய்வது என்று தெரியாமல் நடுவில் நின்றான்.

விசுவாசமிக்க அந்திவர்டனின் அந்தரங்கப் படையினர் தங்களை சூழ்ந்திருந்த மகிழ்நன், கதிரவன், கணபதி மற்றும் நற்புகழ்மணியுடன் போரிட முன் வந்தனர்.

அவர்கள் முன் வரவும் நால்வரின் பின்னால் காந்தள் தேசத்து படைகளுடன் பதுங்கி இருந்த ஐம்பதுக்கும் மேற்பட்ட வீரர்கள், வந்த வீரர்களின் தலையை அனைவருமாக.... ஒரே நேரத்தில் துண்டித்து, கால்களையும் வெட்டி அனைவரையும் கொன்று குவித்தனர்.

இதற்கிடையில் கோபமுற்ற அந்திவர்டன், மகிழ்நன்னால் தான் அவனுக்கு இந்நிலை என்று அவனை நோக்கி தன் வாளை வீச ஓங்கிய பொழுது, மகிழ்நன் பின்னாலிருந்த நந்திதாவனி தன் வாளை அந்திவர்-டனின் மார்பை நோக்கி வீசினாள்.

அந்திவர்டனின் மார்பை நோக்கி வந்த நந்திதாவனியின் வாள், அவன் மார்பைப் பதம் பார்த்தது. அதே நேரம், அந்திவர்டன் வீசிய வாள் குறி தவறி மகிழ்நன் முகத்தருகே சென்று, மகிழ்நன்னின் வேடத்-தைக் கலைத்தது.

காலம் கனிந்து, வேடம் கலைந்ததும் காந்தள் தேசத்து வீரர்களுக்கு மகிழ்நன்னின் முகம் ஒளிர்ந்தது.

மகிழ்நன்னின் முகத்தைக் கண்டவுடன் வீரர்கள் மகிழ்ச்சியில் தங்-களின் வாட்களையும், ஈட்டியையும், வேலையும் வானை நோக்கி

உயர்த்த....

அதே நேரத்தில் நந்திதாவனி தன் வாளாலேயே தன் தேசத்தின் சத்-ருவை அழித்து, தன் முன்னோர்கள் நிலைநாட்டிய செங்கோலை காத்-திட்டாள் என்று அவள் வீரர்களும் தங்களின் வாளை உயர்த்த....

மகிழ்நன் தான் தங்களை தலைமை ஏற்று வந்தார் என்பதை அது-வரை அறிந்திடாத காந்தள் வீரர்கள் மனம் மகிழ....

"மாமன்னர் மகிழ்நன் வாழ்க!

காந்தள் தேசத்து நயக்கிதியின் நாயகன் வாழ்க!

முடியாட்சியின் வேந்தே வாழ்க!

பெண் புலி நந்திதாவனி வாழ்க!

இளவரசி நந்திதாவனி வாழ்க!

மாமன்னர் நற்புகழ்மணி வாழ்க!

தளபதி கதிரவன் வாழ்க!

தளபதி கணபதி வாழ்க!

முருகப் பெருமானாய் வந்திட்ட தளபதி முருகையன் வாழ்க!"

என இரு தேசத்து வீரர்களும் முழக்கமிட பல கோஷங்கள் எழுந்தன.

வீரர்களின் உற்சாகத்தைக் கண்ட மகிழ்நன், தானும் அவர்களுடன் பங்கேற்க தன் வாளை உயர்த்தி காட்டினான். அதனைத் தொடர்ந்து நற்புகழ்மணியும் தன் வாளை உயர்த்தினான்.

இருவரையும் தொடர்ந்து கதிரவன், கணபதி மற்றும் அங்கு வந்த முருகையனும் தங்களின் வாளை உயர்த்திப் பிடித்தனர்.

நந்திதாவனி மகிழ்ச்சியாக மகிழ்நன்னைப் பார்த்து, தன் இரு கரங்-களால் நன்றி தெரிவிக்கும் பாவனையில் வணங்கினாள்.

அதனைக் கண்ட நற்புகழ்மணி, "அண்ணியாரே....!! தாங்கள் தான் இப்போரின் தலைவி. அதனால் தாங்களும் இந்த மகிழ்ச்சியைக் கொண்-டாட வேண்டுகிறேன்....!!" என்றான்.

உடனே அந்திவர்டனின் உடலில் இருந்த தன் வாளை எடுத்து வானை நோக்கி உயர்த்தி,

"வாழ்க காந்தள் தேசம்!

வாழ்க நயக்கிதி தேசம்!" என்று முழங்கினாள்.

அவளைத் தொடர்ந்து மீண்டும் அங்கிருந்த வீரர்கள்,

"வாழ்க வீரமங்கை!

வாழ்க நயக்கிதியின் மகாராணி!

வாழ்க இளவரசி நந்திதாவனி!" என்று கோஷித்தனர்

வீரர்களை நோக்கி நற்புகழ்மணி, "எம் வீரர்களே...!! உங்களுக்கு எமது வாழ்த்துக்கள் மற்றும் இந்த கொடும் போரால் பொலிவிழந்திருக்-கும் இந்நகரை நாம் அனைவரும் மீண்டும் ஒன்றிணைந்து ஒழுங்குப-டுத்த வேண்டும்....!!" என்றான்.

உடனே வீரரகள் தங்களின் குழுக்களில் இணைந்து வரிசையில் நின்று அடுத்த பணியைத் தொடங்க தங்களின் கட்டளைக்குக் காத்தி-ருக்கும் பாவனையில் நின்றனர்.

கதிரவனும் கணபதியும் ஒழுங்கு செய்ய வேண்டியதை நயக்கிதி தளபதிகளுடன் இணைந்து பணியாற்றத் தொடங்கினர்.

மகிழ்நன்னும் நற்புகழ்மணியுமாக படைகளை ஒழுங்குபடுத்தி, நயக்-கிதியின் எல்லைகளை பாதுகாக்க உத்தரவிட்டனர். அதிலும் காந்தள் தேசத்து எட்டு சேனைகளை மட்டும், எல்லைப் பாதுக்காப்புக்காக எட்டு திசையிலும் அனுப்பி மற்ற படையினரை தலைநகரிலேயே வைத்துக் கொண்டான்.

மகிழ்நன் கோட்டையையும், அரண்மனையையும் சுத்தம் செய்து முடிசூட்ட வேண்டிய அனைத்து ஏற்பாடுகளையும் தானே முன்னின்று செய்தான்.

இதற்கிடையில் கீழ்முனைப்பாடியிலிருந்து கலத்தில் வந்திருந்த எழி-லரசி மற்றும் பெண்மணிகளையும், ஏகாம்பரத்தாரையும் நந்திதாவனிக்கு அறிமுகப்படுத்தினான் மகிழ்நன்.

பின் எழிலரசியிடம், நந்திதாவனியை ஓர் அரசியாக அலங்கரிக்க நற்புகழ்மணி அவள் காதருகே சொல்ல... அவளும் அவள் தங்கைக-ளுமாக நந்திதாவனியைப் போர்களத்தில் இருந்து மாளிகைக்கு அழைத்-துச் சென்றனர்.

மாலைக்குள் நயக்கிதி தேசமே விழாக்கோலம் பூண்டிருந்தது. போரால் தலைநகரை விட்டு வெளியேறிய மக்கள் அனைவரும் தலை-நகரை வந்தடைந்து, தங்களின் வீடுகளை சீரமைத்தும் மற்றும் சிலர் வீதிகளையும் சீரமைக்கும் பணிகளைச் செய்தனர்.

தலைநகர் எங்கும் வாகைப் பூவால் தோரணம் கட்டி அழகுபடுத்தி-
னர். மேலும் சிலர் ஆவாரம்பூ, மாம்பூ, மா மற்றும் வேம்பு இலைகளால்
தோரணம் கட்டியும், போரால் எங்கும் குருதியாயிருந்ததால் அனைத்-
தையும் சுத்தம் செய்து மஞ்சள் மற்றும் மாட்டு சாணம் தெளித்து வீதி-
களைத் தூய்மைப்படுத்தினர்.

மாலையில் மகிழ்நன் படைகளை ஒழுங்கு செய்தபின், அரண்-
மனையை அடைந்தான்.

காலையில் போர்களமாயிருந்த தலைநகரமும் கோட்டை அரண்-
மனைகளும், இப்பொழுது விழாக்கோலத்துடன் காட்சியளித்தது
அவனுக்கு மிக்க மகிழ்ச்சியாக இருந்தது. அக்காட்சிகள் சற்று மனதிற்கு
ஆறுதலாய் மகிழ்ச்சியாக இருந்தாலும் நற்புகழ்மணியிடம், "தம்பி...!!
இவ்வளவு அலங்காரம் செய்திருக்க வேண்டியதில்லையே...?? முதலில்
நான் காந்தளூர் கோநகருக்கு வந்து உனக்கு முடிசூடிய பிறகு, நிறைய
திட்டங்களை வகுத்துள்ளேன்...." என்று இழுத்தபடி நிறுத்தினான்
மகிழ்நன்.

அவன் மேலும் பேசாமல் நின்றதற்குக்கான காரணம், அவன் முன்
தோன்றிய காட்சி தான். ஆம்... தேவலோக அழகிகள் பொறாமை
கொள்ளும் அழகுடன் அவன் முன் நந்திதாவனி வந்து நின்றதும்....
பேசிக் கொண்டிருந்தவன் பேச்சை இழந்து கோயிலில் இருக்கும் கற்-
சிலை போல மாறி நின்றான் அவளின் அலங்காரம் கண்டு.

"அண்ணா! அண்ணா!" என்றான் நற்புகழ்மணி, எந்த பதிலு-
மில்லை. மீண்டும் மகிழ்நன் உடலை உலுக்கி, "அண்ணா!" என்று
உரக்கக் கத்தினான்.

"தம்பி...!! என்னை அழைத்தாயா...??" என்றான் மகிழ்நன்.

"சரி தான்...!!" என்றபடியே நற்புகழ்மணி, எழிலரசி, இலக்கியா,
கணபதி, முருகையன், கதிரவன் மற்றும் ஏகாம்பரத்தார் உட்பட அனை-
வரும் கல கலவென சிரிக்க... இலக்கியா மட்டும், "வீராதிவீரர் மகிழ்-
நன் அவர்களின் மூளை சற்று கலங்கி, கண்பார்வையும் செவிகளும்
செயலிழந்து விட்டதா.... அரசே....??" என்று மகிழ்நன் முன் வந்து,
அவன் முகத்தைப் பார்த்து.... தன் முகத்தை சிறு பிள்ளையைப் போல
அப்பாவியாய் வைத்துக் கொண்டு கேட்டாள்.

மகிழ்நன்னுக்கு கோபம் வந்து, "அடேய் தம்பி...!! இது எல்லாம் உன் வேலை தானா...??" என்றான் செல்லமாக அவனை அதட்டி, "இந்த வாயாடி கூட என்னைப் பரிகாசம் செய்யும் அளவிற்கு என் நிலை மாறிவிட்டதே....??" என்று செல்லமாக இலக்கியாவின் காதைப் பிடித்து திருகினான் மகிழ்நன்.

இலக்கியா தன் இடையில் வைத்திருந்த சிறிய கத்தியை மகிழ்நன்னிடம் காண்பித்து, "என்னை விட்டு விடுங்கள். இல்லை என்றால் உங்கள் உயிர், என் கையில். நான் அந்திவர்டனின் ஆள்...!!" என்றாள்.

இலக்கியாவின் செயலைக் கண்டு, அங்கிருந்த அனைவரும் கல கலவென சிரிக்க.... அவர்களின் நகைப்பால் நந்திதாவனியும் நாணத்தால் குனிந்த தலை நிமிராமல் சிரித்தாள்.

நற்புகழ்மணியோ, "அண்ணா....!! நாம் அனைவரும் ஒன்றாக உணவு அருந்தி வெகு காலமாகிறது, வாருங்கள்...!!" என்றான்.

அன்று இரவு அனைவரும் ஒன்றாக உணவருந்தி முடித்து, நன்றாக மற்றும் நிம்மதியாக உறங்கினர்.

மறுநாள் நயக்கிதி தேசத்தின் மகாராணியாக நந்திதாவனிக்கு முடி சூட்ட, அரண்மனை மாடத்தில் அனைவரும் கூடி இருந்தனர். மக்கள், கூட்டம் கூட்டமாக அலைகடல் போல் கோட்டையிலும் அரண்மனை வாயிலிலும் அலைமோதி நின்றனர்.

நயக்கிதி தேசத்தின் மணிமுடியை நயக்கிதியின் முன்னால் முதல் மந்திரி கையில் எடுத்து நந்திதாவனிக்கு சூட்ட வந்த போது நந்திதாவனி குறுக்கிட்டு, "ஐயா...!! என்னை மணக்க போகும் அரசரையே... நயக்-கிதியின் மன்னராக முடி சூட்ட வேண்டுகிறேன்...!!" என்றாள்.

மகிழ்நன் முன்வந்து, "நந்திதாவனி...!! எனக்கும் சில தேசங்கள் காத்திருக்கின்றன மேலும் இந்த முடியை ஒருவேளை நான் சூடிக் கொண்டால், நீ இத்தனை காலமாய் பாடுபட்டு அனுபவித்த சோதனை-களுக்கும், உன் அயராத உழைப்பாலும் பொறுமையாலும் காத்திருந்து கிடைத்த இவ்வெற்றி எல்லாம் பயனற்றதாகிவிடும்...!!" என்றான்.

"நான் உனக்காகவும் உன் அன்பை அடையவுமே உன்னுடன் இணைந்து போரிட்டேன். ஆனால் இப்பொழுது இம்முடியை நான் சூட்-டிக் கொண்டால், இத்தேசத்தின் மன்னனாக நானே முடி சூட்டிக் கொள்-ளவே போரிட்டேன் என்று சிலர் பறப்புரையாற்றி, மன்னராட்சிக்கு எதி-

ராக மீண்டும் புரட்சி செய்வார்கள்.

அது என் வீரத்திற்கும் அழகு இல்லை, உனக்கும் இத்தேசத்திற்கும் கூட நல்லதல்ல. நான் உன்னை மணந்த பின் நமக்கு பிறக்கும் மகன், முழு உரிமையோடு இத்தேசத்தின் மன்னாவானே... அது தான் தர்மம்...!!" என்றான் மகிழ்நன்.

ஆனந்த கண்ணீருடன் மகிழ்ச்சியாக மகிழ்நன் காலில் விழுந்து ஆசிபெற்று, நயக்கிதியின் மணிமுடியைச் தன் சூடிக் கொண்டாள் நந்திதாவனி. உடனே மக்கள் கூட்டம்,

"நாயக்கிதி தேசத்தின் நாயகி வாழ்க!

எங்கள் அரசி வாழ்க!

நயக்கிதி நாயகன் மகிழ்நன் வாழ்க!

காந்தள் தேசத்து மாமன்னர் நற்புகழ்மணி வாழ்க!

காந்தள் தேசத்து வீராதி வீரர்கள் வாழ்க!

மன்னராட்சி வாழ்க!" என்று பல கோஷங்களை எழுப்பின.

அரசவையை கூட்டி ஏகாம்பரத்தாருடன் சேர்ந்து, நயக்கிதியின் முதன் மந்திரி இணைந்து இத்தனை காலமாய் சீரழிந்த தேசத்தை மீட்க வேண்டிய திட்டத்தை வகுத்தனர்.

அடுத்த மூன்றாம் நாளில் காந்தளூர் கோநகரில், காந்தள் தேசத்து அரசனாக நற்புகழ்மணிக்கு முடிசூடி... மகிழ்நன் நந்திதாவனிக்கு திருமணம் நடந்தது.

தன் அண்ணன் திருமணத்தன்று தான், தான் காந்தள் தேசத்தின் அரசனாக முடி சூட்டிக் கொள்வேன் என்று நற்புகழ்மணி பிடிவாதம் பிடித்ததால், மகிழ்நன் அன்றைய தினமே நந்திதாவனியை திருமணம் செய்து கொண்டான்.

அவர்களின் திருமணம் முடிந்து ஐந்து திங்களுக்கு பிறகு, நற்புகழ்மணியின் திருமணமும், அதனைத் தொடர்ந்து கதிரவன் முருகையன் கணபதியின் திருமணங்களும் செம்மையாக நடைபெற்றது.

நந்திதாவனி தனது சிறிய தந்தை மகளை கணபதிக்கு மணமுடித்து வைத்தாள்.

மகிழ்நன் நயக்கிதியின் விசேட தளபதியாகப் பொறுப்பேற்று, ஓர் தனிப் படையமைத்து... நயக்கிதியின் வடக்கு பகுதியை ஓர் ஆண்டிற்குள் போரிட்டு முழுமையாக மீட்டெடுத்தான்.

மீட்டெடுத்து ஒரு திங்கள் அங்கேயே இருந்து நிலைமை சீரானதும், காந்தள் தேசம் சென்று மீண்டும் பெரும் படை ஒன்றைத் திரட்டினாள்.

காந்தள் தேசத்து படைகளுடன், நயக்கிதி படைகளையும் ஒன்றிணைத்து எந்தியவு தேசத்தின் மீது போர் தொடுத்து, எந்தியவு தேசத்தை மீட்டு அங்கே மன்னனாக முடி சூட்டிக் கொண்டான்.

எந்தியவு தேசத்தில் தஞ்சம் புகுந்திருந்த கிடையரையன், எந்தியவு தேசத்துடனான இப்போரில் மாண்டான்.

எந்தியவு தேசத்தின் செங்கோலை ஏந்திய நாள் முதல், தேசத்தை செம்மையாக நீதி தவறாத ஆட்சி புரிந்தான் மகிழ்நன். அனைத்து மக்களுக்கும் குறிப்பிட்ட அளவு விளை நிலங்களை வரியின்றி கொடுத்தான். தேசத்தில் வீடு, நிலமின்றி யாருமில்லை என்ற நிலையை ஏற்படுத்தினான்.

மக்களாட்சியைக் கடைபிடித்த செல்வந்தர்களின் இலவசக் கொள்கைகளை முற்றிலுமாக அகற்றி இலவசம் என்ற சொல்லே தன் ஆட்சியில் கிடையாது என்றான். அனைத்து மக்களுக்கும் அடிப்படை தேவையான வீடும் விளை நிலமும் கொடுத்த பின், அவர்கள் தங்களின் மற்ற தேவைகளை நிலத்தில் உழைத்து தான் பெற்றுக் கொள்ள வேண்டும் என்ற நிலையை ஏற்படுத்தினான்.

அது மட்டுமின்றி... யாரும் தங்களின் நிலத்தை மற்றவருக்கு தானமாகவோ... பொற்காசுகளுக்காகவோ மாற்றம் செய்ய முடியாத படி, அரசாணை ஒன்றையும் இயற்றினான். அதன்படி ஒருவர் தன் செலவிற்கு பணம் வேண்டுமென்றால், மன்னரின் விசேட அமைச்சரின் அனுமதியுடன் அரசுக்குத் தான் அவர்களின் நிலத்தை விற்க முடியுமே தவிர, மற்ற யாருக்கும் விற்க முடியாது.

மகிழ்நன் திட்டம் தேச மக்கள் யாரும் வீடும் நிலமுமின்றி வாழ வகை செய்வதேயாகும் மற்றும் அவற்றால் அவர்களின் அடிப்படை தேவைகளும் நிறைவேற்றிக் கொள்ளும் நிலையை அவர்களே செய்ய முடியுமென்பதும் தான்.

இத்திட்டம் எந்தியவு தேசத்தின் மக்களிடம் அமோக வரவேற்பைப் பெற்றுத் தந்தது மேலும் மக்களுக்கும் மகிழ்நன் ஆட்சி மீதும் அதீத மதிப்பையும் நம்பிக்கையையும் உண்டாக்கியது.

மக்களுக்கு செய்தது போல்... காந்தள் தேசத்திற்கு நயக்கிதி தேசத்திற்கும் போருக்கு வேண்டிய படைகளையும் உணவு மருத்துவ மற்றும்

தடவாளங்களை அளித்து, எந்தியவு தேசத்தை மீட்க உதவியதற்கு நன்-றியாக ஒரு பெரும் தொகையை மானியமாக மக்கள் முன்னிலையில் அளித்தான்.

மூன்றாண்டுகள் கழித்து, மகிழ்நன் மழிவந்தன ஆளுநர் தர்மேந்தி-ரனுக்கு ஓலை ஒன்றை அனுப்பினான். அதே சமயத்தில் அவ்வோலை-யின் பிரதிகளை மற்ற அண்டை நாடுகளான ஐநாயூ, நவி, ஆயூத்ன மற்றும் ஒச்சீரீ தேசங்களின் ஆளுநர்களுக்கும் அனுப்பினான்.

மகிழ்நன்னின் ஓலையில் தர்மேந்திரனின் சர்வாதிகார ஆட்சியில் மக்கள் வதைக்கப்படுவதாகவும், அடிமைகளாய் விற்கப்படுவதும் சமுதா-யத்தில் மக்களுக்கு தகுந்த மதிப்பளிக்காததையும் எதிர்த்து, தன் தலை-மையில் அடுத்த அமாவாசையன்று போர் தொடங்க உள்ளதாகவும் தெரிவிக்கப்பட்டது.

மேலும் அப்போரில் யாரேனும் மழிவந்தன தேசத்துப் படைகளுடன் இணைந்தால், போர் அத்தேசங்களின் மீதும்.... என்று முடிக்கப்பட்டி-ருந்தது.

இந்த ஓலையின் உட்கருத்தை அறிந்த வடக்கிலிருந்த அனைத்து தேசத்தாரும், தர்மேந்திரனை ஆதரிக்க தொடங்கினர்.

மகிழ்நன் மிகக் குறுகிய காலத்தில் வேகமாக வளர்ந்து வருவதாக-வும், அவன் மேலும் வளர்ந்தால் இவ்வுலகிற்கே ஆபத்து என்றும், செல்-வந்தர்களும் வணிகர்களும் இனி வாழ முடியாமல் போகுமென்றும் அந்த நான்கு தேசத்தாரும் முடிவெடுத்து, மறைமுகமாகத் தங்களின் படை-களை மழிவந்தன படைகளுடன் இணைத்தனர்.

போருக்காக மகிழ்நன் தலைமையில் மழிவந்தனத்தை நோக்கி காந்-தள் எந்தியவு மற்றும் நயக்கிதி தேசத்து ஒன்றிணைந்த மாபெரும் படையுடன் சென்று போரிட, வழக்கம் போல் நற்புகழ்மணி, கதிரவன், முருகையன் மற்றும் கணபதியுடன் எந்தியவு தேசத்தில் ஆலோசனைக் கூட்டத்தை கூட்டி திட்டங்கள் தீட்டப்பட்டது.

மகிழ்நனின் பாணியில் எதிரியின் தலைநகரத்தை நோக்கி ஒருபுறம் படைகளை நிறுத்தினான் மற்றும் ஓலையில் கூறியது போல அமாவா-சையன்று நயக்கிதி தேசத்தின் தென் மேற்கு எல்லையிலும் படைகளை நிறுத்தினான்.

அதே போல் அங்காங்கு சிறு சிறு படைகளைப் பிரித்து, நயக்கிதி மழிவந்தன மற்றும் எந்தியவு தேசங்களின் வடக்கு எல்லையில் நிறுத்தி

வைத்திருந்தான்.

அமாவாசை காலையில் போர் தொடங்கியது. ஆனால் தர்மேந்திரன் எதிர்பார்த்தது போல தென் மேற்கு எல்லையில் தொடங்கவில்லை. மாறாக மழிவந்தனத்தின் வடக்கு திசையை மகிழ்நன் படைகள் தாக்கினர். இத்தாக்குதலை தர்மேந்திரன் சற்றும் எதிர்பார்க்கவில்லை.

தர்மேந்திரன் தன் படைகளை கிழக்கு திசையை நோக்கி, முன்னொரு முறை செய்தது போல நயக்கிதியின் தலைநகரை நோக்கிய தன் எல்லையிலே நிறுத்தி வைத்தான்.

மகிழ்நன் மழிவந்தன தேசத்தின் வட கிழக்கு பகுதியில் போர் தொடங்கிய செய்தி கிடைத்ததும், தென் மேற்கு பகுதியில் நின்ற படைகளுடன் எதிரில் நிற்கும் மகிழ்நன் படையுடன் போரிடலாமா••• வேண்டாமா••• என்று தயங்கியபடியே அன்றைய பொழுது முடியட்டுமென்று தர்மேந்திரன் காத்திருந்தான்.

ஆதவன் மறைந்ததும், வட திசை தளபதி தர்மேந்திரனின் அரண்மனையை அடைந்து, "வட கிழக்கு பகுதியினுள் நுழைந்து சில கிராமங்களை மகிழ்நன் படையினர் கைப்பற்றி உள்ளனர்•••!!" என்று தெரிவித்தான்.

தர்மேந்திரன் சற்றே நிதானமாகச் சிந்தித்து, தன் படைகளை இருக்குமிடத்திலே நிறுத்தி வைக்க ஆணையிட்டான், மேலும் தன் கடற்படைகளை தேசத்தைச் சுற்றியுள்ள கடலில் நிறுத்த உத்தரவிட்டான்.

மறுநாள் விடிந்தது. இருவரும் யார் முதலில் போரை தொடங்குவது என்றே காத்திருந்தாக தெரிந்தது. போர் களத்தில் யாரையும் காணவில்லை, மாறாக கூராங்களிலே வீரர்கள் தங்கிருந்தனர்.

ஆதவன் மறைவதற்கு இரண்டு சாமத்திற்கு முன், மகிழ்நன்னின் தெற்கு படைகளின் மீது எதிர்பாராத தாக்குதலை தர்மேந்திரன் படைகள் நடத்தின.

இந்த தாக்குதலால் மகிழ்நன்னின் தெற்கு படை நிலைகுலைந்தது. என்ன தான் பகல் முழுதும் விழிப்புடன் இருந்தாலும், நாளின் முடிவில் யாரும் போரைத் தொடங்குவது வழக்கமில்லை.

எதிர்வந்த தாக்குதலை சற்று போராடி சமாளித்தனர். ஆனால் இரண்டு சாமம் நேரமே இருந்தது என்பதால், யாரும் பின் வாங்கவும் முன்னேறவுமில்லை ஆதவும் முடியும் வரை இருந்த இடத்திலே போர்

நடைபெற்றது.

ஆதவன் மறைந்ததும், மகிழ்நன் தன் படைகளை நிதானித்து செயல்படக் கட்டளையிட்டான். கட்டளையை ஏற்ற தளபதிகள் தன் வீரர்களை இனி ஆதவன் தோன்றி மறைந்து இருள் சூழும் வரை, விழிப்புடன் எந்நேரத்திலும் போருக்கு தயாராயிருக்கச் செய்தனர்.

அடுத்த இரண்டு வாரங்கள் கழிந்தன. யாரும் போரைத் தொடங்க-வில்லை. எல்லையோர மக்களும் கடந்த ஒரு வாரமாக தங்களின் வீடு-களை இழந்து, படை முகாம்களில் தங்க வைக்கப்பட்டிருந்தனர்.

மகிழ்நன், இனியும் தாமதிக்க வேண்டாம் தர்மேந்திரன் தன் நட்பு நாடுகளின் படைகளை திரட்டி இணையச் செய்திருக்கிறான். நாம் மாற்று திட்டத்தை செயற்படுத்தியாக வேண்டுமென்று தீர்மானித்தான்.

நாயக்கிதி தேசத்துடன் போர் முடிந்த ஐந்து வாரங்கள் பிறகு மகிழ்-நன் படைகள், நவி தேசத்தை தாக்கினர். அவர்கள் போருக்கு தாயா-ராயிருந்தனர் என்பதை அவர்களின் படைகளின் அணிவகுப்பே காண்-பித்தது.

மகிழ்நன் நவி தேசத்தின் மீதும் போர் தொடங்கிய நாளிலேயே, ஐநாயூ தேசம் நயக்கிதி தேசத்தின் மீது போர் தொடங்கியது. மாபெரும் போர் இருமுனைகளில் நடந்தது.

மூன்று படைகளுக்கும் பெரும் சேதம் ஏற்பட்டது.

போர் தொடங்கி ஏழு திங்கள் கழித்து மகிழ்நன் இதுவரை அமை-தியாயிருந்த மழிவந்த தேசத்தின் மீது மீண்டும் போர் தொடங்கினான். ஆனால் இந்தமுறை காந்தள் தேசத்து கடற் படைகள் முருகையன் தலைமையில் மேற்கிலும் அதே சமயத்தில் மழிவந்தனத்தின் துறைமுகத்-தைத் தாக்கினர்.

அதேபோல் தென் திசையில் மழிவந்தன தேசத்தின் தலைநகரை நோக்கியும் தாக்கினர். நான்கு திசைகளிலும் போர் மூண்டது, அனைத்து படைகளின் வீரர்களும் மாண்டு மண்ணில் விழுந்தனர்.

இம்முறை போர் பலமுனைகளில் தொடர்ந்து, ஒரு வருடத்திற்கு மேல் மிக உக்கிரமாக நடந்தது. மழிவந்தனத்தின் ஏனைய பெரும் துறை-முகமும் காந்தள் தேசத்து வீரர்களின் கையில் விழுந்தன. மேலும் மழி-வந்தன வடபகுதியும், ஐநாயூ தேசத்தின் தென் பகுதியும், நவி தேசத்தின் தென் மேற்கு பகுதியும் மகிழ்நன் படையிடம் விழுந்தன.

மூன்று தேசத்தில் நவி தேசத்தார் மட்டும், நயக்கிதியின் வடகிழக்கின் சில பகுதிகளைக் கைப்பற்றி இருந்தனர்.

ஆனால் மழிவந்தனத்தின் கிழக்கு மற்றும் மேற்கு பகுதிகள் அனைத்தும் மகிழ்நன் படைகளின் கட்டுப்பாட்டில் வந்தன.

தர்மேந்திரன் இப்பொழுது மகிழ்நன் படையிடம், அந்திவர்டனைப் போல் சிக்கிக் கொண்டு விட்டான். அவன் தப்பிக்க வேண்டுமென்றால், வடக்கிலிருக்கும் ஐநாயூ தேசத்திற்கு சென்று தான் தப்பிக்க முடியும்.

ஆனால் அடுத்த வரும் காலங்களில் ஐநாயூ தேசத்தையும், ஓரிரு திங்களில் மகிழ்நன் தலைமையிலான படைகள் அழித்து விடுவார்கள் என்பது நிச்சயம்.

இப்பொழுது மகிழ்நன்னின் வாள் ஓங்கியுள்ளது. அதனால் இனி அவனுடன் போரிட்டு வெல்வது முடியாது, மதியால் தான் வெல்ல முடி-யும் என்று தீர்மானித்தான் தர்மேந்திரன்.

மகிழ்நன்னை இனி எதிர்க்க விரும்பாமல், ஓலை ஒன்றை எழுதி மகிழ்நன்னுக்கு அனுப்பினான்.

மகிழ்நன், நற்புகழ்மணி, கதிரவன், முருகையன் மற்றும் கணபதியும் ஒன்றாக மழிவந்தனத்தின் வடகிழக்கு திசை படை முகாமில் ஆலோ-சனையில் ஈடுபட்டிருக்கையில், மழிவந்தன தூதுவன் மகிழ்நன்னிடம் தர்-மேந்திரனின் ஓலையைச் சேர்பித்தான்.

ஓலையின் செய்தியை கணபதி வாசிக்கத் தொடங்கினான். "மக்-களின் நாயகன் செங்கோல் வேந்தன் மாமன்னர் மகிழ்நன் அவர்க-ளுக்கு… செல்வத்தால் மதியிழந்த ஒருவன் எழுதுவது. நான் அந்திவர்-டன் மற்றும் கிடையரையனுடன் சேர்ந்து தங்களுக்கும் மற்ற தேசங்க-ளுக்கும் செய்த இழிவுகளை மன்னிக்க வேண்டுகிறேன்…!!

மக்களாட்சி என்பதை உண்மையிலே நல்ல நோக்கத்துடனும் எண்-ணங்களுடனும் தான் சிலர் ஆரம்பித்தார்கள். மக்களுகாக நீதி தவறும் அரசர்களுக்கு எதிராகவே, மக்களாட்சியை முன்மொழிந்தனர். ஆனால் அவர்களின் எண்ணங்கள் காலப்போக்கில் என்னையும், அந்திவர்-டனைப் போன்ற சிலரால்… மக்களாட்சி என்பது சீரழிந்து சர்வாதிகார ஆட்சியாக மாரியது.

மற்றும் தாங்கள் அனுபவித்ததைப் போல, இன்னும் எத்தனையோ யுவராசர்களும் இளவரசன்களும் என்னையும் அந்திவர்டனையும் போன்ற பல கொடியவர்களின் பிடியில் சிக்கி, வேதனை அனுபவித்துக்

கொண்டிருக்கிறார்கள்.

அனைவரையும் காப்பாற்றுவது இயலாத காரியம் தான். ஆனால் முயற்சித்தால் நல்லது தானே...?? மற்றும் நமது பகுதிகளின் மக்களாட்சி என்ற சர்வாதிகார முறைமை தற்பொழுது தான் ஓங்கத் தொடங்கியுள்-ளது.

ஆனால் மேற்கு நாடுகளில் இக்காலாச்சாரம் பல நூற்றாண்டுகளுக்-கும் மேலாக, தழைத்து ஓங்கியுள்ளது. தாங்கள் இன்னும் மாபெரும் படைகளுடன் சென்று அவர்களையும் அழித்து முடியாட்சியை ஓங்கச் செய்ய வேண்டுமென்று கேட்டுக் கொள்கிறேன்.

தங்களின் எண்ணங்கள் சரியே....!! ஒரு அரசனைப் போல எல்லா அரசனும் நீதி தவறுவதில்லை. மழிவந்தன இளவரசன் தன் தந்தையைப் போலன்றி, மிகவும் தெளிவான சிந்தனையுடைய சிறந்த வீரனும் ஆவான்.

அவன் தன் தந்தையின் ஆட்சி முறையை விரும்பாமல், மழிவந்-தனத்தின் ஆட்சியை தன் தந்தையிடமிருந்து கைப்பற்ற தீட்டிய திட்டம் எங்களுக்கு தெரியவே, தாங்கள் செய்த சூழ்ச்சியால் தந்தையே மகனைச் சிறைபிடிக்கச் செய்து, அரசர் மீது நம்பிக்கையில்லா தீர்மானத்தை மக்-களிடம் பரப்பினோம்.

அரசரையும் அவரது குடும்பத்தை அன்று நடந்தேறிய கலவரத்தில் கொன்று குவித்து, நான் மக்களின் நாயகனாக மழிவந்தனத்தின் ஆளு-நராக முடிசூடா மன்னனாக மக்களாட்சியின் சர்வாதிகாரியானேன்.

ஆட்சியும் அதிகாரமும் என் மதியை மாற்றி, மேற்கத்தியர்களின் கலாச்சாரமும் வழக்கமும் என்னைக் கொடும் அரக்கனாக மாற்றியது.

தாங்கள் நயக்கிதி மற்றும் எந்தியவு தேசங்களை வென்றெடுத்த காலம் முதலே, தங்களின் மீது போர் தொடுக்க ஐநாயூ, நவி, ஆயூத்ன மற்றும் ஒச்சீரீ தேசத்தாருடன் மேற்கு நாடுகளின் ஆதரவையும் நாடி-னோம்.

அவர்களும் எங்களுக்கு ஆதரவாய் பல போர் கருவிகளைக் கொடுத்துள்ளனர். அதனை நான் மற்ற நான்கு தேசங்களைப் போல் தங்களின் மீது உபயோகிக்க விரும்பவில்லை.

தாங்கள் நயக்கிதையை மீட்டெடுத்த பின் தாங்களே மன்னனாக முடி சூட்டிக் கொள்வீர்கள் என்று நாங்கள் எதிர்பார்த்தோம். ஆனால் நீங்கள் அவ்வாறு செய்யாமல், செங்கோலுக்கு உரியவர் உயிருடன் இருக்கும்

பொழுது மற்ற குலத்தவர் அதற்கு உரிமையாடுவது முறையல்ல, நீதியு-
மல்ல என்று முடிவெடுத்ததே என்னை மாற்றி விட்டது.

அன்று முதல் தங்களின் ஒவ்வொரு அசைவையும் நான் வேவு
பார்த்து வந்தேன். எந்தியவு தேசத்தை கைப்பற்றி, மக்களின் விருப்-
பத்தை ஏற்றே மன்னனாக முடிசூடி, இன்று வரை நல்லாட்சி அளித்து
அத்தேசத்தைச் சேர்ந்த முருகையனையே வட திசை மண்டலாதிபதியா-
கவும் சேனாதிபதியாகவும் நியமித்தது, என்னை மேலும் நெகிழச் செய்-
தது.

நானும் தங்களைப்போல் ஆட்சி செய்ய விரும்பினேன். ஆனால்
அது சாத்தியமாகாது, அப்படியே செய்தால் இத்தேசத்திலிருக்கும் மற்ற
செல்வந்தர்கள் அதனை விரும்பாமல் என் மீது நம்பிக்கையில்லா தீர்மா-
னம் நிறைவேற்றி, ஆட்சியை வேறு யாரோ ஒருவர் கைப்பற்றிவிடுவார்.

அதனால் நான் சில காலமாய் ஓர் இரகசிய அமைச்சர்கள் கொண்ட
ஓர் குழுவை அமைத்து, ஆட்சி செய்து வருகிறேன். அதைப் பற்றி
தாங்களும் தங்களின் ஒற்றர்கள் மூலம் அறிந்திருப்பீர்கள்.

மற்றும் இப்போரை எதிர்பார்த்த ஐந்து தேசத்தார் மேற்கத்திய தேசத்-
தாரின் சில படைகளுடன் நான்கு தேசத்து சிறப்பு படைகளும் என் மழி-
வந்தனத்தில் நிறுத்தப்பட்டுள்ளனர்.

இதுவரை நீங்கள் போரிட்டவர்கள் யாரும் மழிவந்தன தேசத்து வீரர்-
களல்ல, அனைவருமே மேற்கு மற்றும் வடக்கிலிருக்கும் நான்கு தேசத்து
வீரர்கள் தான்.

அதனால் தான் உங்களது படைகள், எத்திசையில் வந்தாலும்
விரைவாக முன்னேறிக் கொண்டிருந்தது. அதற்காக மழிவந்தனப் படை-
கள் போரில் ஈடுபட்டிருந்தால், நீங்கள் தோல்வி அடைந்திருப்பீர்கள்
என்று நான் சொல்லவில்லை. மாறாக தங்களின் முன்னேற்றம் தாமத-
மாக நடந்திருக்கும் என்று தான் சொல்ல வருகிறேன்.

உங்களின் அனைத்து எதிரிப் படைகளும் தற்பொழுது ஜநாயூ
தேசத்திலும், நவி தேசத்திலும் நிறுத்தப்பட்டுள்ளனர். ஜநாயூ தேசத்தை
கேடயம் போல மேற்கத்தியர்களின் படைகளுடன் அரண் அமைத்து
வருகிறார்கள். அவர்களை அங்கு எதிர்ப்பது தங்களுக்கு பெரும் சவா-
லாயிருக்கலாம்.

அதற்கு நான் வகுத்துள்ள ஓர் திட்டத்தை தங்களின் காந்தள்
அரண்மனையில் வைத்துள்ளேன். அதை எப்படியும் தாங்கள் கண்டுபி-

டித்து விடுவீர்கள் என்ற நம்பிக்கையில் வைத்துள்ளேன்.

என்னை அவர்கள் கடந்த வாரமே வெளியேற வேண்டினர். ஆனால் நான் அவ்வாறு செய்ய விரும்பாமல் அரண்மனையிலே இருக்கிறேன்.

இப்போது மழிவந்தனத்தின் தென் திசையிலுள்ள அனைவரும் மழி- வந்தன வீரர்கள். இங்குள்ள அனைத்து தளபதிகளும், முன்னாள் அரச- ரின் விசேட தளபதிகள் தங்களின் ஆட்சியை விரும்புகிறவர்கள்.

நாளைய போரை வடக்கு நோக்கி நகர்த்தி, மழிவந்தனத்திற்கும் ஐநாயூ தேசத்திற்குமான பாதையைத் துண்டித்து, மழிவந்தனத்தின் தென் பகுதியை நீங்கள் சூழ்ந்து கொண்டால், நானும் அந்திவர்டனைப் போல் தங்களிடம் அகப்பட்டு இறக்கும்படியாகட்டும்.

அன்று திருவள்ளுவர் கூறினார்....

"வேலன்று வென்றி தருவது மன்னவன்

கோலதூஉங் கோடா தெனின்"

ஆட்சியாளருக்கு வெற்றி தருவது ஆயுதம் மட்டுமன்று, அவரின் நேர்மையாற ஆட்சியே, அதற்கு எடுத்துக்காட்டே தாங்களும், தங்களின் தம்பி நற்புகழ்மணியும் தான்

வாழ்க மகிழ்நன்! வாழ்க நற்புகழ்மணி!

உங்கள் இருவரின் செங்கோல் ஓங்கி நிற்கட்டும்.

என்னைப் போன்றோர்கும், நமது திருவள்ளுவர் பின்வரும் குறளை எழுதியுள்ளார்

"உடைத்தும் வலியறியார் ஊக்கத்தின் ஊக்கி

இடைக்கண் முரிந்தார் பலர்"

தம் ஆற்றலை அறியாமல், ஒரு வேகத்தில் செயலைச் செய்யத் தொடங்கித் தொடர முடியாமல் இடையே விட்டுக் கெட்டவர் பலர். இக்- குறளை என்னையும் அந்திவர்டன் கிடையரையன் போன்றோருக்காகவே அக்காலத்திலேயே வள்ளுவர் எழுதி இருக்கிறார்.

என் மீது நம்பிக்கை இருந்தால், போர் வடக்கில் தொடங்கியதும், தாங்கள் படையுடன் தலைநகரை நோக்கி வாருங்கள், நான் தங்களுக்- காகக் காத்திருக்கிறேன்....!!" என்றும் முடித்திருந்தான் தர்மேந்திரன்.

ஆதவன் உதித்ததும் மகிழ்நன்னின் படைகள் மட்டும் தர்மேந்திரன் கூறியது போல, வடக்கு நோக்கி போரிட்டது. மேலும் தெற்கு நோக்கி மகிழ்நன்னும், நற்புகழ்மணி, கதிரவன், முருகையன் மற்றும் கணபதியும்

தங்களின் படைகளுடன் மழிவந்தனத்தின் தலைநகரை நோக்கி நகர்ந்-
தனர்.

மழிவந்தன தலைநகரை அடைந்ததும், தன் படைகளைக் கோட்டை-
யின் வெளியில் நிற்கச் செய்து தூதுவர்களை அனுப்பினான் மகிழ்நன்.

தூதுவர்களுக்காக கோட்டை வாயில் எதிர்பார்த்ததை போல திறக்-
கப்பட்டது. தூதுவர்கள் கோட்டையுனுள் சென்றதும் மகிழ்நன் தன் படை-
களுடன் ஆலோசனையில் ஈடுபட்டான்.

கோட்டையுனுள் சென்ற தூதுவர்கள் அரை நாழிகையில் வெளியில்
வந்தனர், அவர்களைத் தொடர்ந்து வரவேற்பு பரிவாரங்களும் வந்தன.

மகிழ்நன் தூதுவர்களுடம் சற்று நேரம் ஆலோசித்த பின் கோட்-
டைக்குள் சென்றான். கோட்டைக்குள் வாயிலை அடைந்ததுமே, தர்-
மேந்திரன் இவர்களுக்காகக் காத்திருந்து வரவேற்று உள்ளே அழைத்துச்
சென்றான்.

கோட்டையினுள் நின்ற வீரர்கள் மகிழ்நன்னையும், மற்ற அரசர்க-
ளையும், தளபதிகளையும் முகம் மலர வரவேற்றனர்.

மழிவந்தனத்தின் அரசவைக்கு அழைத்துச் சென்றான் தர்மேந்திரன்.
உடனே மகிழ்நன் அரசவையை விட ஆலோசனை அறைக்கு செல்வது
நன்றாக இருக்குமென்றான்.

மழிவந்தன அரண்மனையின் ஆலோசனை அறையை அடைந்த-
தும், அனைவரையும் வெளியில் இருக்கச் செய்த மகிழ்நன் தர்மேந்தி-
ரனை மட்டும் உள்ளே இருக்கச் செய்தான்.

நான்கு சாமம் நடந்த ஆலோசனைக்கு பிறகு, வெளி வந்த மகிழ்-
நன்னும் தர்மேந்திரனும் வெற்றி மகிழ்நன் படையினருக்கு என்று தர்-
மேந்திரன் தானே அறிவித்தான்.

ஆலோசனையில் என்ன நடந்தது என்று யாருக்கும் தெரியப்படுத்-
தாமல், மகிழ்நன் தளபதிகளுடன் மற்ற ஆலோசனையில் ஈடுபட்டான்.

ஏறக்குறைய ஒரு வருடத்திற்கு மேல் நடந்த மாபெரும் போர் முடி-
வுற்றதால், பெரும்பான்மையினர் நிம்மதியும் மகிழ்ச்சியும் அடைந்தனர்.
ஆனால் சிலர் சந்தேகமும் குழப்பமுமாய் இருந்தனர்.

மகிழ்நன் முடி சூட்டிக் கொள்ள வேண்டுமென்று தர்மேந்திரனும் சில
தளபதிகளும் அமைச்சர்களும் வேண்டினர். ஆனால் மகிழ்நன் தான்
முடி சூட்டிக் கொள்வதைப் பற்றி சில நாட்களுக்கு பின் முடிவை தெரி-
விப்பதாகச் சொன்னான்.

மறுநாள் விடிந்ததும் மழிவந்தன தேசத்தின் பல மக்கள் மகிழ்நன்னை தங்கள் நாட்டு அரசனாக ஏற்க மறுத்து வருவதை அறிந்த மகிழ்நன், இது பெரும் புரட்சியாக மாறாதிருக்க ஓர் யுக்தி செய்ய. ெண்ணி ஓர் மக்கள் கூட்டத்தை கூட்ட ஏற்பாடு செய்தான்.

தலைநகரின் எல்லையில் மக்கள் கூடிய பின், மக்களின் நடுவில் அமைப்பட்டிருந்த உயர்ந்த மேடையில் நின்று, பேசத் தொடங்கினான்.

"எம் மக்களே...!! உங்களின் விருப்பத்திற்கு மாறாக நான் எதுவும் செய்ய மாட்டேன்.

ஆனால் இப்பொழுது நான் கூறுவதை கொஞ்சம் தங்களின் சிந்தை-யில் ஏற்றி இரண்டு நாட்களில் பதிலளிக்க வேண்டுகிறேன்....!!" என்-றான்.

"நான் கடந்த மூன்று ஆண்டுகளுக்கு முன் தான் எந்தியவு தேசத்-தின் மன்னனாக முடி சூட்டிக் கொண்டேன். நான் மக்களை எதிர்த்து என்றுமே போரிடவில்லை, நான் மக்களாட்சி என்று கூறி மக்களை அடிமைகளாக்கி ஆட்சி செய்யும் செல்வந்தர்களின் மீது தான் போர் தொடுத்திருக்கிறேன்.

கடந்த ஆறு ஆண்டுகளாக... மழிவந்தன தேசத்தின் இறுதி மன்-னன் இறந்த பின் வந்த செல்வந்தர்கள், சில காலங்களில் தங்களிட-மிருந்த வேறுபாட்டை மக்கள் மீது பொய் பிரச்சாரம் செய்து, அந்த அந்த செல்வந்தர்களுக்கு வேண்டிய பகுதியைத் தனி நாடாக அறிவித்து ஆண்டனர்.

இப்பொழுதும் நான் முழு மழிவந்தனத்தையும் கைப்பற்றவில்லை என்று எனக்கு தெரியும். இன்னும் சற்று சிந்தியுங்கள், இந்த மழிவந்-தனம் கடந்த ஆறு ஆண்டுகளாக மூவரால் ஆளப்பட்டது. ஆனால் இதில் பயனடைந்தவர்கள் யார் என்றால், மக்கள் இல்லை, செல்வந்-தர்களும் அவர்களின் குடும்பத்தினரும் தான் என்பது மறுக்க முடியாத உண்மை.

இன்று மக்களுக்கு சொந்தமாக ஓர்பிடி நிலம் கூட இல்லை. உங்-களின் இறுதி மன்னரின் காலத்தில் ஆண்டுதோறும் மக்களுக்கு வரி-யில்லா நிலமும், வீடு கட்ட வரியில்லா இலவச இடமும் வழங்கப்பட்-டது.

இன்று அனைத்து நிலங்களும் பெரும் செல்வந்தர்களின் கையில் தான் உள்ளது, அவர்களை எதிர்த்தால் மரணம் தான் உங்களுக்கு.

மன்னராட்சியிலும் மன்னரை எதிர்த்தால் மரணமுண்டு. ஆனால் மன்னரை எதிர்த்தால் மட்டும் தான் மரணம், ஆனால் மக்களாட்சி என்ற செல்வந்தர்களின் சர்வாதிகார ஆட்சியில் ஊருக்கு ஊர் இருக்கும் செல்வந்தர்களில் யாரை எதிர்த்தாலும் மரணம் உறுதி.

மரணத்திற்கு யாராவது நீதி கேட்டால், அதற்கும் தீர்ப்பு மரணமோ அல்லது கொடும் சிறையாகத் தானிருக்கும்.

மன்னராட்சியில் மன்னர் பதவியில் இருக்கும் பொழுதே, தன் மகனை யுவராஜ பதவியில் அமர்த்தி அரசாளக் கற்றுக் கொடுப்பது வழக்கம்.

அவ்வழக்கத்தால் அந்த யுவராசன், தன் தந்தையான மன்னரின் எதிர்காலத் திட்டங்களையும் எண்ணங்களையும் தன்னுள் வாங்கி, அதனை தன் மனதில் உறுதியாக ஊன்றி, அதனை நோக்கி மன்னருக்கு பின் தான் முடி சூடியதும், தன் தந்தையான முன்னால் மன்னரின் எண்ணங்களைப் பின்பற்றி, தன் தந்தை கண்ட தொலைநோக்கு பார்-வையின் கனவுகளைத் தன் ஆட்சிக்காலத்தில் நிறைவேற்றுவான் அல்-லது அதனை நிறைவேற்ற வேண்டியதை செய்து முடிப்பான் அல்லது அதனை நோக்கிய பணிகளையாவது தொடங்கி, தன் மகனுக்கு அப்-பொறுப்புகளையும் எண்ணங்களையும் கொடுத்திருப்பான்.

ஓர் நாட்டை ஆள்வதற்கு என்று ஒரு தகுதியும், அறிவும், பொது நலனும், தேசப்பற்றும் வேண்டும். செல்வந்தர்களுக்கு என்றுமே மக்க-ளையும் நாட்டையும் ஆண்டு பழக்கமில்லை. தன்னிடமிருக்கும் செல்-வத்தையும் அதிகாரத்தையும் காட்டி மக்களை அடிமையாக்கி ஆண்டு தான் பழக்கப்பட்டவர்கள்.

அப்படி செல்வத்தாலே வாழ்பவர்கள், ஒரு நாட்டைக் கைப்பற்றினா-லும் அதனை ஆள முடியாது. ஒரு நாட்டையோ தேசத்தையோ ஆள வேண்டுமென்றால், வெறுமனே வருவாய் ஏற்படுத்தினால் மட்டும் அந்-நாடு முன்னேறாது. மக்களின் வாழ்கைத்தரமும் முன்னேறினால் தான் நாடும் செழிக்கும், முன்னேற்றமும் அடையும்.

இந்த ஆறு ஆண்டுகளாய் செல்வந்தர்கள் மிகப்பெரிய செல்வந்தர்-களாக தான் மாறியுள்ளனர், ஏழைகளோ.... வீடு நிலங்களை இழந்து, உரிமை இழந்து, மற்றவரிடம் கையேந்தும் நிலையாகிவிட்டது.

அன்று சிறு தொழில் செய்தவர்கள் இன்று அழிந்தும், அழிந்து கொண்டும் இருக்கிறார்கள். நாட்டில், இதற்கு வரி... அதற்கு வரி... என்று கட்டிகிறீர்கள். ஆனால் அத்தனை வரிவிதித்துப் பெற்ற அந்த செல்வங்கள் எங்கே போயின என்று, சற்று சிந்தித்து பாருங்கள்.

எந்த ஒரு மன்னராட்சியிலும், போரில் இழந்த பகுதிகளை மீட்-டெடுப்பதிலேயே மன்னர்கள் முயல்வார்கள். ஆனால் இன்று ஆறு நாடுகளாய் பிரிந்திருக்கும் இந்த மழிவந்தனத்தை, எந்த செல்வந்தனும் ஒன்றாக இணைக்க முயற்சி செய்யவில்லை. காரணம், இதனால் அவர்-களுக்கு பயனில்லை. ஆனால் மன்னர்கள் அப்படி விட்டுவிட மாட்-டார்கள், இறுதி முச்சு உள்ளவரை போரிட்டிருப்பார்கள்.

எங்கள் காந்தள் தேசத்தையும், நயக்கிதி தேசத்தையும் எடுத்துக்-காட்டாக வைத்துக் கொள்ளுங்கள்... என்னால் பிளவுற்ற என் காந்-தள் தேசத்தில், என் தம்பிக்கு சரிபங்காக ராஜியத்தின் பொக்கிசத்தைப் பிரித்துக் கொடுக்க என்னை ஆட்டிப்படைத்த செல்வந்தனுக்கு கட்ட-ளையிட்டேன். ஆனால் அவனோ... அதில் அதிக பொருட்களை தன் பொக்கிசத்தில் வைத்துக் கொண்டு எங்கள் இருவரையும் ஏமாற்றினான்.

"இறைகாக்கும் வையகம் எல்லாம் அவனை

முறைகாக்கும் முட்டாச் செயின்"

ஆட்சியாளர் பூமியைக் காப்பர்; அவரையோ அவரது குறையற்ற நேர்மையான ஆட்சி காக்கும் என்று அன்றே திருவள்ளுவர் எழுத்தால் கூறிவிட்டதைப் போல்... என் தம்பி தனக்கு நேர்ந்த ஏமாற்றத்தைப் பெரிதாகக் கருதாமல், தன்னை நம்பி இருந்த நாட்டையும், மக்களையும், இருக்கும் செல்வத்தைக் கொண்டு குறையற்ற நேர்மையான ஆட்சி செய்தான்.

அந்த நல்லாட்சியே இன்று காந்தள் தேசத்தை ஒன்றிணைத்தது. அதுமட்டுமின்றி ஒன்றிணைந்த அந்த காந்தள் தேசத்தை பேராசையுடன் தான் தான் ஆள வேண்டுமென்று நினைக்காமல், உலக தர்மத்தோடும் நெறியோடும் உரிமையுடைய எனக்கு முடிசூடத் தான் முன் வந்தானே தவிர.... தானே முடி சூட்டிக் கொள்ள எண்ணவில்லை. அப்படி ஒரு-வேளை அவன் நினைத்திருந்தால், அதனை அவன் எந்த தடையுமின்றி நிறைவேறியும் இருக்கலாம், அவனை எதிர்க்க இவ்வுலகில் யாருமே இல்லை, ஆனால் அவன் அவ்வாறு செய்யவில்லை.

அந்த நேர்மையே அவனை காந்தள் தேசத்தின் செங்கோலை ஏந்தச் செய்தது என்றால் தவறாகாது....!!" என்று நற்புகழ்மணியின் கையைத் தன் கையோடு சேர்த்து உயர்த்தினான் மகிழ்நன்.

"என் தம்பி இந்த நற்புகழ்மணியைப் போல் உங்கள் செல்வந்தர்கள் இருந்திருந்தால், இன்று எந்த தடையுமின்றி அவர்களின் ஆட்சிப் பொறுப்பு அவர்கள் கையில் இருந்திருக்கும்.

இதனால் மன்னராட்சியே சிறந்தது என்று நான் கூறவில்லை, செல்-வந்தர்களைப் போல் நெறி தவறி ஆட்சி செய்த எத்தனையோ மன்னர்-கள், தங்களின் செங்கோலைத் தவறவிட்டு இருக்கிறார்கள் என்பதையும் இவ்விடத்தில் கூற விரும்புகிறேன்.

பிறந்தது முதல் அரண்மனை வாழ்வை கண்டு வந்த நயக்கிதியின் மகாராணி நந்திதாவனி, இந்த செல்வந்தர்களின் சூழ்ச்சியால் ராஜி-யத்தை இழந்து பல ஆண்டுகளாக காட்டிலும் மேட்டிலும் பலவகையான எதிரிகளை எதிர்கொண்டு, தன் தேசம் மீளுமோ இல்லையோ.... ஆனால் இந்த செல்வந்தர்களின் அடுத்த இலக்கான எங்கள் காந்தள் தேசம், தன் தேசம் போல் அழியக்கூடாது என்ற நலலெண்ணத்துடன், என்னையும் என் காந்தள் தேசத்தையும் அழிவிலிருந்து காத்து, என் அறிவுக் கண்களைத் திறந்த வீரமங்கைக்கு கைமாறாய், என் தம்பியின் உதவியுடன் காந்தள் தேசத்தின் படைகளால் நயக்கிதி தேசத்தை மீட்-டோம்.

அனைவரும் நானே மன்னனாக முடி சூடுவேன் என்று எதிர்பார்த்-தார்கள். ஆனால் அவ்வாறு நான் செய்திருந்தால், அது அரச மரபா-காது. மேலும் ஓர் தேசத்தின் அரச குலத்தார் இருக்கும் பொழுது, வேற்று தேசத்தை சேர்ந்த யாரோ ஒருவனோ அல்லது வேற்று தேசத்து அரசனோ முடிசூட்டிக் கொள்வது நீதியாகாது, அவ்வாறு செய்வது நெறியற்ற வழியுமாகும்.

அப்படி நான் முடி சூட்டிக் கொண்டால், அது நயக்கிதி மன்னர் குலத்திற்கு இழைக்கும் இழிவாகுமென்பது தான் நான் அறிந்தவை. அதனால் தான், நான் முடிசூட்டிக் கொள்ளாமல் மகாராணி நந்திதாவனி அவர்களுக்கு முடி சூட்டினேன்....!!" என்றான்.

"எந்தியவு தேசத்தின் அரச குலத்தார் யாரும் உயிருடனில்லை என்றும், அத்தேசத்தின் முன்னால் முதன் மந்திரியின் விருப்பத்தாலும்,

செல்வந்தர்களின் சர்வாதிகத்தை அழிக்க வேண்டும் என்ற காரணத்தா-லும், அத்தேசத்தை நயக்கிதி தேசத்தின் படைகளுடன் என் காந்தள் தேசத்தின் படைகளின் உதவியுடனே போரிட்டு, எந்தியவு தேசத்தை மீட்டு மக்களின் விருப்பத்துடன் நானே மன்னனாக மக்களால் முடிசூட்-டப்பட்டேன்.

எந்தியவு தேசத்து மன்னனாக முடிசூடிய பின், எந்தியவு தேசத்தை மீட்க உதவிய காந்தள் தேசத்திற்கும், நயக்கிதி தேசத்திற்கும் அதற்கான வெகுமதியைப் பொன்னாகவும் பொருளாகவும் மக்களின் முன் வழங்கி-னேன்.

மழிவந்தன தேசத்தை முழுமையாக நான் மீட்டெடுப்பேன். மக்க-ளாட்சி என்று பொய்யாக சர்வாதிகாரம் செய்யும் அனைத்து செல்வந்-தர்களையும் அழித்து, மீண்டும் அனைத்து தேசத்திலும் முடியாட்சியை நிலைநாட்டுவேன்...!!" என்று வாளை உயர்த்திக் கூறினான்.

இறுதியாக, "இன்னும் இரண்டு நாட்கள் மக்களுக்கு அவகாசம் உள்ளது, நீங்களே உங்களின் அடுத்த மன்னர் யாரென்று முடிவு செய்து கொள்ளுங்கள்.

நீங்கள் விரும்பினால், நான் ஆள்கிறேன், இல்லை என்று யாரை-யாவது மன்னனாக முடிசூட்ட நீங்கள் வேண்டினால், அவரையே மன்-னனாக முடி சூட்டி விடுகிறேன். ஆனால் அடுத்த மூன்று ஆண்டுகள் அந்த மன்னரும் தேசமும் என் தலைமையில் தான் ஆட்சி செய்ய வேண்டும். மற்றும் எந்தியவு நயக்கிதி மற்றும் காந்தள் தேசங்களுக்கு, மழிவந்தன தேசத்தை மீட்க வேண்டி போரிட்டதற்கான வெகுமதியை மக்களின் முன் வழங்க வேண்டும்.

இந்த மூன்று ஆண்டில் நீங்கள் முடி சூட்டிய மன்னரின் ஆட்சியி-லும், அவன் மனதின் நிலைப்பாட்டிலும் குறையிருந்தால் மீண்டும் மக்-களின் முடிவை வேண்டாமல், நானே இத்தேசத்தின் மன்னனாக முடி சூட்டிக் கொள்வேன்.

ஒருவேளை அப்போதும் மக்கள் மீண்டும் அவரே மன்னராக வேண்-டுமென்றால், அவ்வாறே செய்து நாங்கள் இம்மண்ணை விட்டு வெளி-யேறி விடுவோம்....!!" என்றான். மக்கள் கூட்டம் கூட்டமாக பேசிக் கொண்டு விலகிச் சென்றனர்.

மகிழ்நன் தன் படைகளை போரால் பாதிக்கப்பட்ட ஊர்களைச் சீரமைக்க கட்டளையிட்டான்.

இரண்டு நாட்கள் கழித்து மக்கள் மீண்டும் அவ்விடத்திலே கூடினர், மகிழ்நன் மேடையில் ஏறி மக்களின் விருப்பத்தைக் கேட்டறிய ஆவலாய் நின்றான்.

ஆனால் இம்முறை சற்று வித்தியாசமாய் கூடியிருந்தனர், ஒவ்வொரு ஊர் மக்களும் தனித்தனியே கூடியிருந்தனர். அவர்களின் நடுவில் ஒரு மாட்டு வண்டியை நிறுத்தி வைத்திருந்தனர்.

ஒருவர் தன் அருகிலிருந்த வண்டியின் மீது ஏறி, "வேந்தே...!! எங்களுக்கு யாரை ஆதரிப்பது என்று தெரியவில்லை, இந்த செல்வந்தர்களால் எங்கள் மூளை மழுங்கி முழு நேரமும் பணி செய்யும் இயந்திரமாக இருந்து விட்டோம்.

ஆனால், ஒரு புதிய விடியல் தங்களால் இப்பொழுது எங்களுக்கு வந்திருக்கிறது. இந்த வாய்ப்பை நாங்கள் நழுவவிட விரும்பவில்லை. என் ஊரின் சார்பாக தங்களையே மன்னராக முடி சூட்ட ஆசைப்படுகிறோம்...!!" என்றார் அவர்.

அவ்வாறே ஒவ்வொரு ஊர் கூட்டத்திலும் மக்கள் கோசமிட்டனர்.

மகிழ்நன், "இனி நாம் முழு மழிவந்தனத்தையும் மீட்கும் வரை ஓயக்கூடாது...!!" என்று உடையிலிருந்து வாளை உருவி உயர்த்தினான். அப்பொழுது அவன் அருகில் நந்திதாவனியும், நற்புகழ்மணியும் உடனிருந்து தங்களின் வாட்களையும் உயர்த்தி காட்டினர். மக்களின் ஆரவாரம் அதிகரித்து,

"வாழ்க மகிழ்நன்!

மாமன்னர் மகிழ்நன் வாழ்க!

முத்தேசத்தின் மாமன்னர் மகிழ்நன் வாழ்க!

மாமன்னர் நற்புகழ்மணி வாழ்க!

வீரமங்கை நயக்கிதி மகாராணி நந்திதாவனி வாழ்க!

மழிவந்தன தேசம் வாழ்க!" என்று பல வாழ்த்தொலிகள் எழுந்தன.

அன்று முதல் மகிழ்நன் மழிவந்தன தேசத்தின் மன்னனாகவும் முடிசூடி நல்லாட்சியை அம்மக்களுக்கு அளித்தான்.

மழிவந்தன தேசத்தின் மன்னான பின், எந்தியவு தேசத்தின் தலைநகரத்தின் மண்டலாதிபதியாக இருந்த முருகையனை எந்தியவு தேசத்தின்

தென் பகுதி குறுநில மன்னனாகவும் முடி சூட்டி வைத்தான் மகிழ்நன்.

ஓர் ஆண்டுகளுக்கு பின் மகிழ்நன் முருகையனை எந்தியவு தேசத்-தின் மன்னனாகவே முடிசூட்டி வைத்தான்.

அதைத் தொடர்ந்து எந்தியவு நயக்கிதி மற்றும் காந்தள் தேசங்-களுக்கு மழிவந்தனத்தை மீட்க உதவியதற்கு, ஏற்ற வெகுமதியை மக்க-ளின் முன் மகிழ்நன் வழங்கினான்.

இந்த நிகழ்வால் நான்கு தேசத்து மக்களும், மகிழ்நன்னின் பெருந்-தன்மையை வாழ்த்தினர் மற்றும் இச்செயல் மற்ற தேசத்தாலும் போற்றப்-பட்டது.

அடுத்து வந்த காலங்களில் மழிவந்தனத்தை முழுமையாக மீட்டு, வடக்கில் இருந்த ஐநாயூ, நவி, ஆயூத்ன மற்றும் ஒச்சீரீ தேசங்களிலும் கூட செல்வந்தர்களின் மக்களாட்சி முறையை அழித்து, வடக்கில் கணபதியை ஒச்சீரீ தேசத்து மன்னனாகவும், கதிரவனை ஆயூத்ன மற்-றும் நவி தேசங்கள் இணைந்த நவியாயூ என்ற புதிய தேசத்தை உரு-வாக்கி, அப்புதிய தேசத்து மன்னனாக முடிசூட்டி, தன் மேற்கில் இருந்த ஐநாயூ தேசத்தை மழிவந்தனத்துடன் இணைத்து, தன் தலைமையில் ஆண்டு வந்தான்.

எதிர் வந்த காலங்களில் மேற்கு திசையில் படையெடுத்து, செல்-வந்தர்களின் பிடியில் சிக்கியிருந்த ஒவ்வொரு தேசத்தையும் வென்று, தன் ஆளுமையின் கீழ்கொண்டு வந்து, சில ஆண்டுகளுக்கு பின் அத்-தேசத்தின் அரச குலத்தாரைத் தேடிக் கண்டுபிடித்து முடி சூட்டினான். அரச குலத்தார் இல்லாத தேசங்களில், பழைய சிற்றரசர் குலத்தாரைக் கண்டறிந்து அவர்களுக்கு முடிசூட்டி நாட்டை ஒப்படைத்தான்.

மகிழ்நன், நற்புகழ்மணி, கதிரவன், முருகையன், கணபதி ஆகிய ஐவரின் புகழ் உலகெங்கும் பரவி, நிலைகெட்ட செல்வந்தர்களை நிலை-குலையச் செய்தது.

ஐவரின் வீரப்புகழ் எட்டுத்திக்கும் பரவி, முடியாட்சியை எங்கும் நிலைத்திருக்கச் செய்தது.

======சுபம்======

கதைக்காகவே… முடிவை வெற்றிகளால் நிறைந்திருக்கச் செய்தேன், ஆனால் உண்மையில் என்ன நடந்திருக்கும் என்று உங்களுக்கே தெரி-யும்.

நன்றியுடன் க.பிரபு தமிழன்

(prabutamizhank@gmail.com)